AF105856

ഗ്രീൻ ബുക്സ്

## ഗുരുവായൂർപെരുമ
## ക്ഷേത്രവും സംസ്കാരവും

പ്രൊഫ. എസ്.എസ്. വാര്യർ

എറണാകുളം ജില്ലയിലെ പൂത്തൃക്കയിൽ
വാര്യത്ത് 1946ൽ ജനനം.
പ്രാഥമിക വിദ്യാഭ്യാസം പൂത്തൃക്ക, പുത്തൻകുരിശ്,
പുതുപ്പള്ളി സ്കൂളുകളിൽ. കോളേജ് വിദ്യാഭ്യാസം
എറണാകുളം മഹാരാജാസിൽ. ചരിത്രത്തിൽ ഒന്നാം
റാങ്കോടെ ബിരുദ-ബിരുദാനന്തരബിരുദങ്ങൾ. കോഴിക്കോട്
സർവകലാശാലയിൽനിന്ന് എം.ഫിൽ ബിരുദം നേടി.
ചരിത്രാധ്യാപകനായി എഴുപതുകളിൽ മഹാരാജാസിൽ
ഔദ്യോഗിക ജീവിതമാരംഭിച്ചു. എൺപത്-തൊണ്ണൂറുകളിൽ
തൃശൂർ ഗവൺമെന്റ് കോളേജിൽ വകുപ്പുമേധാവി;
2001-2002ൽ പട്ടാമ്പി ഗവൺമെന്റ് കോളേജിൽ പ്രിൻസിപ്പൽ.
കോളേജ് വിദ്യാഭ്യാസ ഡപ്യൂട്ടി ഡയറക്ടറായും
സേവനമനുഷ്ഠിച്ചിട്ടുണ്ട്. 2002ൽ വിരമിച്ചു. ആനുകാലിക
ങ്ങളിലും മാസികകളിലും ലേഖനങ്ങൾ എഴുതാറുണ്ട്.

അദ്ധ്യാത്മികം

# ഗുരുവായൂർപെരുമ
# ക്ഷേത്രവും സംസ്കാരവും

പ്രൊഫ. എസ്.എസ്. വാര്യർ

ഗ്രീൻ ബുക്സ്

green books private limited
gb building, civil lane road, ayyanthole,
thrissur- 680 003, kerala, ph: +91 487-2381066, 2381039
website: www.greenbooksindia.com
e-mail: info@greenbooksindia.com

*malayalam*
**guruvayurperuma**
**kshethravum samskaravum**
(spiritual)
*by*
prof. s.s. warrier

first published september 2019
copyright reserved


branches:
thrissur 0487-2422515
palakkad 0491-2546162
thiruvananthapuram 0471-2335301
calicut 0495 4854662
ernakulam 8589095007

isbn : 978-93-88830-69-0

---

no part of this publication may be reproduced,
or transmitted in any form or by any means,
without prior written permission of the publisher.

GBPL/1116/2019

## സമർപ്പണം
പി.എം. രമയ്ക്ക്

## ഉള്ളടക്കം

**ആമുഖം** 07

അവതാരിക
'ഹന്ത ഭാഗ്യം ജനാനാം...' 09
ഡോ. പി. സരസ്വതി

ഗുരുവായൂർ ദേവൻ വാഴും ക്ഷേത്രം 13
ഗുരുവായൂർ: ഒരു ചരിത്രാവലോകനം 25
ക്ഷേത്രഭരണചരിത്രം 52
ക്ഷേത്രസമുച്ചയം 76
ഗുരുവായൂർ സാമൂഹിക-
സാമ്പത്തികസ്ഥിതി 109
ഗുരുവായൂർ: സാഹിത്യം/കല 119
വിശാല ഗുരുവായൂർ 147

## ആമുഖം

**ക്ഷേ**ത്രങ്ങളുടെ നാടാണ് കേരളം. ഗവേഷകർക്കും വിദ്യാർ ത്ഥികൾക്കും കേരള ക്ഷേത്രങ്ങൾ ഒരു അക്ഷയഖനിയാണ്. ചരിത്രപഠനങ്ങൾക്കുള്ള മേച്ചിൽപ്പുറമാണ്. കേരളീയ ക്ഷേത്രാ ന്തരീക്ഷത്തിൽ വളർന്നു വന്ന ഒരുവനെന്ന നിലയ്ക്ക്, ക്ഷേത്രങ്ങൾ എനിക്കെന്നും പ്രചോദന കേന്ദ്രങ്ങളായിരുന്നു. ക്ഷേത്രവുമായി വളരെ അടുത്തു ഇടപഴകുന്ന വാരിയർ സമുദായത്തിൽപ്പെട്ട ഒരാളെന്ന നിലയിൽ, ഈ എഴുത്തുകാ രന് ക്ഷേത്രകാര്യങ്ങളെപ്പറ്റി വളരെ അടുത്തുനിന്ന് പഠിക്കു വാനും നിരീക്ഷിക്കുവാനും നിഗമനങ്ങളിലെത്തിച്ചേരുവാനും അവസരങ്ങൾ ലഭിച്ചിരുന്നു.

സ്വാഭാവികമായി കേരളത്തിലെ ഏറ്റവും ജനകീയമായ ക്ഷേത്രം എന്ന നിലയിൽ ഗുരുവായൂർ ശ്രീകൃഷ്ണ ക്ഷേത്രവും അവിടുത്തെ ദേവനും ഈ ലേഖകന്റെ ശ്രദ്ധ യാകർഷിച്ചു.

ക്ഷേത്രവുമായി ബന്ധപ്പെട്ടവരുമായുള്ള ചർച്ചകളിൽനിന്നും സംവാദങ്ങളിൽനിന്നും അഭിമുഖങ്ങളിൽ നിന്നും ലഭ്യമായ വിവരങ്ങളും ഈ പുസ്തകരചനയ്ക്ക് സഹായകരമായിട്ടുണ്ട്. ക്ഷേത്രത്തെ സംബന്ധിച്ച് ലഭ്യമായ വിവരങ്ങൾ സമാഹരിച്ച്, ഏകീകരിച്ച്, ക്രോഡീകരിച്ച് ഗവേഷണം നടത്തിയ ഗ്രന്ഥമാണിത്.

പ്രൊഫസർ എ. ശ്രീധരമേനോന്റെ പ്രേരണയും മാർഗ്ഗനിർദ്ദേ ശവുമില്ലായിരുന്നുവെങ്കിൽ ഇങ്ങനെയൊരു രചന ഉണ്ടാകു മായിരുന്നില്ല. കൂടാതെ, ചരിത്രവിദ്യാർത്ഥികൾക്കെന്നും പ്രചോദനമായിരുന്ന എം.ജി.എസ്. നാരായണൻ, ശൈലി ഭംഗത്തിൽനിന്നെന്നെ മുക്തനാക്കിയ പ്രൊഫസർ എം.കെ.

ഗോപിനാഥ മേനോൻ, ഗുരുവായൂർ രേഖകൾ തന്നു സഹായിച്ച പ്രൊഫസർ കെ.വി കൃഷ്ണയ്യർ, ഗുരുവായൂർ സത്യാഗ്രഹ രേഖകൾ ലഭ്യമാക്കിയ മാതൃഭൂമി ലൈബ്രേറിയൻ പാറുക്കുട്ടി, സാങ്കേതിക സഹായം നൽകിയ ടി.വി. മാധവവാര്യർ, സംസ്കൃതശ്ലോകങ്ങൾ മലയാളത്തിലാക്കുവാൻ പിന്തുണച്ച ജീവിതപങ്കാളി പി.എം. രമ എന്നിവരോടുള്ള കടപ്പാടും സ്നേഹവും വാക്കുകളിൽ ഒതുക്കാവുന്നതല്ല. ഗ്രീൻ ബുക്സിന് നന്ദി.

                        പ്രൊഫ. എസ്.എസ്. വാര്യർ

## 'ഹന്ത ഭാഗ്യം ജനാനാം...'

ഡോ. പി. സരസ്വതി

"സാന്ദ്രാനന്ദാവബോധാത്മകമനുപമിതം
കാലദേശാവധിഭ്യാം
നിർമ്മുക്തം നിത്യമുക്തം നിഗമശതസഹ-
സ്രേണ നിർഭാസ്യമാനം
അസ്പഷ്ടം ദൃഷ്ടമാത്രേ പുനരുരുപുരുഷാ-
ർത്ഥാത്മകം ബ്രഹ്മതത്ത്വം
തത്താവദ്ഭാതി സാക്ഷാദ്ഗുരുപവനപുരേ
ഹന്ത! ഭാഗ്യം ജനാനാം."

**എ**ല്ലാ സന്താപങ്ങളേയും ഇല്ലാതാക്കി പരമാനന്ദം നൽകുന്ന സാക്ഷാൽ ഗുരുവായൂരപ്പനെ പ്രണമിക്കുന്നു. 'ഹന്തഭാഗ്യം ജനാനാം' എന്ന് മേൽപ്പുത്തൂർ ഭട്ടതിരിപ്പാട് പറഞ്ഞത് എത്ര പ്രസക്തം. ആ പാതയിൽ തിരിച്ചറിവിന്റെ തുളസിദളങ്ങൾ വാരി വിതറി ഒരുക്കിയ പുസ്തകമാണ് എസ്.എസ്. വാര്യരുടെ 'ഗുരുവായൂർപ്പെരുമ - ക്ഷേത്രവും സംസ്കാരവും.'

ഏഴ് അദ്ധ്യായങ്ങളായി പകുത്ത ഈ ഗ്രന്ഥം ഗുരുവായൂർ ശ്രീകൃഷ്ണക്ഷേത്രത്തിന്റെ ചരിത്രമാണ്. മാത്രമല്ല, ഗുരുവായൂരപ്പന്റെ ഐതിഹ്യങ്ങളും സങ്കല്പങ്ങളും യാഥാർത്ഥ്യങ്ങളുമായി സമാസമം ചേർത്തിരിക്കുന്നു. ചരിത്രാന്വേഷിയായ, ചരിത്രാദ്ധ്യാപകനായ എഴുത്തുകാരൻ ഒരൊറ്റ രേഖയിൽ എല്ലാം മിശ്രണം ചെയ്തിരിക്കുന്നു.

ഈ പുസ്തകം അരക്ഷിതാവസ്ഥ നിലനിൽക്കുന്ന വർത്തമാനകാലഘട്ടത്തിൽ ഒരാവശ്യമാണ്. ഭക്തിയും വിശ്വാസവും ആചാരങ്ങളും അനുഷ്ഠാനങ്ങളും ധ്വംസനം ചെയ്യപ്പെടുകയും ധർമ്മം അധിക്ഷേപിക്കപ്പെടുകയും ചെയ്യുമ്പോൾ ഒരു ഉണർത്തുപാട്ടുപോലെ പ്രയോജനപ്പെടും ഈ പുസ്തകം. വാതാലയേശന്റെ ഭക്തി തന്നെ ഔഷധമാണെന്ന്

മേല്പ്പുത്തൂർ ഭട്ടതിരിപ്പാട് സാക്ഷ്യപ്പെടുത്തിയിട്ടുണ്ട്. ഇതേ ഭക്തിതന്നെ ആത്മീയതയുടെ പരകോടിയിൽ എത്തിക്കുമെന്ന് പൂന്താനവും തെളിയിച്ചിട്ടുണ്ട്. ഒരു തുളസീദളമായി സാള ഗ്രാമപാദത്തിലണയാൻ വെമ്പുന്ന ഭക്തിയുടെ ഗദ്ഗദം മഞ്ചാടിക്കുരുക്കളായി തത്തിക്കളിക്കുന്ന ഭഗവത്പാദത്തെ മലയാളിയുടെ നെഞ്ചിലെ ത്രസനമായി കാണുന്നവരല്ലേ നമ്മൾ?

ആദ്യകാലത്ത് തൃക്കുണാവായ് മതിലകം മഹാക്ഷേത്ര സങ്കേതത്തിന്റെ ഉപഘടകമായിരുന്ന കുരുവായൂർ പിൽക്കാലത്ത് മേലേടമായി തീർന്ന് ഗുരുവായൂർ തേവരായി മാറിയത്. യോഗം, മാനുഷർ, ഊരാളർ എന്നിവരിലൂടെയാണത്രെ ക്ഷേത്രകാര്യങ്ങൾ നടത്തിയിരുന്നത്. ക്ഷേത്രത്തിലെ വരവു ചെലവു കണക്കുകൾ എഴുതിയ തീർത്ഥയോല പത്തുകാരൻ വാര്യർ ഭഗവാന്റെ മുന്നിൽ വായിച്ചു കേൾപ്പിക്കുന്ന ചടങ്ങ് ഗുരുവായൂരിന്റെ മാത്രം പ്രത്യേകതയാണ്. ഇന്നും ഗുരുവായൂരിന്റെ 'അവകാശികൾക്ക്' പ്രത്യേക അനുഷ്ഠാനചട്ടങ്ങളുണ്ട്. സാമൂതിരിയും ഗുരുവായൂരും തമ്മിലുള്ള ബന്ധം, ഡച്ചുകാരുടെ ആക്രമണം, ടിപ്പുസുൽത്താന്റെ പടയോട്ടം എന്നിവയെല്ലാം ഈ പുസ്തകത്തിൽ അറിവിന്റെ പരാഗരേണുക്കൾ വിതറിയിരിക്കുന്നു.

പഞ്ചമഹാപൂജ നടത്തുന്ന ഏകക്ഷേത്രം ഗുരുവായൂർ മാത്രമാണ്. പൂജാകർമ്മങ്ങൾക്കും സവിശേഷതകൾ ധാരാളം. അവയെല്ലാം ശാസ്ത്രവിധിക്കനുസൃതമായി അണുവിട തെറ്റാതെ അനുഷ്ഠിക്കുന്നുമുണ്ട്. മണ്ഡലകാലവും വൈശാഖവും നവരാത്രിയും ഏകാദശിയും അഷ്ടമിരോഹിണിയും കുചേലദിനവും വർഷംതോറുമുള്ള ഉത്സവവും തുടങ്ങി വലതും ചെറുതുമായ അനവധി വിശേഷങ്ങൾ ഗുരുവായൂരമ്പലത്തിൽ മുറതെറ്റാതെ നടത്തുന്നു. ഏറ്റവും ഭക്തജനത്തിരക്കുള്ള ക്ഷേത്രങ്ങളിൽ ഒന്നാണിത്. എന്തിന് ഭക്തന്റെ ശ്രാദ്ധമൂട്ടുന്ന ഭക്തവത്സലനായ ഭഗവാനാണല്ലോ ഗുരുവായൂരപ്പൻ.

ക്ഷേത്രത്തിന്റെ ഭൂമിശാസ്ത്രപരമായ പ്രത്യേകതയും പ്രൊഫ. വാര്യർ ശ്രദ്ധാപൂർവ്വം പരാമർശിക്കുന്നു. ഭക്തനും ഭഗവാനും മാനുഷികപരിവേഷത്തോടെ കളിക്കൂട്ടുകാരായി മാറുന്ന ഐതിഹ്യങ്ങൾ ഗുരുവായൂർ ക്ഷേത്രത്തിനുണ്ട്. ഭക്തിയുടെ പവിത്രതയ്ക്കപ്പുറം സാമൂഹിക സാംസ്കാരിക നവോത്ഥാനത്തിനും ഗുരുവായൂർ ക്ഷേത്രം സാക്ഷ്യം വഹിക്കുന്നു. പ്രസിദ്ധമായ ഗുരുവായൂർ സത്യാഗ്രഹം ഭക്തിയും ജാതിയും തമ്മിലുള്ള പോരാട്ടമായിരുന്നല്ലോ. പൂർവ്വകാലത്തിലൊരിക്കൽ മഞ്ജുളയുടെ മാഹാത്മ്യം അശരീരിയായി

അറിയിച്ച് ഭഗവാൻ ജാതിക്കതീതനായി മാറിയതും മറക്കാനാവില്ല. വില്വമംഗലം, കുറൂരമ്മ എന്നിവർക്കു പുറമെ മേല്പ്പുത്തൂരും പൂന്താനവും ഗുരുവായൂരപ്പന്റെ സ്വന്തമായിരുന്നെന്ന് ഓർക്കേണ്ടതുണ്ട്. കലാപരമായി ഗുരുവായൂർ ക്ഷേത്രത്തിന്റെ സംഭാവനയാണ് കൃഷ്ണനാട്ടം. ചുമർചിത്രങ്ങളുടെയും വാദനകലയുടെയും സങ്കേതമാണ് ഗുരുവായൂർ.

ഈ പുസ്തകത്തിലൂടെ കടന്നുപോകുമ്പോൾ ഒരു വായനക്കാരിയെന്ന നിലയിൽ, മലയാളി എന്ന നിലയിൽ വിശിഷ്യാ ഭക്തയെന്ന നിലയിൽ കൈകൂപ്പി പോകുന്ന ഇത്തരമൊരു കൃതി, ഗുരുവായൂരമ്പലത്തിന് ഇതിലും നല്ലൊരു മാർഗ്ഗരേഖ ഉണ്ടാവാനിടയില്ല. പ്രൗഢമായ, വലിച്ചുനീട്ടലുകളില്ലാത്ത ചരിത്രം അവതരിപ്പിക്കാൻ സൂക്ഷ്മനിരീക്ഷകനും ചിന്തകനും സത്യാന്വേഷിയുമായ ഒരാൾക്കേ കഴിയൂ. പ്രൊഫ. എസ്.എസ്. വാര്യർ അതിനു തീർച്ചയായും അർഹതപ്പെട്ടയാൾ തന്നെ. ഓരോ ദിവസവും ഓരോ രൂപത്തിൽ ചന്ദനച്ചാർത്തിന്റെ വശ്യതയുമായി പ്രത്യക്ഷപ്പെടുന്ന ഭഗവാനോടാണല്ലോ അമ്പലനടയിൽ എന്ന കവിതയിലൂടെ ബാലാമണിയമ്മ മൊഴിയുന്നത്.

"ഇന്നടയ്ക്കൽ ഞാൻ നിന്നുകൊള്ളട്ടെയോ
വന്നതെങ്ങു നിന്നെന്നു മറന്നു ഞാൻ"

ഭഗവാന്റെ മുന്നിലാണ് ഈ അനുഭൂതി അല്ലെങ്കിൽ ഇത്തരം ഒരനുഭവം. ഭഗവൽക്ഷേത്രമായ ഗുരുവായൂരമ്പലത്തെക്കുറിച്ച് എഴുതപ്പെട്ട പുസ്തകം വായിക്കുന്ന വായനക്കാരന്റെ മനസ്സിനും ഈ വികാരം അനുഭൂതമാകും. എഴുത്തിന്റെ അവാച്യമായൊരു ആത്മീയതലം പങ്കുവെയ്ക്കാൻ പ്രൊഫ. എസ്.എസ്. വാര്യർക്ക് സാധിച്ചിരിക്കുന്നു.

■

# ഗുരുവായൂർ ദേവൻ വാഴും ക്ഷേത്രം

ദക്ഷിണേന്ത്യയിൽ കേരളത്തിലെ തൃശ്ശൂർ ജില്ലയിൽ ചാവക്കാട് താലൂക്കിൽ സ്ഥിതി ചെയ്യുന്ന പ്രസിദ്ധമായ ഹൈന്ദവ ക്ഷേത്രമാണ് ഗുരുവായൂർ ശ്രീകൃഷ്ണ ക്ഷേത്രം. തൃശ്ശൂർ പട്ടണത്തിൽ നിന്ന് 26 കി.മീ വടക്കു പടിഞ്ഞാറുമാറി ഗുരുവായൂർ പട്ടണത്തിൽ സ്ഥിതി ചെയ്യുന്ന ഈ ക്ഷേത്രത്തിലെ മുഖ്യപ്രതിഷ്ഠ പരമാത്മാവായ മഹാവിഷ്ണുവാണ്. ഇന്ത്യയിൽ തിരുമല തിരുപ്പതി വെങ്കടേശ്വരക്ഷേത്രം, പുരി ജഗന്നാഥക്ഷേത്രം, ബദരീനാഥ് മഹാവിഷ്ണുക്ഷേത്രം എന്നിവ കഴിഞ്ഞാൽ ഏറ്റവുമധികം തിരക്കുള്ള വൈഷ്ണവ ക്ഷേത്രമാണിത്. കേരളത്തിലെ ഏറ്റവും പ്രശസ്തമായതും ഭക്തജനത്തിരക്കുള്ളതുമായ ക്ഷേത്രം. ഇവിടുത്തെ ചതുർബാഹുവായ ഭഗവദ്രൂപം മനുഷ്യനിർമിതമല്ലെന്നും ദ്വാരകയിൽ ശ്രീകൃഷ്ണൻ നേരിട്ട് ആരാധിച്ച നാരായണ രൂപമാണെന്നും സങ്കല്പമുണ്ട്. കൃഷ്ണാവതാര സമയത്ത് ദേവകിക്കും വസുദേവർക്കും കാരാഗൃഹത്തിൽ വെച്ചു ദർശനം നൽകിയ മഹാവിഷ്ണുരൂപമാണ് ഗുരുവായൂരിലേതെന്നും വിശ്വാസമുണ്ട്.

കുംഭമാസത്തിൽ പൂയം നക്ഷത്രദിവസം കൊടിയേറി പത്തുദിവസം നീണ്ടുനിൽക്കുന്ന ഉത്സവമാണ് ഇവിടുത്തെ പ്രധാന ആഘോഷം. മാത്രമല്ല വൃശ്ചികമാസത്തിൽ വെളുത്ത ഏകാദശി വ്രതം, ചിങ്ങമാസത്തിൽ അഷ്ടമിരോഹിണി, തിരുവോണം, മേടമാസത്തിൽ വിഷു എന്നിവയും വിശേഷദിനങ്ങളാണ്.

## പ്രതിഷ്ഠ

ഗുരുവായൂർ ക്ഷേത്രത്തിലെ പ്രധാനപ്രതിഷ്ഠ ശ്രീകൃഷ്ണസങ്കല്പത്തിൽ പൂജിക്കപ്പെടുന്ന ചതുർബാഹുവും ശംഖചക്രഗദാപദ്മധാരിയുമായ മഹാവിഷ്ണു ഭഗവാനാണ്. കിഴക്കോട്ട് ദർശനമായി നിൽക്കുന്ന രൂപത്തിലാണ് പ്രതിഷ്ഠ. അത്യപൂർവ്വവും വിശിഷ്ടവുമായ പാതാളാഞ്ജന ശിലയിൽ തീർത്തതാണ് ഇവിടത്തെ അതിമനോഹരമായ

വിഗ്രഹം. വിഗ്രഹത്തിന് ഏകദേശം നാലടി ഉയരം കാണും. ഗുരുവായൂരപ്പൻ എന്നാണ് ഈ പ്രതിഷ്ഠയെ ഭക്തർ വിളിക്കുന്നത്. ശ്രീകൃഷ്ണാവതാരസമയത്ത് വസുദേവർക്കും ദേവകിക്കും കാരാഗൃഹത്തിൽ വെച്ച് ദർശനം നൽകിയ മഹാവിഷ്ണുവിന്റെ രൂപമാണ് വിഗ്രഹത്തിനുള്ളതെന്ന് വിശ്വസിക്കുന്നു. ഇതാകാം ഗുരുവായൂരപ്പനെ ഉണ്ണിക്കണ്ണനായി സങ്കല്പിക്കുന്നതിന്റെ കാരണം.

ഹൈന്ദവവിധിപ്രകാരം വിഷ്ണുവിഗ്രഹത്തിന് 24 ഭാവങ്ങളുണ്ടെന്നാണ് വിശ്വാസം. ഭാവവ്യത്യാസമനുസരിച്ച് ശംഖ്, ചക്രം, ഗദ, പദ്മം എന്നിവ ധരിച്ച കൈകൾക്കും വ്യത്യാസമുണ്ട്. പുറകിലെ വലതുകയ്യിൽ ചക്രം, മുമ്പിലെ വലതുകയ്യിൽ പദ്മം, പുറകിലെ ഇടതുകയ്യിൽ ശംഖ്, മുമ്പിലെ ഇടതുകയ്യിൽ ഗദ എന്നിവ ധരിച്ച രൂപത്തിലുള്ള വിഗ്രഹത്തിന് ജനാർദ്ദനൻ എന്നു പേര്. ഗുരുവായൂർ ക്ഷേത്രവിഗ്രഹം ഈ രൂപത്തിലാണ്. എന്നാൽ ഗുരുവായൂരപ്പൻ 12 ഭാവങ്ങളിൽ ദർശനം നൽകുന്നു എന്നാണ് സങ്കല്പവും ആരാധനയും.

## ഗുരുവായൂരപ്പന്റെ 12 ഭാവങ്ങൾ

1. നിർമാല്യദർശനം: വിശ്വരൂപം
2. തൈലാഭിഷേകം: വാതരോഗാഘ്നൻ
3. വാകച്ചാർത്ത് : ഗോകുലനാഥൻ
4. ശംഖാഭിഷേകം: സന്താനഗോപാലൻ
5. ബാലാലങ്കാരം: ഗോപികനാഥൻ
6. പാൽ മുതലായ അഭിഷേക സമയം: യശോദാബാലൻ
7. നവകാഭിഷേകം: വനമാലാകൃഷ്ണൻ
8. ഉച്ചപൂജ: സർവ്വാലങ്കാരഭൂഷണൻ
9. സായംകാലം: സർവ്വമംഗളദായകൻ
10. ദീപാരാധനയ്ക്ക്: മോഹനസുന്ദരൻ
11. അത്താഴപൂജയ്ക്ക്: വൃന്ദാവനചരൻ
12. തൃപ്പുകയ്ക്ക്: ശേഷശയനൻ.

ഭക്തർക്ക് ഏറെ പ്രിയങ്കരമാണ് ഈ ഭാവങ്ങൾ. ദിവസേന പന്ത്രണ്ടു സമയത്തും പന്ത്രണ്ടു ഭാവത്തിലാണ് ഗുരുവായൂരപ്പന്റെ സ്വരൂപങ്ങൾ. അതുകൊണ്ട് തന്നെ ഓരോ സമയത്തും ഓരോ രീതിയിൽ ആണ് പ്രതിഷ്ഠ അലങ്കരിക്കുക. ഇത് കൂടാതെ മഹാവിഷ്ണുവിന്റെ ദശാവതാരങ്ങളുടെ രൂപത്തിൽ ഉള്ള ദശാവതാരച്ചാർത്തും ചില ദിവസങ്ങളിൽ അലങ്കരിക്കും.

പ്രൊഫ. എസ്.എസ്. വാര്യർ

## പേരിനു പിന്നിൽ

കുരവയൂർ എന്നായിരുന്നു ഗുരുവായൂരിന്റെ ആദികാല നാമം. പതിന്നാലാം നൂറ്റാണ്ടിലെ കോകസന്ദേശത്തിൽ കുരുവയൂർ എന്നാണ് പരാമർശിച്ചിരിക്കുന്നത്. എന്നാൽ പതിന്നാലാം നൂറ്റാണ്ടിലെ കോകസന്ദേശത്തിൽ തമിഴ് സ്വാധീനവുമുണ്ട്. തമിഴ് ഭാഷയിൽ 'ഗ', 'ക' എന്നിവയ്ക്ക് ക (?) എന്ന അക്ഷരം തന്നെയാണ് ഉപയോഗിക്കുന്നത്. അതിനാൽ കുരവയൂർ, ഗുരുവായൂർ ആയി മാറിയതാണെന്ന വാദം നിലനിൽക്കില്ലെന്നും വാദഗതികൾ ഉണ്ട്. മാത്രമല്ല, കുരവക്കൂത്ത് എന്ന പുരാതന കലാരൂപം കേരളത്തിൽ അരങ്ങേറിയിരുന്നതായി വി.വി.കെ വാലത്ത് രേഖപ്പെടുത്തിയിട്ടുണ്ട്. കുരവയൂർ എന്ന പേര് ഇങ്ങനെ വന്നതായിരിക്കാം. ഇത് ലോപിച്ച് ഗുരുവായൂർ എന്നായി മാറി. കേരളത്തിലെ മറ്റു കലാരൂപങ്ങൾക്ക് വ്യക്തമായ ചരിത്രം ലഭ്യമാണെന്നിരിക്കെ, കുരവക്കൂത്ത് എങ്ങനെ വിസ്മരിക്കപ്പെട്ടു എന്നും ചോദ്യമുയരുന്നുണ്ട്.

ചരിത്രപരമായി പ്രാചീനത കല്പിക്കാവുന്നതല്ല ഗുരുവായൂർ അമ്പലം എന്ന ഐതിഹ്യമുണ്ടെന്ന് പറയാമെങ്കിലും എ.ഡി 1638ലാണ് ക്ഷേത്രചരിത്രം ആരംഭിക്കുന്നത് എന്നാണ് ചരിത്രരേഖകൾ സൂചിപ്പിക്കുന്നത്. ഇത് പ്രകാരം എ.ഡി. 14-ാം നൂറ്റാണ്ടിനുശേഷം മാത്രമാണ് ഗുരുവായൂർ ക്ഷേത്രം ചരിത്രത്തിൽ ഇടംപിടിക്കുന്നത്. അതായത് ക്ഷേത്രത്തിന് 600 വർഷത്തോളം മാത്രമേ പ്രാചീനതയുള്ളൂ, പഴക്കമുള്ളൂ. അപൂർവ്വം ശിലാരേഖകൾ മാത്രമേ ക്ഷേത്രത്തെ സംബന്ധിച്ച് ലഭ്യമായിട്ടുള്ളൂ. സാമൂതിരിമാരുടെ ഒരേയൊരു ശിലാസനം ഉള്ളതും ഗുരുവായൂർ ക്ഷേത്രത്തിലാണ്.

## ഐതിഹ്യം

ഗുരുവായൂർ ക്ഷേത്രത്തിന്റെ ഉദ്ഭവത്തിനു കാരണമായ ഒരു കഥ നാരദപുരാണത്തിൽ വർണ്ണിക്കുന്നുണ്ട്. കുരുവംശത്തിലെ പിന്മുറക്കാരനും അർജുനന്റെ പൗത്രനും അഭിമന്യുവിന്റെ പുത്രനുമായ പരീക്ഷിത്ത് മഹാരാജാവ് മുനിശാപത്തെത്തുടർന്ന് ഉഗ്രസർപ്പമായ തക്ഷകന്റെ കടിയേറ്റ് അപമൃത്യു വരിച്ചു. തുടർന്ന് അദ്ദേഹത്തിന്റെ പുത്രൻ ജനമേജയൻ തന്റെ പിതാവിന്റെ അന്ത്യത്തിനു കാരണമായ സർപ്പവംശത്തെ ഉന്മൂലനാശം ചെയ്യുന്നതിനായി സർപ്പസത്രം എന്ന യാഗം തുടങ്ങി. അപ്പോൾ നിരപരാധികളായ അസംഖ്യം സർപ്പങ്ങൾ യാഗാഗ്നിയിൽ ചത്തൊടുങ്ങി. എന്നാൽ അമൃത് കുടിച്ചവനായതിനാൽ തക്ഷകൻ മാത്രം ചത്തില്ല. തന്മൂലം ജനമേജയനെ സർപ്പശാപം പിടികൂടുകയും അദ്ദേഹം കുഷ്ഠരോഗബാധിതനാകുകയും ചെയ്തു. രോഗശാന്തിക്കായി ധാരാളം വഴികൾ ചെയ്തിട്ടും ഫലമുണ്ടായില്ല. ശരീരം കൊണ്ടും മനസ്സു കൊണ്ടും ഏറെ തളർന്ന ജനമേജയനു മുമ്പിൽ ദത്താത്രേയമഹർഷി

പ്രത്യക്ഷപ്പെടുകയും രോഗശാന്തിക്കായി ഗുരുവായൂരിലെ മഹാവിഷ്ണു വിനെ ഭജിക്കണമെന്ന് ഉപദേശിക്കുകയും ചെയ്തു. തുടർന്ന് അദ്ദേഹം ആ പ്രതിഷ്ഠയുടെ മാഹാത്മ്യം ജനമേജയന് വിവരിച്ചുകൊടുത്തു. അക്കഥ ഇങ്ങനെ:

പണ്ട്, പദ്മകല്പത്തിന്റെ ആദിയിൽ (കല്പം ഹിന്ദുമതത്തിലെ ഒരു കാലയളവാണ്) ബ്രഹ്മാവ് സൃഷ്ടികർമ്മത്തിലേർപ്പെട്ടുകൊണ്ടിരിക്കെ മഹാവിഷ്ണു അദ്ദേഹത്തിനു മുന്നിൽ പ്രത്യക്ഷനായി. തനിക്കും തന്റെ സൃഷ്ടികൾക്കും കർമ്മബന്ധം കൂടാതെ മുക്തിപ്രഭാവത്തിനുള്ള അവ സരമൊരുക്കണമെന്ന് ബ്രഹ്മാവ് അഭ്യർത്ഥിച്ചപ്പോൾ മഹാവിഷ്ണു തന്റേതുതന്നെയായ ഒരു അഞ്ജനവിഗ്രഹം നിർമ്മിച്ച് അദ്ദേഹത്തിനു സമ്മാനിച്ചു. പിന്നീട് വരാഹകല്പത്തിൽ ബ്രഹ്മാവ് ഈ വിഗ്രഹം സുതപസ്സ് എന്ന രാജാവിന് സമ്മാനിച്ചു.

വംശവർദ്ധനയ്ക്കായി ഭഗവാനെപ്പോലൊരു പുത്രനെ വേണമെന്ന് ആവശ്യപ്പെട്ട് സുതപസ്സും പത്നി പ്രശ്നിയും വളരെവർഷങ്ങളായി മഹാ വിഷ്ണുവിനെ ഭജിക്കുന്നുണ്ടായിരുന്നു. വിഗ്രഹം കിട്ടിയ ശേഷവും അവർ ഭജനം തുടർന്നു. അവരുടെ പ്രാർത്ഥനയിൽ സംപ്രീതനായ ഭഗവാൻ അവർക്കു മുന്നിൽ പ്രത്യക്ഷപ്പെട്ട് ഇങ്ങനെ പറഞ്ഞു: "ഞാൻ തന്നെ നി ങ്ങളുടെ പുത്രനായി നാലു ജന്മങ്ങളിൽ അവതരിക്കാം. അപ്പോഴെല്ലാം നിങ്ങൾക്ക് ഈ വിഗ്രഹം പൂജിക്കാനുള്ള ഭാഗ്യമുണ്ടാകും." അങ്ങനെ സത്യയുഗത്തിലെ ആദ്യജന്മത്തിൽ ഭഗവാൻ സുതപസ്സിന്റെയും പ്രശ്നി യുടെയും പുത്രനായി 'പ്രശ്നിഗർഭൻ' എന്ന പേരിൽ അവതരിച്ചു. സുതപസ്സും പ്രശ്നിയും കശ്യപനും അദിതിയുമായി പുനർജനിച്ചപ്പോൾ ത്രേതായുഗത്തിലെ രണ്ടാം ജന്മത്തിൽ ഭഗവാൻ വാമനനായി അവത രിച്ചു. അവർ ദശരഥനും കൗസല്യയുമായി പുനർജനിച്ചപ്പോൾ ത്രേതാ യുഗത്തിലെത്തന്നെ മൂന്നാം ജന്മത്തിൽ ഭഗവാൻ ശ്രീരാമനായി അവത രിച്ചു. അവർ വസുദേവരും ദേവകിയുമായി പുനർജനിച്ചപ്പോൾ ദ്വാപര യുഗത്തിലെ നാലാം ജന്മത്തിൽ ഭഗവാൻ ശ്രീകൃഷ്ണനായി അവത രിച്ചു. ഈ ജന്മങ്ങളിലെല്ലാം അവർക്ക് മേൽപ്പറഞ്ഞ വിഗ്രഹം പൂജിക്കാ നുള്ള ഭാഗ്യം സിദ്ധിക്കുകയും ഭഗവാൻ അവരുടെ പുത്രനായി അവതരി ക്കുകയും ചെയ്തു.

മാതാപിതാക്കൾ നിത്യപൂജ ചെയ്തിരുന്ന ഈ വിഗ്രഹം അവരുടെ കാലശേഷം ശ്രീകൃഷ്ണഭഗവാൻ ദ്വാരകയിലേക്ക് കൊണ്ടുപോയി. അവിടെ അദ്ദേഹം ഒരു ക്ഷേത്രം നിർമ്മിച്ച് വിഗ്രഹം പ്രതിഷ്ഠിച്ചു. എല്ലാ ദിവസവും അദ്ദേഹം ഇവിടെ വന്ന് പൂജ നടത്തുമായിരുന്നു എന്നും കഥ. ഒടുവിൽ ദ്വാപരയുഗത്തിന്റെ അന്ത്യത്തിൽ ഭഗവാൻ സ്വർഗ്ഗാരോഹണ ത്തിനൊരുങ്ങുമ്പോൾ ഭക്തോത്തമനും ശിഷ്യനുമായ ഉദ്ധവരോട് ഇങ്ങനെ പറഞ്ഞു: "ഉദ്ധവരേ, ഇന്നേയ്ക്ക് ഏഴാം ദിവസം ദ്വാരക

സമുദ്രത്തിനടിയിലാകും. അതിൽ ദ്വാരക മുഴുവൻ നശിച്ചുപോകും. എന്നാൽ, നാലു ജന്മങ്ങളിൽ ഞാനും എന്റെ മാതാപിതാക്കളും പൂജിച്ച പരമപവിത്രമായ വിഗ്രഹം മാത്രം അതിൽ നിന്ന് രക്ഷപ്പെട്ട് തിരമാല കൾക്കു മുകളിൽ പൊങ്ങിക്കിടക്കും. ആ വിഗ്രഹം താങ്കൾ ദേവഗുരു വായ ബൃഹസ്പതിയെ ഏൽപ്പിക്കണം. തുടർന്ന്, ശിഷ്ടകാലം തപസ്സനു ഷ്ഠിക്കാനായി ബദരീകാശ്രമത്തിലേക്ക് പോകുക."

ഭഗവാൻ പറഞ്ഞതുപോലെ ദ്വാരക ഏഴാം ദിവസം സമുദ്രത്തിനടി യിലായി. ഉദ്ധവർ ഇതിനുമുമ്പുതന്നെ ശിഷ്ടകാലം തപസ്സനുഷ്ഠിക്കുന്ന തിനായി ബദരീകാശ്രമത്തിലേക്ക് പോയിക്കഴിഞ്ഞിരുന്നു. പോകുന്നതിനു മുമ്പ് അദ്ദേഹം ബൃഹസ്പതിയോട് ഇക്കാര്യം പറഞ്ഞു. ബൃഹസ്പതി എത്തുമ്പോഴേക്കും ദ്വാരക പൂർണ്ണമായും കടലിൽ മുങ്ങിക്കഴിഞ്ഞിരുന്നു. എന്നാൽ നാലു ജന്മങ്ങളിൽ ഭഗവാന്റെ മാതാപിതാക്കൾ പൂജിച്ച ദിവ്യ വിഗ്രഹം കടൽവെള്ളത്തിൽ ഒഴുകി നടക്കുന്നത് കണ്ടു. പക്ഷേ അതെ ങ്ങനെയെടുക്കും എന്നറിയാതെ കുഴഞ്ഞ ബൃഹസ്പതി ശിഷ്യനായ വായു ദേവനെ വിളിച്ചു. വായുദേവൻ പ്രത്യക്ഷപ്പെട്ട് തിരമാലകളിലൂടെ വിഗ്രഹം കരയ്ക്കെത്തിച്ചു. തുടർന്ന് വിഗ്രഹം പ്രതിഷ്ഠിക്കാൻ ഉചിതമായ സ്ഥാനം തേടി ആകാശമാർഗ്ഗേണ ഭാരതം മുഴുവൻ യാത്ര ചെയ്തു. ഒടുവിൽ ഭാർഗ്ഗവക്ഷേത്രത്തിന്റെ പടിഞ്ഞാറുഭാഗത്ത് കടലിനോടടുത്തായി അതി മനോഹരമായ ഒരു താമരപ്പൊയ്ക കാണാനിടയായി.

ചുറ്റും പക്ഷികളുടെ കളകൂജനം. ഹരിതാഭ നിറഞ്ഞ അന്തരീക്ഷം. അതിനിടയിൽ അവർ ആകാശത്തുനിന്ന് ആ അദ്ഭുതക്കാഴ്ച കണ്ടു. ലോകമാതാപിതാക്കളായ പാർവ്വതീപരമേശ്വരന്മാർ ആനന്ദതാണ്ഡവ നൃത്തമാടുന്നു! ആ കാഴ്ച കണ്ടപ്പോൾതന്നെ അവർ താഴെയിറങ്ങി. ഇരു വരും പാർവ്വതീപരമേശ്വരന്മാരെ വന്ദിച്ചു. മേൽപ്പറഞ്ഞ സ്ഥലത്തിന്റെ മാഹാത്മ്യം ശിവൻ ബൃഹസ്പതിക്കും വായുദേവനും വിവരിച്ചു കൊടുത്തു: "നമ്മൾ നിൽക്കുന്ന ഈ സ്ഥലം തന്നെയാണ് പരമപവിത്ര മായ ഈ വിഷ്ണുവിഗ്രഹം പ്രതിഷ്ഠിക്കുന്നതിന് ഏറ്റവും ഉചിതമായ സ്ഥാനം. പണ്ട് ഇവിടെയാണ് പുണ്യവാന്മാരായ പ്രചേതസ്സുകൾ തപസ്സ നുഷ്ഠിച്ചിരുന്നത്. അവർക്ക് ഞാൻ രുദ്രഗീതം ഉപദേശിച്ചതും ഇവിടെവ ച്ചാണ്. തുടർന്ന് പതിനായിരം വർഷം അവർ ഇവിടെ തപസ്സിരുന്നു. അവരുടെ മുന്നിൽ പ്രത്യക്ഷപ്പെട്ട മഹാവിഷ്ണു അവർക്ക് സർവ്വശ്രേയ സ്സുകളും നൽകി. ബൃഹസ്പതേ, ദേവഗുരുവായ അങ്ങും അങ്ങയുടെ ശിഷ്യനായ വായുദേവനും ചേർന്ന് പ്രതിഷ്ഠ നടത്തുന്ന ഈ സ്ഥലം ഇനി 'ഗുരുവായൂർ' എന്നറിയപ്പെടും. കലികാലത്ത് ഭക്തർക്ക് അഭയമായി ഈ സങ്കേതം മാറും. ഞാൻ പാർവ്വതീദേവിയോടൊപ്പം അടുത്തുതന്നെ സ്വയംഭൂവായി അവതരിക്കുകയും ചെയ്യും." ഇതു കേൾക്കേണ്ട താമസം ബൃഹസ്പതി ദേവശില്പിയായ വിശ്വകർമ്മാവിനെ വിളിച്ചു. അദ്ദേഹം

ഉടനെത്തന്നെ പഞ്ചപ്രാകാരങ്ങളോടുകൂടിയ ഒരു മഹാക്ഷേത്രം പണികഴിപ്പിച്ചു. ബൃഹസ്പതിയും വായുദേവനും താന്ത്രികവിധിപ്രകാരം അവിടെ പ്രതിഷ്ഠ കഴിച്ചു. ഇന്ദ്രാദിദേവകൾ പുഷ്പവൃഷ്ടി ചൊരിഞ്ഞു. നാരദമഹർഷി സ്തുതിഗീതങ്ങൾ പാടി. ഈ മംഗളമുഹൂർത്തത്തിന് സാക്ഷിയാകാൻ നിന്ന പാർവ്വതീപരമേശ്വരന്മാർ അടുത്തുതന്നെയുള്ള മമ്മിയൂരിൽ സ്വയംഭൂവായി അവതരിച്ചു. അങ്ങനെ ഗുരുവും വായുവും ചേർന്ന് വിഷ്ണുപ്രതിഷ്ഠ നടത്തിയ പുണ്യഭൂമി ഗുരുവായൂരായും അവിടത്തെ ദേവൻ ഗുരുവായൂരപ്പനായും മാറി. വൈകുണ്ഠത്തിലേതുപോലെ ഭഗവാൻ ഇവിടെയും സർവ്വചൈതന്യസമ്പൂർണനായി വാഴുന്നതിനാൽ ഇവിടം ഭൂലോകവൈകുണ്ഠമാകുന്നു."

കഥ കേട്ട ജനമേജയൻ ഉടനെത്തന്നെ കുടുംബസമേതം ഗുരുവായൂരിലേക്ക് പുറപ്പെട്ടു. ഒരു വർഷം അദ്ദേഹം അവിടെ ഭജനമിരുന്നു. ഭജനത്തിനിടയിൽ അദ്ദേഹം മമ്മിയൂരിലും ദർശനം നടത്തി. തന്മൂലം ഏറെക്കാലം കഴിയും മുമ്പുതന്നെ അദ്ദേഹം കുഷ്ഠരോഗവിമുക്തി നേടി. പിന്നീട് ഏറെ വർഷക്കാലം അദ്ദേഹം അരോഗദൃഢഗാത്രനായി ജീവിച്ചു. ഐതിഹ്യങ്ങളും കെട്ടുകഥകളും ധാരാളമുണ്ടെങ്കിലും ഗുരുവായൂർ ക്ഷേത്രത്തിന്റെ പ്രശസ്തിയും പ്രസക്തിയും നാൾക്കുനാൾ വർദ്ധിച്ചു വരികയാണ്.

**ത**ദ്ദേശീയരായ ജനങ്ങളിൽ ഭൂരിഭാഗവും അന്യമതസ്ഥരാണെന്ന പ്രത്യേകതയും ഗുരുവായൂരിനുണ്ട്. ഇവിടുത്തെ ഹിന്ദുക്കളിൽ ഭൂരിപക്ഷവും അവർണ്ണരുമാണ്. ക്ഷേത്രപ്രവേശനത്തിനുവേണ്ടി ഹിതപരിശോധന (റഫറൻഡം) നടത്തപ്പെട്ട ഒരേയൊരു ക്ഷേത്രം ഗുരുവായൂരാണ്. ഗുരുവായൂർ സത്യാഗ്രഹത്തോടനുബന്ധിച്ചാണല്ലോ ഹിതപരിശോധന നടന്നതും ഭൂരിഭാഗം ഹിന്ദുക്കളും സ്ത്രീകളും ക്ഷേത്രം അവർണ്ണർക്കു തുറന്നുകൊടുക്കുന്നതിൽ സമ്മതം രേഖപ്പെടുത്തിയതും.

'ഗുരുവായൂർ അമ്പലനടയിൽ ഒരു ദിവസം ഞാൻ പോകും' എന്ന് പാടിയത് ക്രിസ്ത്യാനിയായ യേശുദാസാണ്. ചലച്ചിത്ര രംഗത്തഭിനയിച്ചത് മുസൽമാനായ പ്രേംനസീർ എന്ന നടനും. വേദിയായത് തച്ചോളി ഒതേനൻ എന്ന സിനിമയും. ഈ അമ്പലനടയിലാണ് പ്രസിദ്ധമായ ഗുരുവായൂർ സത്യാഗ്രഹം അരങ്ങേറിയത്. ബ്രിട്ടീഷ് മലബാറിലെ ചാവക്കാട്ടംശത്തിൽ സ്ഥിതി ചെയ്യുന്ന അമുസ്ലീങ്ങൾക്ക് മേൽക്കൈയുള്ള ഒരു ഗ്രാമനഗരി. ഹിന്ദുക്കളിൽത്തന്നെ സവർണ്ണരേക്കാൾ കൂടുതൽ അവർണ്ണർ. അങ്ങനെയുള്ള ഒരു ദേശത്ത് അവർണ്ണർക്ക് ക്ഷേത്രപ്രവേശനത്തിനുവേണ്ടി നടന്ന സഹനസമരം. കേരളത്തിൽ വഴി നടക്കാനുള്ള സ്വാതന്ത്ര്യത്തിനുവേണ്ടി വൈക്കത്തും ക്ഷേത്രപ്രവേശനത്തിനായി ഗുരുവായൂരും ഐതിഹാസികമായ സമരങ്ങൾ നടന്നു. അതിൽ വിജയിക്കുകയും ചെയ്തു. ഗുരുവായൂർ സത്യാഗ്രഹം ഗുരുവായൂരിന്റെ

ചരിത്രത്തിൽ രേഖപ്പെടുത്തപ്പെട്ട ഒരു അദ്ധ്യായമാണ്. ഒരു ചരിത്ര സംഭവം.

കേരളത്തിലെ ഏറ്റവും ജനപ്രിയക്ഷേത്രമാണിത്. ഏറ്റവും ജനപ്രീതിയുള്ള ദേവനും. ശബരിമല അയ്യപ്പന്റെയും ആറ്റുകാൽ ഭഗവതിയുടെയും പറശ്ശനിക്കടവ് മുത്തപ്പന്റെയും ജനസമ്മിതി വിസ്മരിക്കുന്നില്ല. ഗുരുവായൂർ ക്ഷേത്രത്തിന് ഒരു മഹാക്ഷേത്രത്തിനുള്ള എല്ലാ ലക്ഷണങ്ങളും അനുസാരികളും ഉണ്ട്. ക്ഷേത്രം പുരാതനമാണ്, ചരിത്രമുണ്ട്, അഞ്ചുപ്രാകാരങ്ങളുണ്ട്, അഞ്ചു പൂജകൾ നടത്തുന്നു, മൂന്ന് ശീവേലികളും ഉത്സവങ്ങളും നടത്താറുണ്ട്.

ഇവിടുത്ത പൂജാവിധികളും അനുഷ്ഠാനങ്ങളും ഏറെ പ്രത്യേകതയുള്ളവയാണ്. ഇവ അതീവ ശ്രദ്ധയോടെയും സൂക്ഷ്മാംശങ്ങളിൽ പോലും പിഴവുവരാതെ നിഷ്കർഷയോടെയും ശുഷ്ക്കാന്തിയോടെയും ശുദ്ധിയോടെയും ആചാരങ്ങളിൽനിന്ന് അണുവിട വ്യതിചലിക്കാതെയും നിർവ്വഹിച്ചുപോരുന്നു. അതോടൊപ്പം തന്നെ പാരമ്പര്യങ്ങളിലധിഷ്ഠിതമായി, ശാസ്ത്രവിധികളിൽ വിട്ടുവീഴ്ച്ചയില്ലാതെ നടത്തിപ്പോരുന്നു. ഇവിടുത്തെ പൂജകൾ സാകല്യബ്രഹ്മത്തിലാണ് അവസാനിക്കുന്നത്. മറ്റു ക്ഷേത്രങ്ങളിൽ മൂന്ന് പൂജകളാണ് പതിവെങ്കിൽ ഗുരുവായൂരിൽ അഞ്ചു പൂജകൾ (പ്രഞ്ചമഹാപൂജകൾ, ഉഷഃപൂജ, പ്രസന്നപൂജ, പന്തീരടി, ഉച്ചപൂജ, അത്താഴപൂജ) ആണ് അനുവർത്തിച്ചുവരുന്നത്. മൊത്തം നാലു ദർശനങ്ങളും അഞ്ചു പൂജകളും മൂന്ന് ശീവേലികളും ഗുരുവായൂരിന് സ്വന്തം.

വഴിപാടുകളുടെ വൈവിധ്യംകൊണ്ടും ആധിക്യംകൊണ്ടും ഗുരുവായൂർ വേറിട്ടു നിൽക്കുന്നു. ഏറ്റവും ചെലവ് കുറഞ്ഞ അർച്ചന മുതൽ ഏറ്റവും ചെലവ് കൂടിയ ഉദയാസ്തമന പൂജ വരെ ഇവിടെ വഴിപാടായി നടത്തുന്നു. ഗുരുവായൂരിലെ ചില വഴിപാടുകൾ നോക്കുക. ഒരിക്കൽ ഒരു ഭക്തൻ തുലാഭാരത്തിനായി നേർന്നത് സിഗരറ്റാണ്. സിഗരറ്റ് ഉപയോഗിച്ച് തുലാഭാരം നടത്തുവാൻ ഭക്തനെ ദേവസ്വം അനുവദിച്ചെങ്കിലും അത് ക്ഷേത്രത്തിന് പുറത്ത് വെച്ച് നടത്തുവാൻ തന്ത്രി നിഷ്കർഷിക്കുകയുണ്ടായി. അതുപോലെ 9 ലക്ഷം രൂപ വിലമതിക്കുന്ന 100 രൂപ നോട്ടുകൾകൊണ്ട് ഒരു പൈതലിന് തുലാഭാരം നടത്തുകയുണ്ടായി. മറ്റൊരു ഭക്തൻ സ്വർണ്ണബാറുകൾകൊണ്ടാണ് തുലാഭാരം നടത്തിയത്. 6 കോടി 28 ലക്ഷം രൂപ വിലമതിക്കുന്ന 70 കി.ഗ്രാം. സ്വർണ്ണബാറുകൾ വേണ്ടി വന്നു ഈ ചടങ്ങിന്. മഞ്ചാടിക്കുരു മുതൽ ആനകൾ വരെ ഇവിടെ വഴിപാടായി സമർപ്പിക്കുന്നു. ദേവന്റെ ഇഷ്ട വഴിപാടായ ഉദയാസ്തമന പൂജകൾക്കുവേണ്ടിയുള്ള ഭക്തരുടെ കാത്തിരിപ്പ് ലോകത്തിലെ ഏറ്റവും ദൈർഘ്യമേറിയ കാത്തിരിപ്പായി കരുതപ്പെടുന്നു.

തിരുവിതാംകൂർ രാജവംശം തിരുവിതാംകൂറിന് പുറത്ത് അപൂർവ്വം ക്ഷേത്രങ്ങളിൽ മാത്രമേ സ്ഥിരമായി വഴിപാടുകൾ നടത്താറുള്ളൂ. അവയിൽ ഗുരുവായൂർ മുഖ്യം. രണ്ടും നൂറ്റാണ്ടുകൾ മുൻപുവരെ രണ്ടു പ്രധാന വഴിപാടുകൾ രാജകുടുംബത്തിന്റെ വകയായി ഗുരുവായൂരിൽ നടന്നിരുന്നു. പാൽപ്പായസ നിവേദ്യവും വൃശ്ചികത്തിലെ കറുത്തപക്ഷം ഏകാദശിക്ക് ആയിരംകല്ല് ചുറ്റുവിളക്കുമാണ് ഇവ എന്ന് ക്ഷേത്രരേഖകൾ സൂചിപ്പിക്കുന്നു. ഈ വഴിപാടുകൾ 2013ൽ പുനരാരംഭിക്കുകയുണ്ടായി. ഗുരുവായൂരിലെ അർച്ചനകളിൽ കദളിപ്പഴവും ഉഷഃപ്പായസവും പാൽപ്പായസവും പോലെത്തന്നെ ഉണ്ണിമാങ്ങയും കാളനും ഉൾപ്പെടുന്നു.

ഇന്ത്യയിൽ തന്നെ ഒരു ദിവസം ഏറ്റവും കൂടുതൽ വിവാഹം, ചോറൂണ് എന്നിവ നടക്കുന്ന ക്ഷേത്രം ഗുരുവായൂരിലേതാണ്. പക്ഷേ, വിവാഹാനന്തരം ക്ഷേത്രത്തിനകത്ത് പ്രവേശിക്കാൻ നവദമ്പതികൾക്ക് അവകാശമില്ല. ഇവിടെ നടത്തുന്ന വിവാഹങ്ങൾക്ക് നിയമത്തിന്റെ പിൻബലം ഇല്ല. നിയമപ്രാബല്യം ഉണ്ടാകണമെങ്കിൽ മുൻസിപ്പാലിറ്റി ഓഫീസിൽ വിവാഹങ്ങൾ രജിസ്റ്റർ ചെയ്തിരിക്കണം. ജീവിതത്തിന്റെ സുപ്രധാന മുഹൂർത്തങ്ങളിലൊന്നായ മംഗല്യത്തിന് ഭക്തജനങ്ങൾ ഒരു ചന്ദ്രകാന്തക്കല്ലിലേക്കെന്നപോലെ ഗുരുവായൂർ ക്ഷേത്രനടയിലേക്ക് ആകർഷിക്കപ്പെടുന്നു. 2014 ഫെബ്രുവരി 9, മകരത്തിലെ അവസാന ഞായറാഴ്ച ക്ഷേത്ര സന്നിധിയിൽ 214 വിവാഹങ്ങളും 1041 ചോറൂണ് വഴിപാടും നടന്നു. ഇതൊരു ചെറിയ കണക്ക് മാത്രം. ഈ പുസ്തകരചനയുടെ സമയത്ത് കിട്ടിയ കണക്ക് മാത്രമാണത്. പിന്നീട് അത് കൂടിയിട്ടുണ്ടാകുമല്ലോ.

സ്വന്തം ഭക്തന്റെ ശ്രാദ്ധം ദേവൻ തന്നെ ഊട്ടുന്നുവെന്ന ഒരാചാരം ഗുരുവായൂരിൽ നിലനിൽക്കുന്നുണ്ട്. കന്നി-കുംഭമാസങ്ങളിലെ മകം നക്ഷത്രനാളിൽ ദേവനുവേണ്ടി ഗുരുവായൂർ ക്ഷേത്രത്തിൽ ശ്രാദ്ധം ഊട്ടാറുണ്ട്. ക്ഷേത്രത്തിലെ നാലമ്പലത്തിനകത്ത് നൃത്തം ഹാളിൽ വെച്ചാണ് ഈ ചടങ്ങ് നടത്തപ്പെടുന്നത്. ദേവന്റെ പ്രതിനിധിയായി കീഴ്ശാന്തിയാണ് ശ്രാദ്ധം ഊട്ടുന്നത്.

മനുഷ്യാതീതരായ രണ്ട് ശക്തികൾക്ക് ബലി തൂകുന്നതും ഗുരുവായൂരിൽ മാത്രം. ഗുരുവിനും വായുവിനുമായി നിശ്ചയിക്കപ്പെട്ട ഈ രണ്ടു ബലിക്കല്ലുകളിൽ ബലി തൂവുന്നത് ഗുരുവായൂരിന്റെ പ്രത്യേകതയാണ്. ക്ഷേത്രപാലകനു ബലി തൂവുന്നതും ഗുരുവായൂരിലെ മാത്രം സവിശേഷതയാണ്. സപ്തമാതാക്കൾക്കും ദിക്പാലകർക്കും മറ്റു ക്ഷേത്രങ്ങളിലെപോലെ ഗുരുവായൂരിലും ബലി തൂകാറുണ്ട്.

നിത്യോത്സവങ്ങളുടെ ക്ഷേത്രമാണ് ഗുരുവായൂർ. എന്നും ഉത്സവ ദിനമാണ്. മണ്ഡലം, വൈശാഖം, ഏകാദശി, അഷ്ടമിരോഹിണി തുടങ്ങിയവ.

ഗുരുവായൂർ മേൽശാന്തിക്കുമുണ്ട് പ്രത്യേകതകൾ. ശങ്കരാചാര്യർ ചിട്ടപ്പെടുത്തിയ ആചാരമാണ് ഇന്നും മേൽശാന്തി പാലിക്കപ്പെടുന്നത്. ശുകപുരം, പെരുവനം തുടങ്ങിയ ഗ്രാമങ്ങളിൽപ്പെട്ട നമ്പൂതിരിമാർക്കേ മേൽശാന്തി നിയമനം ലഭിക്കുകയുള്ളൂ. ആറു മാസത്തേക്കാണ് മേൽ ശാന്തി നിയമനം. ഈ അടുത്ത കാലത്ത് മറ്റു ചില ഗ്രാമക്കാർക്കുകൂടി നിയമനത്തിനായി അപേക്ഷിക്കാവുന്നതാണെന്ന് ഹൈക്കോടതി ഉത്തര വായിട്ടുണ്ട്. സങ്കല്പപ്രകാരം ഗുരുവായൂരപ്പൻ അബ്രാഹ്മണനാണെന്നും അദ്ദേഹത്തെ പൂജിക്കാൻ പൂജാവിധികളിൽ പ്രാവീണ്യം നേടിയ ആരെയും പരിഗണിക്കാമെന്നുള്ള ചിന്താഗതിയിൽ ഇപ്പോൾ എത്തി ച്ചേർന്നിരിക്കുന്നു.

ദൈനംദിന വരവുചെലവുകണക്കുകൾ ദേവനെ ബോദ്ധ്യപ്പെടു ത്തുന്ന ചടങ്ങ് - തീർത്ഥോല വായന ദിനേന നടക്കുന്ന ക്ഷേത്രമെന്ന ഖ്യാതിയും ഗുരുവായൂരിനുണ്ട്. ക്ഷേത്രനട അടയ്ക്കുന്നതിന് മുൻപായി പത്തുകാർ വാര്യർ (ഗുരുവായൂർ ക്ഷേത്രത്തിലെ പാരമ്പര്യ കഴകക്കാ രാണ് പത്തുകാർ വാര്യർ. പാന പ്രവൃത്തിക്കാർ എന്നും അറിയപ്പെടുന്നു. ചൊവ്വല്ലൂർ, വടക്കേപ്പാട്, തിരുവെങ്കിടം എന്നീ മൂന്നു കുടുംബക്കാർക്കാണ് ക്ഷേത്രത്തിലെ കഴകപ്രവൃത്തി. ഓരോ കുടുംബവും പത്തു ദിവസം വീതം ജോലി പങ്കിട്ടെടുക്കുന്നു. അതിനാൽ ഇവർ പത്തുകാർ വാര്യർ എന്ന് അറിയപ്പെടുന്നു. പൂജയ്ക്ക് ആവശ്യമുള്ള സാധനങ്ങൾ എത്തിച്ചു കൊടുക്കലും (അവിൽ, ശർക്കര, മലർ, എണ്ണ മുതലായവ) ഇവരുടെ ചുമതലയാണ്. ഭക്തരിൽനിന്ന് പണം സ്വീകരിക്കലും പൂജകൾക്ക് ഏൽപ്പി ക്കുന്നത് ഇവരാണ്. അകത്തളം, പൂജാപാത്രങ്ങൾ എന്നിവ വൃത്തിയാ ക്കുക, ഭഗവാനുള്ള മാല കെട്ടുക, ശീവേലിക്ക് വിളക്കുപിടിക്കുക മുത ലായവ ഇവരുടെ കർമ്മങ്ങളിൽ പെടുന്നു. രാത്രിയിൽ തീർത്ഥോല വായിക്കുന്നതും ഇവരുടെ പ്രത്യേക ചുമതലയാണ്.) തീർത്ഥോല വായി ക്കുന്ന ചടങ്ങാണ് ഇവിടെ സൂചിപ്പിക്കുന്നത്. ഓല വായന എന്ന ചടങ്ങ്. വാർഷിക ഉത്സവാഘോഷസമയത്ത് ദേവൻ ഭക്തരുടെ പരാതികൾ കേൾക്കുകയും അത് പരിഹരിക്കുകയും ചെയ്യുന്ന ആചാരവും ഇവിടെ നിലവിലുണ്ട്. പരാതിക്കാരുണ്ടെങ്കിൽ അവരുടെ പരാതി പരിഹരിച്ച തിനുശേഷം മാത്രമേ കൊടിയേറ്റവും കൊടിയിറക്കവും ഇവിടെ നടത്താറുള്ളൂ.

ഇവിടത്തെ തിടപ്പള്ളിക്കും പ്രത്യേകതകൾ ഉണ്ട്. നിവേദ്യം തയ്യാറാ ക്കുന്നത് പാരമ്പര്യം അനുസരിച്ച് ചകിരിയും ചിരട്ടയും വിറകും ഉപയോഗിച്ചാണ്. ക്ഷേത്ര നിവേദ്യസാധനങ്ങൾ യന്ത്രസഹായമില്ലാതെ ഉരലും ഉലക്കയും ഉപയോഗിച്ച് തയ്യാറാക്കുന്നതും ഇവിടുത്തെ പ്രത്യേ കതയാണ്. കൈക്കുത്തരിയാണ് ക്ഷേത്രപൂജകൾക്കും നിവേദ്യത്തിനും ഉപയോഗിക്കുന്നത്. കീഴ്ശാന്തിമാർ പ്രസാദവിതരണത്തിനുള്ള

ചന്ദനവും കളഭവും ചാണയിൽ അരച്ച് തയ്യാറാക്കുന്നു. ആധുനിക യന്ത്രവത്കൃത സമ്പ്രദായം പാടെ നിരാകരിച്ചിരിക്കുന്നു. ക്ഷേത്രത്തിന്റെ തെക്ക് കിഴക്ക് ഭാഗത്തുള്ള തിടപ്പിള്ളിയിൽ നിന്നുള്ള പുകച്ചുരുളുകൾ പുറം ഭിത്തിയിൽ വിവിധ രൂപങ്ങൾ സൃഷ്ടിക്കുന്ന കാഴ്ച ഭക്തർക്കു കാണാം. വഴിപാടുസാധനങ്ങൾ മുഴുവനും- അപ്പം, അട, പാൽപ്പായസം, കദളിപ്പഴം - പൂജയ്ക്കായി ഭഗവാന്റെ ശ്രീലകത്തുകൊണ്ടുപോയി പൂജിക്കുന്നതും ഗുരുവായൂരിൽ മാത്രം.

ഭഗവാന് സ്വന്തമായി ഒരു പ്രിവിപേഴ്സും സഞ്ചയികയും (സേവിങ്ങ്സ് ബാങ്ക് അക്കൗണ്ട്) ഉള്ളത് ഗുരുവായൂരിൽ മാത്രമാണ്. മേൽശാന്തി സമർപ്പിക്കുന്ന അടിയറപണം, ആദ്യനിയമനം ലഭിക്കുന്ന അന്തരാള ജിവനക്കാർക്ക് ലഭിക്കുന്ന ശമ്പളത്തിന്റെ ഒരു വിഹിതം, കീഴ്ശാന്തിമാർക്ക് ലഭിക്കുന്ന വരുമാനത്തിന്റെ ഒരു പങ്ക്, ദ്വാദശിപണമായി അഗ്നിഹോത്രികൾക്ക് ലഭിക്കുന്നതിൽ ഒരു പങ്ക്, അന്യംനിന്നുപോയ ബ്രാഹ്മണകുടുംബങ്ങളുടെ വരുമാനത്തിന്റെ ഒരു ഭാഗം എന്നിവ ഉൾപ്പെടുന്നതാണ് ദേവന്റെ സമ്പാദ്യം.

ഏറ്റവും കൂടുതൽ ആനകൾ ഉള്ള ദേവസ്വമാണ് ഗുരുവായൂർ. ആനയിരുത്തൽ ഒരു വഴിപാടാണിവിടെ. വളരെ ചെലവേറിയ വഴിപാടാണെങ്കിൽ കൂടി 60 ഓളം ആനകൾ ഗുരുവായൂരിന് സ്വന്തം. ആനകൾക്ക് ആദ്യമായി തിരിച്ചറിയൽ കാർഡ് ഏർപ്പെടുത്തിയിട്ടുള്ള ക്ഷേത്രമെന്ന ഖ്യാതിയും ഗുരുവായൂരിനു തന്നെ. ഇവിടെ ആനയോട്ടവും ആനയെ എഴുന്നെള്ളിച്ചുള്ള ശീവേലിയും ആനകൾക്ക് പാർക്കാൻ ആനത്താവളവുമുണ്ട്. പുന്നത്തൂർക്കോട്ടയിലാണ് ആനകളുടെ വാസം. ഇത്രയെറെ ആനകളെ പരിപാലിച്ചുവരുന്ന മറ്റൊരു ക്ഷേത്രവും ഇന്ത്യയിലില്ല. ഇന്ത്യയിലെ തന്നെ വലിയ ആനത്താവളങ്ങളിലൊന്ന് ഗുരുവായൂരിലേതാണ്.

ഗുരുവായൂർ കേശവൻ എന്ന വിഖ്യാതനായ ആനയെ നിലമ്പൂർ രാജാവ് വഴിപാടായി 1922 ജനുവരി 4ന് ദേവനു സമർപ്പിച്ചുവെന്ന് നിലമ്പൂർ കോവിലകം രേഖകൾ വെളിപ്പെടുത്തുന്നു. ഇക്കാര്യത്തിൽ നിലമ്പൂർ രാജാവ് ദേവസ്വം അധികാരികൾക്ക് എഴുതിയ കത്ത് ഇപ്പോഴും നിലമ്പൂർ കോവിലകം മ്യൂസിയത്തിൽ കാണാം. ഗുരുവായൂർ കേശവന്റെ കൊമ്പുകളാണ് ക്ഷേത്രനടയിൽ ശ്രീകോവിലിനു മുൻപിലായി പ്രദർശിപ്പിച്ചിരിക്കുന്നത്. ഗുരുവായൂർ കേശവന് സ്മാരകമായി ദേവസ്വം വളപ്പിൽ ഒരു ശില്പം തീർത്തിട്ടുണ്ട്. മറ്റൊരു ക്ഷേത്രത്തിലും ഇതുപോലൊരു സ്മാരകം ദൃശ്യമല്ല. ഗജരാജ പട്ടം നൽകി കേശവനെ ആദരിച്ചിട്ടുള്ളതും ഇവിടെ മാത്രം. ഉത്സവാരംഭം കുറിക്കുന്ന ആനയോട്ടവും ഗുരുവായൂരിന് മാത്രം സ്വന്തം. ഇത്രയെറെ ആനകളെ പങ്കെടുപ്പിച്ചുകൊണ്ടുള്ള ഓട്ടമത്സരം വേറെങ്ങുമില്ല. എങ്കിലും ഇവിടെ ഉത്സവം കൊടിയേറുന്ന ദിവസം രാവിലെ ആനയില്ലാശിവേലിയാണ് പതിവ്. വർഷത്തിൽ ഒരേയൊരു ദിവസം മാത്രമേ ഈ കൗതുകമുള്ളൂ.

ഉപദേവതയായ ഇടത്തരികത്തുകാവിനും ചില സവിശേഷതകളുണ്ട്. നാലമ്പലത്തിൽ നിന്നും നോക്കിയാൽ കാവ് ക്ഷേത്രത്തിന് പുറത്തായി തോന്നും. എന്നാൽ പുറത്തുനിന്നു നോക്കിയാൽ അകത്ത് ക്ഷേത്ര മതിലിനുള്ളിലാണെന്നും തോന്നും. മുഖ്യക്ഷേത്രത്തിന്റെ അവിഭാജ്യ ഘടകമാണ്, ഉപദേവതാക്ഷേത്രമാണ്, കീഴേടമാണ്, മുഖ്യക്ഷേത്ര ത്തേക്കാൾ പ്രാചീനമാണ്, ഇവിടുത്തെ വെളിച്ചപ്പാടാണ് ഗുരുവായൂരിലും എന്നീ പ്രത്യേകതകളും ഉണ്ട്.

നാരായണീയം കൃതിയുടെ പിറന്നാൾ നാരായണീയദിനമായി കൊണ്ടാടുന്നു. ഒരു സാഹിത്യകൃതിയുടെ പിറന്നാളാഘോഷിക്കുന്ന ഒരേയൊരു ക്ഷേത്രം എന്ന ഖ്യാതിയും ഗുരുവായൂരിനാണ്. നാരായ ണീയം മഹാകാവ്യത്തിനുമാത്രം അവകാശപ്പെട്ടതാണ് ഈ ആഘോഷം. നാരായണീയത്തിന്റെ 425-ാം പിറന്നാൾ 2012ൽ ഗുരുവായൂരിൽ ആഘോഷിക്കുകയുണ്ടായി. ലോകത്ത് തന്നെ എവിടെയും ഒരു കൃതി യുടെ 425-ാം വാർഷികം ആഘോഷിച്ചിട്ടില്ല. ഗുരുവായൂർ ഏകാദശി- വൃശ്ചികത്തിലെ വെളുത്തപക്ഷ ഏകാദശിയും നാരായണദിനവും ഗീതാ ദിനവും പ്രതിഷ്ഠാദിനവും ഒരേ ദിവസം വന്ന് ചേർന്ന ഒരു പ്രത്യേക ദിനമാണ് 2013 ഡിസംബർ 13. (13.12.1013) മേൽപ്പുത്തൂർ നാരായണീയം എഴുതി ഭഗവാനു സമർപ്പിച്ചതും ഒരു വൃശ്ചികം 28 ഏകാദശി ദിവസമാ യിരുന്നു.

ഗുരുവായൂർ ക്ഷേത്രത്തിന്റെ തനതായ കലാരൂപമാണ് കൃഷ്ണ നാട്ടം. സ്വർഗ്ഗാരോഹണത്തിന് ശേഷം അവതാരരംഗം ഒരിക്കൽകൂടി അവതരിപ്പിച്ച് ശുഭാന്ത്യമായി കളി പൂർത്തിയാക്കുക എന്ന പ്രത്യേകത ഈ കലാശില്പത്തിന് മാത്രമുള്ളതാണ്. കഥകളിയിലെപോലെ നിഗ്രഹ രംഗങ്ങൾ കൃഷ്ണനാട്ടത്തിലില്ല. നടന്മാർ തങ്ങളുടെ നടനം തെക്കോട്ട് നോക്കി നിർവ്വഹിക്കുന്നതും കൃഷ്ണനാട്ടത്തിന്റെ പ്രത്യേകതയാണ്. അന്തരിച്ച സാമൂതിരിയുടെ ശവകുടീരത്തിലേക്ക് നോക്കി ആടുന്നു എന്നാണ് സങ്കല്പം. ദേവസ്വം വക കൃഷ്ണനാട്ടം അരങ്ങുകളിയും പ്രത്യേകതയാണ്. മറ്റു ദിവസങ്ങളിൽ കൃഷ്ണനാട്ടം കളി നടത്തുന്നത് ഭക്തരുടെ വഴിപാടായാണ്. പക്ഷേ, അരങ്ങുകളിയിൽ, വിജയദശമി നാളിൽ ആരംഭിച്ച് എട്ടു കഥകൾ എട്ടു ദിവസം ആടി ഒമ്പതാം ദിവസം അവതാരം കളി വീണ്ടും നടത്തി കളി പൂർത്തിയാക്കുന്നു.

മാനവേദസുവർണ്ണ മുദ്രയ്ക്കുള്ള കൃഷ്ണനാട്ടത്തിലെ മികച്ച കലാകാരനെ തിരഞ്ഞെടുക്കുന്നത് അരങ്ങുകളിയിൽ നിന്നാണ്. ക്ഷേത്ര ത്തിന്റെ പ്രശസ്തി ദൂരദേശത്തിലെത്തിക്കാൻ ഈ കലാരൂപത്തിന് കഴിഞ്ഞിട്ടുണ്ട്. ദ്വാദശി ദിനത്തിൽ ഉഷഃശീവേലിക്ക് ക്ഷേത്രത്തിൽ ഭക്ത രുടെ സാന്നിദ്ധ്യം ഉണ്ടാകില്ല. ക്ഷേത്രഗോപുരങ്ങൾ അടഞ്ഞു കിടക്കു മ്പോഴാണ് ഉഷഃശീവേലി നടക്കുക. ശീവേലിക്ക് വിളക്ക് പിടിക്കുന്ന പത്തു വാര്യന്മാരും പാപ്പാന്മാരും തിടമ്പുമായി ആനപ്പുറത്തേറ്റുന്ന

കീഴ്ശാന്തിയും മറ്റു കുറച്ച് പരിചാരകന്മാരും മാത്രമേ ഉണ്ടാവുകയുള്ളൂ. ഗോപുരവാതിൽ അടച്ചശേഷം ക്ഷേത്രം അടിച്ചുവാരി കഴുകി ശുദ്ധി യാക്കി പുണ്യാഹം തളിക്കും. ക്ഷേത്രക്കുളം, കിണർ എന്നിവ ഉൾപ്പടെ ബിംബം ശുദ്ധി വരുത്തി ഹവിസ്സ് തൂകും.

ക്ഷേത്രങ്ങളിൽ ഉദയാസ്തമനപൂജ നടത്തുക എന്ന ആചാരം ആദ്യമായി ആരംഭിക്കുന്നത് ഗുരുവായൂർ ക്ഷേത്രത്തിലാണ്. മറ്റു ക്ഷേത്രങ്ങൾ ഗുരുവായൂരിന്റെ പാത പിൻതുടർന്നുവെന്നേ ഉള്ളൂ. ഏറ്റവും കൂടുതൽ ഭക്തർ ചെയ്യാനാഗ്രഹിക്കുന്നതും അതേകാരണം കൊണ്ടു തന്നെ. ഏറ്റവും അധികം ചെലവേറിയതും ജനകീയവുമാണ് ഈ പൂജ. ഒരു വഴിപാടിനായി ഏറ്റവും അധികം ഭക്തർ കാത്തിരിക്കുന്നതും ഈ പൂജ നടത്തുവാനാണ്. 2008ലെ കണക്കനുസരിച്ച് 2050 വരെയുള്ള പൂജ കൾ ശീട്ടാക്കി കഴിഞ്ഞു. അതിനാൽ ഈ വഴിപാട് താൽക്കാലികമായി നിർത്തിവെക്കാൻ ദേവസ്വം നിർബന്ധിതമായി. വർഷത്തിൽ 110-112 ഉദയാസ്തമന പൂജകളേ നടത്താറുള്ളൂ. ഗുരുവായൂർ ഏകാദശി ദിവ സത്തെ പൂജ ദേവസ്വമാണ് നടത്തുക. മറ്റെല്ലാ ക്ഷേത്രങ്ങളിലും അനു ഷ്ഠിച്ചുവരുന്ന വെടിവഴിപാട് ഗുരുവായൂർ ക്ഷേത്രത്തിലില്ലെന്ന് കാണാം.

കൃഷ്ണസങ്കല്പത്തിന്റെ ഉദാത്തമായ ദൃഷ്ടാന്തമാണ് ഗുരുവാ യൂരിലേത്. ശ്രീകൃഷ്ണ ക്ഷേത്രങ്ങൾ നിരവധി ഉണ്ടെങ്കിലും കൃഷ്ണ സങ്കൽപ്പത്തിന്റെ പ്രഭവകേന്ദ്രം ഗുരുവായൂർ തന്നെ. ചതുർബാഹുവായ വിഷ്ണുവിന്റെ വിഗ്രഹമാണെങ്കിൽ കൂടി ഇവിടെ ആരാധിക്കപ്പെടുന്നത് ശ്രീകൃഷ്ണനെയാണ്, ഉണ്ണിക്കണ്ണനെയാണ്. സ്വാമിയായോ പെരുമാ ളായോ അല്ല ഭക്തർ ഗുരുവായൂർ വാഴും ദേവനെ കാണുന്നത്. ഭക്ത സഹസ്രങ്ങളുടെ കണ്ണിലുണ്ണിയായി, ആരോമലായി, ഗുരുവായൂരപ്പനായി, വാത്സല്യത്തിന്റെ നിറകുടമായി വെണ്ണ കട്ടുതിന്നുന്ന കുസൃതി കുട്ടനായി ദേവൻ ഭക്തരുടെ മനസ്സിൽ വാഴുന്നു. ശംഖചക്രഗദാധാരിയായി പീതാംബരവും കീരിടവും ധരിച്ച് ആലങ്കാരിക ശോഭയോടെ, മുഖകാന്തി വർദ്ധിപ്പിക്കുന്ന ഒരായിരം കോടി സൂര്യതേജസ്സോടെ ദേവൻ വിരാജി ക്കുന്നു. കേരളീയ സാഹിത്യ സാംസ്കാരിക രംഗത്ത് ഗുരുവായൂർ ക്ഷേത്രം നൽകുന്ന പ്രാധാന്യം അവർണനീയമാണ്.

ഗുരുവായർ ക്ഷേത്രത്തിന്റെ ചരിത്രം ഐതിഹ്യങ്ങളിൽ പുരാവൃത്ത ങ്ങളിലും വിവിധ കഥകളിലുമായി വ്യാപിച്ചു കിടക്കുന്നു. ഗുരുവായൂരിന്റെ ചരിത്രാവലോകനം അത് സാധൂകരിക്കുന്നു.

# ഗുരുവായൂർ: ഒരു ചരിത്രാവലോകനം

## ഭൂമിശാസ്ത്രപശ്ചാത്തലം

**കേരള**സംസ്ഥാനത്തിലെ തൃശ്ശൂർ ജില്ലയിൽ ചാവക്കാട് താലൂക്കിലുള്ള ഗുരുവായൂർ മുനിസിപ്പാലിറ്റിയിലാണ് വിഖ്യാതമായ ഗുരുവായൂർ ശ്രീകൃഷ്ണക്ഷേത്രം സ്ഥിതി ചെയ്യുന്നത്. വിവിധ മതവിഭാഗങ്ങളുടെ സമാധാനപരമായ സഹവർത്തിത്വത്തിന് മികച്ച ദൃഷ്ടാന്തമാണ് ചാവക്കാട് പ്രദേശം. ഇവിടെ ഹിന്ദു-മുസ്ലീം-ക്രിസ്തീയദേവാലയങ്ങൾ പരസ്പരസഹകരണത്തോടെ വർത്തിക്കുന്നു. കേരളത്തിലെ ആദ്യകാല ക്രിസ്ത്യൻ ആരാധനാലയമായ പാലയൂർ പള്ളിയും മുസ്ലീങ്ങളുടെ ആരാധനാകേന്ദ്രമായ മണത്തല ജുമാമസ്ജിദും ഈ താലൂക്കിലാണ്. അടുത്തകാലത്തു നടത്തിയ ഒരു സർവ്വേ അനുസരിച്ച് ഏകദേശം 36 ക്ഷേത്രങ്ങൾ ഇവിടെയുണ്ട്.

ഗുരുവായൂർ ദേശം 10-35, 76-100 എന്നീ ഉത്തരപൂർവ്വ രേഖാംശങ്ങളിൽ സ്ഥിതി ചെയ്യുന്നു. ഈ പ്രദേശത്തിന്റെ വിസ്തൃതി 6.87 ചതുരശ്ര കി. മീറ്ററും ജനസംഖ്യ 15867മാണ് (1971 ലെ സെൻസസ് പ്രകാരം). സമുദ്രനിരപ്പിൽ നിന്ന് കേവലം 11 അടി ഉയരത്തിൽ മാത്രം സ്ഥിതി ചെയ്യുന്ന ഈ പ്രദേശം താരതമ്യേന സമതലമാണ്. തീരപ്രദേശം മണൽ നിറഞ്ഞ ഭൂമിയാണെങ്കിലും ഉൾപ്രദേശങ്ങൾ മണ്ണിൽ ചെങ്കൽ കലർപ്പ് ഉള്ളതാണ്, ആ രീതിയിൽ നെൽകൃഷിക്കും തെങ്ങുകൃഷിക്കും അനുയോജ്യവുമാണ്. പുകയിലകൃഷിക്കും ഇവിടെ സാധ്യത കാണുന്നുണ്ടെന്ന് ഈയിടെ നടന്ന ഒരു പഠനം സൂചിപ്പിക്കുന്നുണ്ട്. ഗുരുവായൂരിനു സമീപമുള്ള മണപ്പുറം പ്രദേശം മൺപാത്ര നിർമ്മാണത്തിനനുയോജ്യമാണ്. ക്ഷേത്രപരിസരപ്രദേശങ്ങൾ സസ്യജാലങ്ങളാലും നെൽപ്പാടങ്ങളാലും കേരവൃക്ഷങ്ങളാലും ശാന്തവും സ്വച്ഛവും നിർമ്മലവും ആയ ഒരന്തരീക്ഷം സൃഷ്ടിക്കുന്നു.

## ഉദ്ഭവവും ചരിത്രവും

ഗുരുവായൂർ ക്ഷേത്രത്തിന്റെ ഉത്പത്തിയെപ്പറ്റിയോ ആദ്യകാല ചരിത്രത്തെക്കുറിച്ചോ ആധികാരിക രേഖകളോ പരാമർശങ്ങളോ

ലഭ്യമല്ല. ക്ഷേത്രനിർമ്മിതിയെ സൂചിപ്പിക്കുന്ന പുരാതന രേഖകളോ ആലേഖനങ്ങളോ ചിത്രങ്ങളോ കൊത്തുപണികളോ ഒന്നും തന്നെ ക്ഷേത്രത്തിൽനിന്നും ലഭ്യമല്ല. പ്രാചീന തമിഴ്-മലയാളം കൃതികൾ ഗുരുവായൂരിനെപ്പറ്റി പരാമർശിക്കുന്നതേയില്ല. ഐതിഹ്യങ്ങളിലും കെട്ടുകഥകളിലും നാടൻശീലുകളിലുമായി ക്ഷേത്രത്തിന്റെ പ്രാക്ചരിത്രം കെട്ടുപിണഞ്ഞുകിടക്കുന്നു.

ക്ഷേത്രോൽപ്പത്തിയെ പറ്റിയുള്ള ഏറെ പ്രസിദ്ധമായ ഐതിഹ്യം ഭാഗവതത്തിലേതാണ്. ഇതിൻ പ്രകാരം ദേവഗുരുവായ ബൃഹസ്പതിയും കാറ്റിന്റെ ദേവനായ വായു ഭഗവാനും കൂടിയാണ് ക്ഷേത്രസ്ഥാപനം നടത്തിയതത്രേ. ക്ഷേത്ര ഐതിഹ്യമനുസരിച്ച് ഗുരുവായൂരിലെ വിഗ്രഹം ആദ്യം ബ്രഹ്മാവും വിഷ്ണുവും പിന്നീട് സുതപസ്സ് - പ്രശ്നി, കാശ്യപൻ - അദിതി, വസുദേവൻ - ദേവകി മുതൽ പേരും അവസാനം കൃഷ്ണനും ആരാധിച്ചിരുന്നതത്രേ. സ്വർഗ്ഗരോഹണ സമയത്ത് ഈ വിഗ്രഹം ഉചിതമായ സ്ഥാനത്തു പ്രതിഷ്ഠിക്കുവാൻ ഉദ്ധവർ വഴി ബൃഹസ്പതിയെ കൃഷ്ണൻ ചുമതലപ്പെടുത്തിയിരുന്നു. അതുപ്രകാരം വായുഭഗവാന്റെ സഹായത്തോടെ, ശിവന്റേയും ബ്രഹ്മാവിന്റേയും സാന്നിദ്ധ്യത്തിൽ, ഗുരു ബൃഹസ്പതി രുദ്രതീർത്ഥക്കരയിൽ ഈ വിഗ്രഹം പ്രതിഷ്ഠിച്ചു. ഗുരുവും വായുവും വിഗ്രഹപ്രതിഷ്ഠയ്ക്ക് കാരണഭൂതരായതിനാൽ ഗുരുവായൂർ എന്ന് പ്രസ്തുത സ്ഥലം അറിയപ്പെടുവാൻ ഇടയായി. ഗുരുവായൂർ മാഹാത്മ്യത്തിൽ കാണുന്ന വ്യാഖ്യാനപ്രകാരം ഗുരുവായൂർ ക്ഷേത്രം സ്ഥാപിച്ചത് ജനമേജയരാജാവാണ്. സർപ്പയജ്ഞം നടത്തുക മൂലം 18 തരം കുഷ്ഠരോഗം പിടിപ്പെട്ട രാജാവ് ഗുരുവായൂർ ഭജനം മൂലം രോഗശാന്തി കൈവരിക്കയും ക്ഷേത്രം നിർമ്മിക്കുകയും ചെയ്തു. ഒരു പാണ്ഡ്യരാജാവുമായി ബന്ധപ്പെടുത്തിയും ക്ഷേത്രനിർമ്മാണത്തെപ്പറ്റി പറയുന്നുണ്ട്. കൂടാതെ ആദിശങ്കരാചാര്യരുടേയും വില്വമംഗലം സ്വാമിയരുടേയും പെരുന്തച്ചന്റേയും പേരുകളും ക്ഷേത്രനിർമ്മാണവുമായി ബന്ധപ്പെടുത്തി പറഞ്ഞു വരുന്നുണ്ട്. വിശദമായി കഥ നേരത്തെ സൂചിപ്പിച്ചിട്ടുണ്ട്.

ക്ഷേത്രസ്ഥാപനം ദ്വാപരയുഗംവരെ പുറകോട്ട് കൊണ്ടു പോകുവാനും അതനുസരിച്ച് ക്ഷേത്രമഹിമ വർദ്ധിപ്പിക്കുവാനും ഐതിഹ്യകഥകൾ ഉപകരിച്ചേക്കാം. ഈ കഥകൾ ഭക്തിസാഹിത്യത്തിലുൾപ്പെടുത്തുക വഴി അവയ്ക്ക് ജനസമ്മിതിയും പ്രസിദ്ധിയും ലഭിച്ചിരിക്കാം. ക്ഷേത്രത്തിന്റ ഉത്പത്തി, പശ്ചാത്തലം എന്നിവയിലേക്കെത്തി നോക്കുവാനും ശരീരമനസ്സുകളുടെ ഒരാശ്വാസകേന്ദ്രമായി ക്ഷേത്രത്തെ വീക്ഷിക്കുവാനും ഈ കഥകൾ ഉപകരിച്ചേക്കാം. ഈ കഥകളെ ചരിത്രവസ്തുതയായി കണക്കാക്കിയാൽ, ജനമേജയന്റെ കാലമായപ്പോഴേക്കും ഗുരുവായൂർ ഒരു മഹാക്ഷേത്രമായി വളർന്നുകഴിഞ്ഞിരിക്കണം. വിസ്തരിച്ചുള്ള പൂജകളും ഉത്സവങ്ങളും അവിടെ നടന്നിരിക്കുവാനും സാദ്ധ്യതയുണ്ട്. ഒരു പാണ്ഡ്യരാജാവാണ് ക്ഷേത്രനിർമ്മിതി നടത്തിയതെന്നതും

വിശ്വാസയോഗ്യമല്ല. കാരണം ക്ഷേത്രനിർമ്മാണരീതി പാണ്ഡ്യവാസ്തു ശില്പരീതിയിൽ നിന്നും തികച്ചും വിഭിന്നമാണ്. തമിഴ്ശൈലിയുടെ സ്വാധീനം, തിരുവിതാംകൂറിലെപ്പോലെ ഗുരുവായൂരിൽ ഒട്ടും പ്രകടമല്ല.

ക്ഷേത്രനിർമ്മാണം കൃത്യമായി എപ്പോഴാണ് നടന്നതെന്നതിനെപ്പറ്റി ഈ ഐതിഹ്യകഥകൾ സൂചനകൾ ഒന്നും നൽകുന്നില്ല. വൈഷ്ണവ പ്രസ്ഥാനം ദക്ഷിണേന്ത്യയിൽ ആഞ്ഞടിച്ച കാലത്തായിരിക്കാം ഗുരുവായൂർ ക്ഷേത്രനിർമ്മാണമെന്ന പ്രൊഫ. കൃഷ്ണയ്യരുടെ നിഗമനം പരിഗണനാർഹമാണ്. പക്ഷേ, വൈഷ്ണവ ആഴ്വന്മാർ ആരും തന്നെ ഗുരുവായൂർ ക്ഷേത്രത്തെപ്പറ്റി പരാമർശിക്കുന്നില്ല. 108 വൈഷ്ണവ ആരാധനാലയങ്ങളിൽ ഗുരുവായൂർ ഉൾപ്പെടുന്നുമില്ല. കൂടാതെ ആഴ്വന്മാർ പ്രകീർത്തിക്കുന്ന വൈഷ്ണവക്ഷേത്രങ്ങളിലെല്ലാം തന്നെ മഹാവിഷ്ണുവാണ് പ്രധാനപ്രതിഷ്ഠ. ഗുരുവായൂർ പ്രതിഷ്ഠ ശംഖ ചക്രഗദാധാരിയായ വിഷ്ണുവാണെങ്കിൽകൂടി ഇവിടെ ആരാധിക്കുന്നത് ഉണ്ണികൃഷ്ണനെയാണ്/ഗുരുവായൂരപ്പനെയാണ്. വിഷ്ണുവിന്റെ അവതാരങ്ങളെ ആരാധിക്കുന്ന പ്രവണത പിൽക്കാലത്ത് വന്നു ചേർന്നതാണ്. ദക്ഷിണേന്ത്യയിലെ മറ്റു വൈഷ്ണവക്ഷേത്രങ്ങളെ അപേക്ഷിച്ച് ഗുരുവായൂർ ക്ഷേത്രം പ്രാചീനമല്ലെന്നും അവയ്ക്കുശേഷം നിർമ്മിക്കപ്പെട്ട/ സ്ഥാപിക്കപ്പെട്ടതാണെന്നുള്ള നിഗമനത്തിലേക്കാണ് ഈ വസ്തുതകൾ എത്തുന്നത്.

ലഭ്യമായ രേഖകൾവെച്ച് പരിശോധിക്കുമ്പോൾ ക്ഷേത്രത്തിന്റെ പ്രാചീനതയെപറ്റി ചില അനുമാനങ്ങളിലെത്തിച്ചേരാവുന്നതാണ്. ഗുരുവായൂരിനെപ്പറ്റിയുള്ള ആദ്യ ലിഖിതപരാമർശം 'കുരുവയൂർ അമ്പും ഉമ്പർ പെരുമാളെ' എന്ന ഒരു തമിഴ് സംബോധനയാണ്. ഗുരുവായൂരിൽ വാഴുന്ന സമസ്ത ലോകങ്ങളുടേയും ഭഗവാൻ എന്നാണ് ഇതിനർത്ഥം. 1638 എ.ഡിയിൽ കോലെഴുത്തുലിപിയിൽ എഴുതപ്പെട്ട ചില ക്ഷേത്ര രേഖകളിൽ ഈ പ്രദേശത്തെയാകെ കുരുവയൂരെന്നും ഇവിടത്തെ ദേവനെ 'കുരുവയൂർത്തേവർ' എന്നും അഭിസംബോധന ചെയ്തതായി കാണുന്നു. 14-ാം നൂറ്റാണ്ടിൽ രചിക്കപ്പെട്ട കോകസന്ദേശത്തിൽ 'കുരു വയൂർ എൻറു പേരാം' പ്രദേശത്തെപ്പറ്റി പരാമർശമുണ്ട്. ഈ പരാമർ ശിക്കുന്ന കുരുവയൂരാണ് പിൽക്കാലത്ത് വിശ്വപ്രസിദ്ധമായ ഗുരുവായൂ രായി തീർന്നത് എന്നാണ് അനുമാനം.

കുരുവയൂർ എന്ന പേരിന്റെ നിഷ്പത്തിയെക്കുറിച്ച്: കുറുവപ്പുല്ല് അഥവാ നെല്ല് ഈ പരിസരങ്ങളിൽ കൃഷി ചെയ്തിരുന്നതുകൊണ്ട് ഈ പ്രദേശത്തെ അപ്രകാരം വിളിച്ചതാകാമെന്ന് ഒരഭിപ്രായമുണ്ട്. അയൽ പ്രദേശമായ ചാവക്കാടിന് അവിടെ കൃഷി ചെയ്തിരുന്ന ചാവൽ എന്നതിൽനിന്നോ അവിടെ വിഹരിച്ചിരുന്ന പക്ഷികൾ എന്നതിൽ നിന്നോ ആ പേർ ഉണ്ടായി എന്നതുപോലെ സമീപപ്രദേശമായ ഗുരുവായൂരിനും അപ്രകാരം ഒരു നിഷ്പത്തി കല്പിക്കാമെന്നാണ് പ്രസ്തുതവാദം.

സംഘകാലത്തു നിലവിലിരുന്ന 'കുറവക്കൂത്ത്' എന്ന പ്രാചീന നൃത്തരൂപത്തിൽ നിന്നും 'കുറുവ' എന്ന പേർ ഉടലെടുത്തിരിക്കാമെന്ന് മറ്റൊരഭിപ്രായം. ചിലപ്പതികാരത്തിൽ ഈ വിധത്തിലുള്ള നടനത്തെപ്പറ്റി പരാമർശമുണ്ട്. ഈ നടനം ഉടലെടുത്ത പ്രദേശത്തെ സ്വാഭാവികമായി കുരുവയൂർ എന്നു വിളിച്ചുവന്നു.

കൂടുതൽ സാദ്ധ്യതയുള്ള മറ്റൊരു നിർദ്ദേശം ഇവിടെ പ്രസക്തമെന്നു തോന്നുന്നു. ഭൂമിശാസ്ത്രപരമായും ഭാഷാശാസ്ത്രപരമായും പരിശോധിച്ചാൽ കുറുവായ് എന്ന ദ്രാവിഡപദത്തിൽ നിന്നാണ് കുരുവയൂർ എന്ന പദം രൂപം കൊണ്ടതെന്നു കാണാം 'കുരുവ' എന്ന പദത്തിന് കന്നഡഭാഷയിൽ ദ്വീപ് (വയനാട്ടിലെ കുറുവ ദ്വീപ് ഉദാഹരണം) എന്നും ദ്രാവിഡഭാഷകളിൽ സമുദ്രം എന്നും അർത്ഥം കാണുന്നു. ഭൂമിശാസ്ത്രപരമായി, ഗുരുവായൂർ സമുദ്രത്തിനോടടുത്ത് സ്ഥിതി ചെയ്യുന്നു. ഗുരുവായൂർ പ്രദേശത്തുനിന്ന് കടൽ പിൻവാങ്ങിയതാവാനും സാദ്ധ്യതയുണ്ട്. ഭാഷാപരമായി കുറു, വായ്, ഊര് എന്നീ മൂന്നു പദങ്ങൾ ചേർന്നതാണ് കുരുവയൂർ. 'കുറു' എന്നതുകൊണ്ട് അർത്ഥമാക്കുന്നത് ചെറുത് എന്നർത്ഥം. 'വായ്' എന്ന പദം നദീമുഖത്തെ, നദി സമുദ്രത്തിൽ ചേരുന്ന ഭാഗത്തെ സൂചിപ്പിക്കുന്നു. 'ഊർ' എന്ന വാക്ക് ഗ്രാമത്തെ സൂചിപ്പിക്കുന്നു. വ്യാകരണനിയമമനുസരിച്ച് കുറു, വായ് എന്നീ പദങ്ങൾ ചേരുമ്പോൾ 'വാ' ലോപിച്ച് 'വ'യാവുകയും അപ്രകാരം കുറുവ രൂപം കൊള്ളുകയും ചെയ്തു. സന്ധിനിയമമനുസരിച്ച് കുറുവ + ഊർ കുറുവയൂർ എന്നാവുകയും ചെയ്തു. തമിഴിലെ 'ചെറു' എന്ന വാക്കിനുപകരമായി മലയാളത്തിൽ ചിലപ്പോൾ 'കുറു' എന്നുപയോഗിക്കാറുമുണ്ടല്ലോ (ഉദാ: ചേറ്റുവാ = ചേറു + വായ്. കടലും നദിയും കൃത്യമായി യോജിക്കുന്ന പ്രദേശം). ഈ കുരുവയൂരിനെയാണ് കോകസന്ദേശകാരൻ പരാമർശിക്കുന്നത്. കോകസന്ദേശത്തിലെ വിവരണമനുസരിച്ച് ഈ പ്രദേശം ഇപ്പോഴത്തെ ഗുരുവായൂരാകാനേ സാദ്ധ്യതയുള്ളൂ. ഗുരുവായൂർ എന്ന സംസ്കൃതച്ഛായയുള്ള നാമം പിന്നീട് സ്വീകരിച്ചതാവാനാണ് സാദ്ധ്യത. മലനാട്ടു തമിഴിലാണല്ലോ കേരളത്തിലെ ഒട്ടുമിക്ക സ്ഥലങ്ങളുടേയും നിഷ്പത്തി. ഗുരുവായൂർ അതിൽനിന്നും വ്യത്യസ്തമാകാൻ വഴിയില്ല.

സ്ഥലനാമങ്ങളുടെ സംസ്കൃതീകരണം മൂലം സംഭവിച്ചതാകാം ഈ രൂപാന്തരം. കുരുവയൂർ ഗുരുവായൂരായതിൽ മേൽപ്പുത്തൂർ നാരായണ ഭട്ടതിരിക്കും ഒരു പങ്കുണ്ട്. 'ക'യെ 'ഗ'യാക്കിയും 'അ'യെ 'ആ' ആക്കി ദീർഘിപ്പിച്ചും അനുസ്വാരവും ദീർഘവും അവസരോചിതമായി ഉപയോഗിച്ച അദ്ദേഹം 'കുരു' ഗുരുവായി മാറിയതോടെ ഐതിഹ്യങ്ങൾക്കും അതിശയോക്തികൾക്കുമുള്ള വാതായനങ്ങൾ തുറന്നിടുക കൂടി ചെയ്തു. അപ്രകാരം ചിരപ്രതിഷ്ഠ നേടിയ ഐതിഹ്യമാണ് അമാനുഷരായ ഗുരുവും വായുവും കൂടി ക്ഷേത്രപ്രതിഷ്ഠ നടത്തിയെന്നത്. ദേവഗുരുവിനേയും വായുഭഗവാനേയും ക്ഷേത്രവുമായി ബന്ധപ്പെടുത്തുക വഴി,

ക്ഷേത്രത്തിന്റെ പവിത്രത ഉയരങ്ങളിലേക്ക് കൊണ്ടുപോകുവാനും അദ്ദേഹത്തിനു സാധിച്ചു. ദേവന്റെ സ്വന്തം ക്ഷേത്രമാക്കി മാറ്റുവാനും കഴിഞ്ഞു. പിന്നീടുവന്നുചേർന്ന ഗുരുപവനപുരം, ഗുരുവായുപുരം, ഗുരുസമീരാലയം മുതലായ വിശേഷണങ്ങൾ കുരുവയൂരിന്റെ പിൽക്കാല ഭാഷാന്തരങ്ങൾ മാത്രമാണ്. സംസ്കൃത ഭാഷാസ്വാധീനം പ്രകടമായ 16-ാം നൂറ്റാണ്ടോടെ ഈ പുതിയ പദങ്ങൾ ക്ഷേത്രത്തോടുബന്ധപ്പെടുത്തി ഉപയോഗിക്കാൻ തുടങ്ങി. (ചില പ്രാചീനരേഖകളിൽ മാത്രം കുരുവയൂർ എന്ന പ്രയോഗം ഉപയോഗത്തിൽ തുടരുകയും ചെയ്തു).

ആരംഭദശയിൽ, ഗുരുവായൂർ സമുദ്രതീരത്തുള്ള ഒരു ചെറിയ ഗ്രാമം മാത്രമായിരുന്നു. സംഘകാലഘട്ടത്തിലാണ് ഗുരുവായൂരിന്റ തുടക്കമെന്ന് ഈയടുത്തകാലത്തുനടത്തിയ ഒരു പഠനം വെളിവാക്കുന്നു. ടോളമി പരാമർശിക്കുന്ന കരൗരയായിരിക്കാം പിൽക്കാല ഗുരുവായൂരെന്ന പ്രൊഫ. കൃഷ്ണയ്യരുടെ വാദഗതി ആധുനിക ഭാഷാരചനപഠനങ്ങളുടെ വെളിച്ചത്തിൽ അപ്രസക്തമായി തീർന്നിരിക്കയാണ്.

ഭാഗവതപുരാണത്തിലും പല ക്ഷേത്രമഹാത്മ്യങ്ങളിലും സന്ദേശകാവ്യങ്ങളിലും സാമൂതിരിയുടെ ചില ശിലാശാസനങ്ങളിലും ഗുരുവായൂരിനെപ്പറ്റി പരാമർശമുണ്ട്. പക്ഷേ, തിരുന്നാവായെ പ്രകീർത്തിക്കുന്ന നമ്മാഴ്വാരും തിരുമങ്കയും ഗുരുവായൂരിനെപ്പറ്റി നിശ്ശബ്ദത പാലിക്കുന്നു. ഗുരുവായൂർ ക്ഷേത്രം അവരുടെ കാലത്ത് ഒരു ജനശ്രദ്ധാകേന്ദ്രമായി മാറിയിരുന്നില്ലെന്ന് ഇതിൽനിന്ന് അനുമാനിക്കേണ്ടിയിരിക്കുന്നു. ഗുരുവായൂർ ദേശത്തു പ്രചാരത്തിലിരിക്കുന്ന ചില ഐതിഹ്യങ്ങളിൽ, അക്കാലത്ത് മമ്മിയൂരും താമരയൂരും വരെ ഗുരുവായൂർ വ്യാപിച്ചു കിടന്നിരുന്നതായി കാണുന്നു. സമുദ്രത്തെപ്പോലെ വ്യാപ്തിയും മുനിമാരുടെ മനസ്സുപോലെ നിർമ്മലവുമാണ് രുദ്രതീർത്ഥമെന്ന് ഭാഗവതം പറയുന്നു. മനസ്സിനു ഉല്ലാസം പ്രദാനം ചെയ്യുന്ന ഒരു താമരപ്പൊയ്കയായി രുദ്രതീർത്ഥത്തെ വിശേഷിപ്പിക്കുന്നു കോകസന്ദേശകാരൻ. ഗുരുവായൂർ ക്ഷേത്രത്തെ പരാമർശിക്കുന്ന അതിലെ മൂന്നുശ്ലോകങ്ങളിൽ ഒന്നു ക്ഷേത്രപരിസരത്തേയും മറ്റൊന്നു രുദ്രതീർത്ഥത്തേയും മൂന്നാമത്തേത് അവിടെത്തെ സ്വർണ്ണക്കൊടിമരത്തേയും ഗോപുരത്തേയും വർണ്ണിക്കുന്നു. ഈ വിവരണങ്ങളിൽനിന്ന്, 14-ാം നൂറ്റാണ്ടോടെ ഗുരുവായൂർക്ഷേത്രം ഒരു മഹാസന്നിധാനമായി രൂപപ്പെട്ടുവെന്നു മനസ്സിലാക്കാം.

സാമൂതിരിപ്പാടിന്റെ മതിലകം ആക്രമണത്തേയും ഏറാൾപ്പാടിന്റെ അവിടത്തെ വാസത്തേയും തൃക്കണാമതിലകത്തെ വിശേഷങ്ങളെയും സന്ദേശകാരൻ വിവരിക്കുന്നുണ്ട്. സാമൂതിരിയുടെ ആക്രമണം കൊടുങ്ങല്ലൂർ വരെ വ്യാപിച്ചിരുന്ന സ്ഥിതിക്ക് ഗുരുവായൂരും പരിസര പ്രദേശങ്ങളും അദ്ദേഹത്തിന്റെ അധീനതയിൽ വന്നിരിക്കാനുള്ള സാധ്യതയും ഉണ്ട്. 15-ാം നൂറ്റാണ്ടിൽ രചിക്കപ്പെട്ട കോകിലസന്ദേശത്തിൽ, തിരുവഞ്ചിക്കുളംവാഴും കൊച്ചിരാജാവിനെപ്പറ്റി പരാമർശം ഇല്ലാത്തതിനാൽ,

അക്കാലമായപ്പോഴേക്കും പെരുമ്പടപ്പ് മൂപ്പീന് കൊടുങ്ങല്ലൂരുപേക്ഷച്ച് കൊച്ചിയിൽ ആസ്ഥാനമുറപ്പിച്ചതായി കരുതാം. എ.ഡി 1405-ൽ കേരളം സന്ദർശിച്ച ചൈനീസ് സഞ്ചാരിയായ മാഹ്വാൻ കൊച്ചിരാജാവിന്റെ ഈ അധികാരത്തെപ്പറ്റി സൂചിപ്പിക്കുന്നുണ്ട്. ഭ്രമരസന്ദേശത്തിലും ഭൃംഗ സന്ദേശത്തിലും ഗുരുവായൂരിനെ സമീരാലയമെന്നാണ് വിശേഷിപ്പി ച്ചിട്ടുള്ളത്. 16-ാം നൂറ്റാണ്ടിൽ രചിക്കപ്പെട്ട സംസ്കൃതകൃതിയായ കേരളാചാരദീപികയിൽ സ്വർണ്ണം പൂശിയ ക്ഷേത്രം ശ്രീകോവിലിനേയും സ്വർണ്ണക്കൊടിമരത്തേയും പറ്റി പരാമർശിക്കുന്നുണ്ട്. ഈ വിവരണ ങ്ങളിൽനിന്ന് 16-ാം നൂറ്റാണ്ടോടെ ഗുരുവായൂർക്ഷേത്രം പ്രസിദ്ധമായ ഉത്സവാഘോഷങ്ങളാലും ഭീമാകാരമായ കെട്ടിടസമുച്ചയങ്ങളാലും ഒരു മഹാക്ഷേത്രമായി മാറിയിരുന്നുവെന്ന് അനുമാനിക്കുന്നതിൽ തെറ്റില്ല. ചുരുക്കത്തിൽ ഗുരുവായൂർദേശം സംഘകാലത്തോടെ രൂപമെടുത്ത താണെങ്കിൽക്കൂടി ഗുരുവായൂർ ക്ഷേത്രത്തിന്റ പഴക്കം ക്രി.വ. പതി നാലാം നൂറ്റാണ്ടുവരെ മാത്രമേ ചരിത്രപരമായി നിലനില്ക്കുന്നുള്ളൂ. അതായത് ഗുരുവായൂർ ക്ഷേത്രം ഐതിഹ്യങ്ങൾ അവകാശപ്പെടുന്നതു പോലെ അതിപ്രാചീനമല്ലെന്നും പതിന്നാലാം നൂറ്റാണ്ടോടടുപ്പിച്ചാണ് അതിന്റെ ആവിർഭാവമെന്നും നാം മനസ്സിലാക്കേണ്ടതുണ്ട്.

ചരിത്രരേഖകളിൽ തൃക്കുണാവായ് (ഗുണകയുടെ) ക്ഷേത്രത്തിന്റെ ഒരു കീഴേടമായിട്ടാണ് ഗുരുവായൂരിനെ പരാമർശിക്കുന്നത്. ഗുണക ഗുരുവായൂരിനെ എപ്പോൾ, എങ്ങനെ, എപ്രകാരം തങ്ങളുടെ അധീനത യിൽകൊണ്ടുവന്നുവെന്നതിനെപ്പറ്റി ആധികാരികരേഖകൾ ഒന്നും തന്നെ ലഭ്യമല്ല. എങ്കിലും 1757-ലെ ഡച്ചുകാരുടെ തൃക്കുണവായ ആക്രമ ണത്തോടെ/അധിനിവേശത്തോടെ ഗുരുവായൂർ ഉയിർത്തെഴുന്നേല്ക്കാൻ തുടങ്ങിയെന്നുവേണം വിചാരിക്കുവാൻ. ഗുരുവായൂർ, തിരുവെങ്കിടം, മമ്മിയൂർ, താമരയൂർ, അരുവിയൂർ (അരികന്നിയൂർ) എന്നീ അഞ്ചു ദേശങ്ങൾ ഉൾപ്പെട്ടതായിരുന്നു ഗുരുവായൂർ ദേശമെന്ന് അക്കാലത്തെ ക്ഷേത്രരേഖകൾ സൂചിപ്പിക്കുന്നു. ഈ അഞ്ചുദേശഗ്രാമങ്ങളിൽ 16-ഓളം കീഴ്ദേവസ്വങ്ങളും ഉണ്ടായിരുന്നു. കാലാന്തരത്തിൽ, ഈ ദേവസ്വ ങ്ങളുടെയെല്ലാം മേൽക്കൈ ഗുരുവായൂരിന്നായിതീർന്നു. ഇതിനൊന്നും രേഖകളുടെ പിൻബലമില്ല. കൂടുതൽ ശക്തിയേറിയ കരുത്തുറ്റ ഗുരുവായൂരിൽ ഈ കീഴ്ഘടകങ്ങൾ ലയിച്ചിരിക്കുവാനാണ് സാദ്ധ്യത. ഇപ്രകാരം, തൃക്കുണാവായുടെ അസ്തമയത്തോടെ ഗുരുവായൂരിന്റെ ഉയർച്ചയും വളർച്ചയും ആരംഭിച്ചു. 16-ാം നൂറ്റാണ്ടോടെ സാമൂതിരി ഈ പ്രദേശങ്ങളിൽ ആധിപത്യം സ്ഥാപിച്ചപ്പോഴേക്കും ഗുരുവായൂർ പ്രസിദ്ധികേട്ട ഒരു മഹാക്ഷേത്രമായിതീർന്നിരുന്നു.

## സാമൂതിരിമാരും ഗുരുവായൂർ ക്ഷേത്രവും

അഖിലേന്ത്യാ പ്രാധാന്യമുള്ളൊരു ആദ്ധ്യാത്മിക കേന്ദ്രമായി ഗുരു വായൂരിനെ വാർത്തെടുക്കുന്നതിൽ കോഴിക്കോട്ടെ സാമൂതിരിമാർ ശ്ലാഘ നീയമായ പങ്കുവഹിച്ചിട്ടുണ്ട്. പുകൾപെറ്റ സ്മാരകങ്ങളോ, സൗധങ്ങളോ

സാമൂതിരിമാർ നിർമ്മിച്ചിട്ടില്ലെങ്കിലും കോഴിക്കോട് തളിക്കും പൊന്നാനി തൃക്കാവിനുമൊപ്പം ഗുരുവായൂർക്ഷേത്രം അവരുടെ കലാസാംസ്കാരിക സപര്യയുടെ വൈശിഷ്ട്യം ലോകത്തോടു വിളംബരം ചെയ്യുന്നു.

പതിമ്മൂന്നാം നൂറ്റാണ്ടിൽ സ്ഥാപിതമായ സാമൂതിരിവംശം കാലാന്തരത്തിൽ തങ്ങളുടെ സ്വാധിനം സമീപപ്രദേശങ്ങളിലും ഉറപ്പിക്കുവാൻ തുടങ്ങി. ഈ പടയോട്ടങ്ങളിൽ സാമൂതിരി, നാവാമുകുന്ദക്ഷേത്രമുൾപ്പെട്ട തിരുന്നാവായ പ്രദേശത്തിനുവേണ്ടി വള്ളുവക്കോനാതിരിയുമായി ഏറ്റുമുട്ടുകയും യുദ്ധത്തിൽ വെള്ളട്ടിരിയെ പരാജയപ്പെടുത്തി തിരുന്നാവായ കീഴ്പ്പെടുത്തുകയും ചെയ്തു. തുടർന്നുണ്ടായ യുദ്ധങ്ങളിൽ സാമൂതിരി തന്റെ ആധിപത്യം തെക്കോട്ട് തൃശ്ശൂർവരെ വ്യാപിപ്പിച്ചു. പുന്നത്തൂർ രാജാവിനെ സാമൂതിരി പരാജയപ്പെടുത്തി, അദ്ദേഹത്തിന്റെ അധീനതയിലായിരുന്ന ഗുരുവായൂർ ഉൾപ്പെട്ട ചാവക്കാടുപ്രദേശം സ്വന്തം കൈപ്പിടിയിലൊതുക്കുകയും ചെയ്തു. അദ്ദേഹം ക്ഷേത്രത്തിന്റെ മേൽക്കോയ്മയായി അവരോധിക്കപ്പെടുകയും ചെയ്തു (1855). തിരുന്നാവായ്ക്കുവേണ്ടിയുള്ള ദീർഘസംഘട്ടനം അവിടെ സമാധാനപരമായ അന്തരീക്ഷത്തിൽ ആരാധന നടത്തുവാനുള്ള ഭക്തരുടെ സ്വാതന്ത്ര്യം ഇല്ലാതാക്കുകയും അവർ ആരാധനയ്ക്കായി ഗുരുവായൂർക്കു തിരിയുകയും ചെയ്തു. സാമൂതിരിമാരുടെ പരിപോഷണവും ലാളനയും ഗുരുവായൂരിന്റെ പ്രശസ്തിയും ആകർഷണവും വർദ്ധിപ്പിക്കുകയും ചെയ്തു. മാനവേദൻ സാമൂതിരിയുടെ കാലത്തോടെ കോഴിക്കോട് രാജവംശത്തിന്റെ ഇഷ്ടദേവനായി ഗുരുവായൂർ ദേവൻ ആരാധിക്കപ്പെടാനും തുടങ്ങി.

ഗുരുവായൂർ ക്ഷേത്രത്തിന്റെ അഭ്യുന്നതിക്കും വളർച്ചയ്ക്കും സാമൂതിരിമാർ ചെയ്ത സേവനങ്ങൾ വിലമതിക്കാനാവാത്തതാണ്. ക്ഷേത്രത്തിൽ ലഭ്യതയ്ക്കു കുറവുണ്ടായിരുന്ന അരി, നെല്ല് മുതലായ വഴിപാട് സാമഗ്രികൾ അനുസ്യൂതം ലഭിക്കുവാൻ വേണ്ട ഏർപ്പാടുകൾ ചെയ്യുകയും ചേന്നാസു നമ്പൂതിരിയെ ക്ഷേത്രതന്ത്രിയായി അവരോധിക്കുകയും കിഴക്കേഗോപുരം പുനർനിർമ്മിക്കുകയും കൃഷ്ണനാട്ടം ക്ഷേത്രത്തിന്റെ മുഖമുദ്രയാക്കുകയും ചെയ്തത് സാമൂതിരിമാരാണ്. വഴിപാടാവശ്യങ്ങൾക്കും നിത്യനിദാനത്തിന് വലിയ അളവിൽ നെല്ലും മറ്റു ധാന്യങ്ങളും ആവശ്യമായി വരികയും ഗുരുവായൂരിൽ നെല്ലിന്റെ ലഭ്യത കുറയുകയും ചെയ്ത സാഹചര്യത്തിൽ സാമൂതിരിപ്പാട് ഈ സ്ഥിതിക്കൊരു ശാശ്വതപരിഹാരം കാണുവാൻ ശ്രമിച്ചു. ചേന്നാസു നമ്പൂതിരിയുടെ ഉപദേശപ്രകാരം മലബാറിന്റെ നെല്ലറയായ വളപ്പനാടിലെ വെർമാനൂർ-ചേരിക്കൽ പ്രദേശങ്ങളുടെ ഉടമാവകാശം സാമൂതിരി നേടിയെടുത്തു. പ്രതിവർഷം 300 മുതൽ 500 വരെ പൊതി നെല്ല്, വളരെ ചുരുങ്ങിയ ചെലവിൽ, ഒരു പൊതിക്ക് ഒരു പണം (25 പൈസ) കടത്തുകൂലി നിരക്കിൽ ഗുരുവായൂരിലെത്തിക്കുവാനുള്ള ഏർപ്പാട് സാമൂതിരി ചെയ്തുവെന്ന് ക്ഷേത്രരേഖകൾ സാക്ഷ്യപ്പെടുത്തുന്നു. ഏകാദശി ദിവസം മൂന്ന് അളവ് അരി ദേവസ്വത്തിലേക്ക് വഴിപാടായി സാമൂതിരി

നല്കാറുണ്ടായിരുന്നുവെന്നും അന്നേ ദിവസത്തെ ഉദയാസ്തമനപൂജയും വിളക്കും അദ്ദേഹത്തിന്റെ വകയായി നടത്താറുണ്ടായിരുന്നുവെന്നും ക്ഷേത്രരേഖകൾ സൂചിപ്പിക്കുന്നു. കിഴക്കേഗോപുരം പുതുക്കിപ്പണിതതും അവിടെ ശിലാഫലകം ആലേഖനം ചെയ്തതും സാമൂതിരിപ്പാട് തന്നെയാണ്. സാമൂതിരിചരിത്രത്തിലെ ഒരേയൊരു ശിലാശാസനമാണ് ഗുരുവായൂരിലേതെന്ന പ്രത്യേകതയും ഇതിലുണ്ട്. പ്രധാനശ്രീകോവിൽ പുതുക്കിപണിതതും കൊടിമരം സ്വർണ്ണം പൂശിയതും 1639ൽ വിശ്വബലി നടത്തിയതും ക്ഷേത്രത്തിലെ പനയോല രേഖകൾ 1639ൽ പുനർരചിച്ചതും സാമൂതിരികാലഘട്ടത്തിൽ തന്നെയാണ്. ഗുരുവായൂരിന്റെ വളർച്ചയ്ക്ക് സമഗ്രവികസനത്തിന്, ജനസമ്മതിക്ക് ഇവയെല്ലാം കാരണമായി. സാമൂതിരിരാജ്യത്തിന്റെ വ്യാപ്തി, രാജ്യത്തു നിലനിന്നിരുന്ന സമാധാനാന്തരീക്ഷം വെർമനൂരിൽനിന്നും വളപ്പനാട്ടിൽനിന്നും ലഭ്യമായ ധാന്യസമൃദ്ധിയും അതുമൂലം സാധ്യമായ ഗുരുവായൂരിലെ അന്നദാനം ഇതെല്ലാം ക്ഷേത്രപ്രശസ്തി വർദ്ധിപ്പിച്ചു.

## ഡച്ചുകാരുടെ ആക്രമണവും മൈസൂർ ഇടവേളയും പടയോട്ടവും

ഗുരുവായൂർ ക്ഷേത്രചരിത്രത്തിൽ 18-ാംനൂറ്റാണ്ട് ഒരു ഇരുണ്ട കാലഘട്ടമായിരുന്നു. ഈ നൂറ്റാണ്ടിന്റെ ആദ്യപാദം ഡച്ചുകാരുടെ ഗുരുവായൂർ ക്ഷേത്രധ്വംസനത്തിനു സാക്ഷിയായെങ്കിൽ, രണ്ടാം പാദം ഹൈദരുടേയും ടിപ്പുവിന്റേയും ആക്രമണങ്ങൾക്ക് വിധേയമായി. സാമൂതിരിയുമായുള്ള യുദ്ധത്തിന്റെ ഭാഗമായി 1716ൽ ഡച്ചുകാർ ഗുരുവായൂർ ആക്രമിച്ചു. ഈ ആക്രമണത്തിൽ അവർ ക്ഷേത്രധ്വജത്തിന്റെ സ്വർണ്ണപട്ടകൾ അഴിച്ചുമാറ്റുകയും രഹസ്യ അറയിൽ സൂക്ഷിക്കപ്പെട്ടിരുന്ന ഭണ്ഡാരം കൊള്ളയടിക്കുകയും ചെയ്തു. അതുകൊണ്ടും അരിശം തീരാതെ പടിഞ്ഞാറെ ഗോപുരത്തിനു തീ വെയ്ക്കുകയും ചെയ്തു. പിന്നീട് 1747-ൽ ക്ഷേത്രം പുതുക്കിപ്പണിയുവാൻ ഇട്ടിരാരിശ്ശമേനോൻ കാര്യക്കാർക്ക് അത്യദ്ധ്വാനം ചെയ്യേണ്ടിവന്നു.

ഗുരുവായൂർ ചരിത്രത്തിലെ മറ്റൊരു കറുത്ത ഏടാണ് ഹൈദരാലിയുടെ ആക്രമണം. 1766-ൽ സാമൂതിരിയുടെ നാട് ആക്രമിച്ച ഹൈദർ ചാവക്കാട് പിടിച്ചടക്കി. വടക്കേപ്പാട്ട് വാരിയർ പതിനായിരം പണം (രൂ 35000) നഷ്ടപരിഹാരമായി നല്കിയതിനാൽ ഗുരുവായൂർ ക്ഷേത്രധ്വംസനത്തിന് ഹൈദർ മുതിർന്നില്ല. ഒരു കാര്യം ഇവിടെ പ്രത്യേകം പരാമർശിക്കേണ്ടതുണ്ട്. 1780ൽ ക്ഷേത്രം സാമ്പത്തികമായി വിഷമത അനുഭവിച്ചപ്പോൾ മലബാർ ഗവർണ്ണറായിരുന്ന ശ്രീനിവാസറാവു അപേക്ഷിച്ചതനുസരിച്ച് ഹൈദർ ക്ഷേത്രത്തിനു 'ദേവദയ' നൽകി. ക്ഷേത്രകാര്യങ്ങൾക്കായി 8000 പണത്തിന്റെ ഒരു പ്രത്യേക ഫണ്ട് രൂപീകരിക്കുകയും അതിൻപ്രകാരം, ഹൈദരുടെ ചാവക്കാട്ടെ പ്രതിനിധിയായിരുന്ന കണ്ടൻപറമ്പിൽ ഹൈദ്രോസ്കുട്ടിമൂപ്പൻ പ്രസ്തുതസംഖ്യ

നല്കുകയും ചെയ്തു. നിത്യനിദാനചെലവുകൾക്കായി ക്ഷേത്രത്തിനു തനതായി വർഷാശനം അനുവദിക്കുവാൻ ഹൈദരെ പ്രേരിപ്പിച്ചത് പ്രസ്തുത ഹൈദ്രോസ് കുട്ടിമൂപ്പനായിരുന്നു.

ഹൈദരാലിയുടെ കാലടിപ്പാടുകളെ പിന്തുടർന്ന് 1789-ൽ മലബാറിൽ എത്തിയ ടിപ്പുസുൽത്താന്റെ ഗുരുവായൂർ ക്ഷേത്രത്തിലുള്ള ഇടപെടൽ പല വിവാദങ്ങൾക്കും തിരികൊളുത്തുകയുണ്ടായി. പ്രധാനമായി രണ്ടു വാദഗതികളാണ് ഇക്കാര്യത്തിൽ നിലവിലുള്ളത്. പ്രൊഫ. കൃഷ്ണയ്യർ അവതരിപ്പിച്ച വാദഗതിയനുസരിച്ച് ക്ഷേത്രത്തിന്റെ നശീകരണത്തിന് ടിപ്പുസുൽത്താനാണ് പ്രധാന ഉത്തരവാദി. അദ്ദേഹത്തിന്റെ അഭിപ്രായത്തിൽ ക്ഷേത്രം കൊള്ളയടിക്കാനും തീ വെച്ചുനശിപ്പിക്കാനും ടിപ്പു ഉത്തരവായി. ഈ ഉത്തരവ് അദ്ദേഹം നല്കിയത് ചാവക്കാടംശത്തിന്റെ അധികാരിയായ വെങ്കിടസുബ്രഹ്മണ്യ അയ്യർക്ക് അല്ലായിരുന്നു; പകരം മലബാറിന്റെ മുസ്ലീംഗവർണ്ണർക്കായിരുന്നു. അതിനോടകം കക്കാട് ഓതിക്കനാൽ അനുഗതനായി മല്ലിശ്ശേരി ഊരാളൻ മൂലവിഗ്രഹം അവിടത്തെ കിണറ്റിൽ ഒളിപ്പിച്ചുവെച്ചതിനുശേഷം ഉത്സവവിഗ്രവുമായി അമ്പലപ്പുഴയ്ക്കു രക്ഷപ്പെടുകയും തിരുവിതാംകൂറിൽ അഭയം തേടുകയും ചെയ്തു. 'പക്ഷിപറന്നുപോവുകയും ഒഴിഞ്ഞകൂടുമാത്രം കാണുകയും ചെയ്ത്' ടിപ്പുവിന്റെ രോഷാകുലരായ പടയാളികൾ ഗുരുവായൂരിലെ ചെറുക്ഷേത്രങ്ങൾ നശിപ്പിക്കുകയും വിഗ്രഹങ്ങൾ തച്ചുടയ്ക്കുകയും ചെയ്തു. മൂലക്ഷേത്രത്തിനു തീ വെയ്ക്കാനുള്ള അവരുടെ ശ്രമം വിഫലമായി. അപ്രതീക്ഷിതമായി പെയ്ത മഴയും ക്ഷേത്രത്തിനകത്തു നിന്നുകേട്ട അശരീരിയും അവരെ നിശ്ചേഷ്ഠരാക്കി.

ടിപ്പുവിന്റെ തിരോധാനത്തിനുശേഷം തിരിച്ചുവന്ന ക്ഷേത്രം അധികാരികൾ യഥാർത്ഥ വിഗ്രഹം വീണ്ടെടുക്കുകയും 1792 സെപ്തംബർ 17ന് (975 കൊല്ല വർഷം മേടം 2ന്) പുനഃപ്രതിഷ്ഠ നടത്തുകയും ചെയ്തു. ടിപ്പുവിന്റെ ഗുരുവായൂർ ക്ഷേത്രധ്വംസനത്തെ ഗസ്നിയുടെ സോമനാഥക്ഷേത്രാക്രമണവുമായി ചില ചരിത്രകാരന്മാർ താരതമ്യപ്പെടുത്തുന്നു. എങ്കിലും ക്ഷേത്രത്തെ ടിപ്പു പൂർണ്ണമായി നശിപ്പിച്ചില്ലെന്നത് ചരിത്രവസ്തുതയായി നിലനിൽക്കുന്നു. ഏതുപ്രകാരമായാലും ക്ഷേത്രത്തെ കൊള്ളയടിക്കുവാൻ ആജ്ഞ നൽകിയത് ടിപ്പുസുൽത്താനായിരുന്നു. ഹൈദരാലി ക്ഷേത്രത്തിനു നൽകിയ 'ദേവദയ' ടിപ്പു നിർത്തലാക്കി. വെങ്കിട സുബ്രഹ്മണ്യ (നാരായണ) അയ്യരെന്ന ഉദ്യോഗസ്ഥനെ പിരിച്ചുവിടുകയും അദ്ദേഹത്തിന്റെ കുടുംബത്തെപീഡിപ്പിക്കുകയും ചെയ്തു. ഗുരുവായൂരിനു സമീപമുള്ള പെരുന്തട്ടയിൽ നിന്ന് ടിപ്പുവിന്റെ പടയാളികൾ ഉപയോഗിച്ചതെന്നു കരുതുന്ന പീരങ്കിയുടെ അവശിഷ്ടങ്ങൾ ഈയിടെ കണ്ടെടുക്കുകയുണ്ടായി.

ഇവയിൽ നിന്നൊക്കെ തികച്ചും വ്യത്യസ്തമാണ് രണ്ടാമത്തെ വാദഗതി. പല ക്രൂരതകൾ കാട്ടിയിട്ടുണ്ടെങ്കിലും, ആത്യന്തികമായി ടിപ്പു

ഗുരുവായൂർ ക്ഷേത്രത്തെ ആക്രമിക്കുകയോ ഏതെങ്കിലും വിധത്തിൽ ക്ഷേത്രത്തിനു നാശനഷ്ടങ്ങൾ വരുത്തുകയോ ചെയ്തിട്ടില്ലെന്ന് ഇക്കൂട്ടർ വാദിക്കുന്നു. അതു മാത്രവുമല്ല, ടിപ്പുസുൽത്താൻ ഒരു ഗുരുവായൂരപ്പ ഭക്തനായിരുന്നുവെന്നും വർഷംതോറും എണ്ണായിരം പണം വീതം ക്ഷേത്രത്തിന്റെ നിത്യനിദാന ചെലവുകൾക്കായി നല്കിയിരുന്നുവെന്നും അവർ അഭിപ്രായപ്പെടുന്നു. ഇതിനു സാധൂകരണമായി, മലബാർ ഇനാം രജിസ്റ്ററുകളിലെ പ്രമാണരേഖകൾ ഉദ്ധരിക്കുന്നു. അതനുസരിച്ച് ഗുരുവായൂർ ഉൾപ്പെടെയുള്ള മലബാറിലെ പല ക്ഷേത്രങ്ങൾക്കും നിരവധി സത്രങ്ങൾക്കും മഠാധിപതികൾക്കും ടിപ്പു നികുതി വിമുക്ത നിലങ്ങൾ പതിച്ചു നല്കിയിരിക്കുന്നു. ഇനാം രജിസ്റ്ററിലെ മൂന്നാം ഐറ്റം അനുസരിച്ച് സുൽത്താൻ 1428 രൂപ 57 പൈസ വരുമാനം ലഭിക്കുന്ന 46 ഏക്കർ 2 സെന്റ് കൃഷിഭൂമി ഗുരുവായൂർ ക്ഷേത്രത്തിനു മാത്രമായി ദാനമായി നല്കിയിട്ടുണ്ട്.

ഒരു മതഭ്രാന്തനെന്നതിലുപരി ടിപ്പു ഒരു ആക്രമണകാരിയായിരുന്നു വെന്നതാണ് വാസ്തവം. തന്റെ സൈനികമുന്നേറ്റങ്ങൾക്കിടയിൽ ചില ക്ഷേത്രങ്ങൾക്കു കേടുപാടുകൾ വരുത്തിയിട്ടുണ്ടാകാമെങ്കിലും ക്ഷേത്ര ധ്വംസനം, തന്റെ നയമായി ടിപ്പു സ്വീകരിച്ചിരുന്നില്ല. മതപരമായ കാരണ ത്തിനുപരി രാഷ്ട്രീയ-സാമ്പത്തിക പ്രശ്നങ്ങളാലാണ് ടിപ്പു ഗുരുവായൂ രാക്രമത്തിനൊരുമ്പെട്ടത്. ക്ഷേത്രങ്ങൾക്കും മഠങ്ങൾക്കും സാമ്പത്തിക സഹായങ്ങൾ ചെയ്തത് അന്നത്തെ രാഷ്ട്രീയപരമായ ആവശ്യമായി രുന്നു. കുശാഗ്രബുദ്ധിയായ ഒരു ഭരണാധികാരി എന്ന നിലയിൽ തദ്ദേശീ യരായ ജനങ്ങളുടെ സഹകരണം നേടിയെടുക്കുവാനുള്ള സമർത്ഥമായ രാഷ്ട്രീയ നീക്കങ്ങളായിരുന്നു ടിപ്പു നടത്തിയിരുന്നത്. തദ്ദേശ നാടുവാഴി കളുടെ വിരോധം നേടിയിരുന്നതിനാൽ പ്രത്യേകിച്ചും സാമ്പത്തികമായി ധനത്തിന്റെ ആവശ്യം വന്നുചേർന്നതിനാലാണ് നേരത്തെ നല്കിയിരുന്ന 'ദേവദയ' നിർത്തുവാൻ അദ്ദേഹം നിർബന്ധിതനായത്.

എപ്രകാരമായിരുന്നാലും മൈസൂരാക്രമണം ഗുരുവായൂരിലെ പഴയ സ്ഥിതിക്ക് കനത്ത ആഘാതമേൽപ്പിച്ചു. അടിയാന്മാർ, പ്രത്യേകിച്ചും മുസ്ലീങ്ങൾ, ക്ഷേത്രത്തിലേക്ക് പാട്ടം കൊടുക്കാതെയായി. ടിപ്പു നിർത്ത ലാക്കിയ 'ദേവദയ' പിന്നീടുവന്ന ഇംഗ്ലീഷുകാരിൽനിന്നും തിരിച്ചുപിടിക്കു വാൻ സാധിക്കാതെയായി. ഇംഗ്ലീഷുകാരാകട്ടെ, 10,000 പണത്തിൽനിന്ന് 5000മായി 'ദേവദയ' വെട്ടിക്കുറയ്ക്കുകയും 1842-ൽ മുഴുവനായിത്തന്നെ നിർത്തലാക്കുകയും ചെയ്തു. പകരമായി 500 ഏക്കറോളം നിലത്തിന്റെ നികുതി ദേവസ്വത്തിന് ഒഴിവാക്കി കൊടുത്തു. പണത്തിന്റെ ലഭ്യതക്കുറവ് ക്ഷേത്രം പുതുക്കിപ്പണിയുന്നതിൽനിന്ന് അധികാരികളെ പിന്തിരിപ്പിച്ചു. ആറാട്ട്, പൂരം മുതലായ ആഘോഷങ്ങൾ നിർത്തിവെയ്ക്കാൻ അവർ നിർബ്ബന്ധിതരായി. 19-ാം നൂറ്റാണ്ടിന്റെ ആദ്യപകുതിവരെ, അതായത് ഉള്ളനാട്പണിക്കർ ക്ഷേത്രത്തിന്റ ഭരണച്ചുമതല ഏൽക്കുന്നതുവരെ ഈ സ്ഥിതിവിശേഷം തുടർന്നുപോന്നു.

## ആധുനികകാലം

ഏതാണ്ടൊരു മുക്കാൽ നൂറ്റാണ്ടോളം (1825-1900) ഗുരുവായൂർ ക്ഷേത്രത്തിന്റെ ഭരണസാരഥ്യം വഹിച്ചിരുന്നത് ഉള്ളനാട് പണിക്കന്മാരായിരുന്നു. സാമൂതിരിയുടെ അനൗദ്യോഗിക ഉപദേശകരായിരുന്ന പണിക്കന്മാരുടെ കാലഘട്ടം ക്ഷേത്രത്തെ സംബന്ധിച്ച് വർണ്ണാഭമായ ഒരേടായിരുന്നു. നിസ്വാർത്ഥസേവനത്തിലൂടെ, പ്രതിഫലേച്ഛയില്ലാതെ, അതിരറ്റ ഭക്തിയോടെ അവർ ക്ഷേത്രകാര്യങ്ങൾ നിർവ്വഹിച്ചു. മൈസൂർ ആക്രമണത്തിന്റെ മുറിവുകൾ ഉണക്കുവാനും ക്ഷേത്രത്തിന്റെ നഷ്ടപ്പെട്ടുപോയ പ്രതാപൈശ്വര്യങ്ങൾ വീണ്ടെടുക്കുവാനും അവർ അക്ഷീണം അഹോരാത്രം പ്രയത്നിച്ചു.

പണിക്കന്മാരിൽ ആദ്യക്കാരനായ ഉക്കണ്ട പണിക്കർ (1825-1855) പല പരിഷ്ക്കാരങ്ങളും നടപ്പാക്കി. ക്ഷേത്രത്തിൽ അഷ്ടബന്ധകലശം നടത്തുകയും ദീപസ്തംഭം (1836ൽ) സ്ഥാപിക്കുകയും കിഴക്കേ ഗോപുരം പുതുക്കിപ്പണിയുകയും (1842ൽ) അവയിൽ ചിലതുമാത്രം. കൂടാതെ ദേവദയാസമ്പ്രദായം പുനരാവിഷ്കരിച്ചു (1841ൽ), വാർഷികബഡ്ജറ്റ് അവതരണം നടപ്പാക്കി; ക്ഷേത്രാധികാര സമിതി രൂപീകരിച്ചു. ഉക്കണ്ടപണിക്കർക്കുശേഷം വന്ന ഉക്കോമ പണിക്കരാകട്ടെ (1855-1880) തന്റെ മുൻഗാമി തുടങ്ങിവെച്ച പദ്ധതികൾ ഏറെ മുന്നോട്ടുകൊണ്ടുപോയി. ശ്രീകോവിലും മണ്ഡപവും ചെമ്പുതകിടിൽ പൊതിഞ്ഞതും (1859) ക്ഷേത്രത്തിനു സ്ഥിരമായി ഒരു സ്തംഭം സ്ഥാപിച്ചതും/ഉയർത്തിയതും (1861) അദ്ദേഹത്തിന്റെ കാലത്താണ്. പണിക്കത്രയത്തിൽ അവസാനക്കാരനായിരുന്ന കുഞ്ഞിക്കോമപണിക്കർ (1880-1900) തന്റെ മുൻഗാമികൾ തുടങ്ങിവെച്ച പദ്ധതികൾ പരിസമാപ്തിയിലെത്തിച്ചു. കൂത്തമ്പലം, വിളക്കുമാടം, ചുറ്റമ്പലം, ശാസ്താക്ഷേത്രം എന്നിവ പുതുക്കി പണിതതും അവയിൽ ചെമ്പുമേൽക്കൂര പൊതിഞ്ഞതും അദ്ദേഹത്തിന്റെ കാലത്താണ്. ഉള്ളനാട് പണിക്കന്മാർ പ്രാവർത്തികമാക്കിയ നിർമ്മാണ പ്രവൃത്തികൾ/പദ്ധതികൾ അവർക്കു ഗുരുവായൂർ ക്ഷേത്രചരിത്രത്തിൽ ഉന്നതമായ ഒരു സ്ഥാനം നേടിക്കൊടുത്തു.

ഇരുപതാം നൂറ്റാണ്ടിന്റെ ആദ്യ വർഷങ്ങളിൽ ക്ഷേത്രഭരണം നിർവ്വഹിച്ചത് കോന്തിമേനോൻ (1900-1916) എന്ന ഭരണാധികാരിയാണ്. താനേറ്റെടുത്തു നടപ്പാക്കിയ വിവിധനിർമ്മാണ പ്രവൃത്തികളിലൂടെ ഗുരുവായൂർ ക്ഷേത്രചരിത്രത്തിൽ പുതിയൊരദ്ധ്യായം അദ്ദേഹം എഴുതിച്ചേർത്തു. ബ്രിട്ടീഷ് ഭരണരീതിയെ മാതൃകയാക്കി ക്ഷേത്രഭരണം നവീകരിക്കുകയും അധികാരം വികേന്ദ്രികരിക്കുകയും ചെയ്തു. ക്ഷേത്രകാര്യങ്ങളെ പല വകുപ്പുകളായി വിഭജിച്ച് ഓരോന്നിനും പ്രത്യേക ചുമതലക്കാരെ നിയമിച്ചു. കാര്യക്ഷമതയും ചുമതലാബോധവും അച്ചടക്കവും അർപ്പണമനോഭാവവും ജോലിക്കാരിൽ ഉളവാക്കി. അനധികൃതമായി കൈയടക്കിവെച്ചിരുന്ന ദേവസ്വം ഭൂമി ക്ഷേത്രത്തിനുതിരിച്ചു നല്കുവാൻ കാവാറന്റെൻ ഉത്തരവുപ്രകാരം കൈയേറ്റക്കാരെ

നിർബന്ധിച്ചു. കീഴ്ശാന്തിക്കാരുടെ പാരമ്പര്യസേവനം അവസാനിപ്പിച്ചു. ക്ഷേത്രക്കുളം പുനരുദ്ധരിക്കുകയും പത്തായപ്പുര പുതുക്കിപ്പണിയുകയും ചെയ്തു. വലിയമണി സ്ഥാപിച്ചു. ക്ഷേത്രപരിസരം വൃത്തിയായും വെടിപ്പായും സൂക്ഷിക്കുവാൻ അദ്ദേഹം പ്രത്യേകം നിഷ്കർഷിച്ചിരുന്നു. ക്ഷേത്രപൂജകൾ ചിട്ടയായും ക്രമമായും സമയബന്ധിതമായും നടത്തുവാനും ശ്രദ്ധിച്ചിരുന്നു. ക്ഷേത്രാരാധന കൂടുതൽ വർണ്ണാഭമാക്കി; ചെണ്ടമേളവും നാഗസ്വരവും അഷ്ടപദിയും ഏർപ്പെടുത്തി. വഴിപാടുകൾ ശീട്ടാക്കുന്ന സമ്പ്രദായം - പണമടച്ചതിനു രസീതു നൽകുന്ന സമ്പ്രദായം ഏർപ്പെടുത്തിയതും ഇദ്ദേഹത്തിന്റെ കാലം മുതലാണ്. ക്ഷേത്രാരാധകർക്കുവേണ്ടി വിശ്രമാലയങ്ങളും സത്രങ്ങളും പണിയുന്നതിന് തുടക്കമിട്ടതും അദ്ദേഹമാണ്. കോന്തിമേനോന്റെ പ്രത്യേക താത്പര്യപ്രകാരമാണ് സർ. സി. ശങ്കരൻനായർ ഗുരുവായൂർ ക്ഷേത്രത്തിൽ പുതിയ ദീപസ്തംഭം 1911ൽ (1085 ചിങ്ങം ഒന്ന്) സ്ഥാപിച്ചതും അഷ്ടബന്ധകലശം ആടിയതും. ഇതെല്ലാം ഗുരുവായൂർ ക്ഷേത്രചരിത്രത്തിൽ കോന്തിമേനോന് സമുന്നതമായ ഒരു സ്ഥാനം നേടിക്കൊടുത്തു.

സാമൂതിരിഎസ്റ്റേറ്റിന്റെ ഭരണം 1916-ൽ കോർട്ട് ഓഫ് വാർഡ്സ് ഏറ്റെടുത്തതോടെ എസ്റ്റേറ്റിന്റെ ഭാഗമായ ഗുരുവായൂർ ക്ഷേത്രത്തിന്റെ ഭരണച്ചുമതലയും അവരിൽ നിക്ഷിപ്തമായി. എസ്റ്റേറ്റ് കളക്ടറായിരുന്ന മിസ്റ്റർ ജെ.ഏ തോൺ കോന്തിമേനോൻ തുടങ്ങിവെച്ച നിർമ്മാണ പ്രവൃത്തികൾ പൂർത്തിയാക്കി. ഒരു അഹൈന്ദവനായിട്ടുകൂടി അദ്ദേഹം ക്ഷേത്രാചാരങ്ങളും നിയമങ്ങളും പരിപാലിക്കുവാൻ ശുഷ്കാന്തി കാട്ടി. തന്റെ മുൻഗാമിയുടെ കാലടിപ്പാടുകളെ പിന്തുടുർന്നുകൊണ്ട് അദ്ദേഹം രാജാവിനേക്കാളും രാജഭക്തിയോടെ സത്രത്തിന്റെ പണി പൂർത്തീകരിക്കുന്നതുമുൾപ്പെടെ പല പൊതുനിർമ്മാണ പ്രവർത്തനങ്ങളും നടത്തുകയുണ്ടായി. മി. തോണിനുശേഷം വന്ന ശ്രീനിവാസറാവു ഗുരുവായൂർ ക്ഷേത്രമുൾപ്പെടെയുള്ള സാമൂതിരിഎസ്റ്റേറ്റ് 1926ൽ സാമൂതിരിക്കു തിരിച്ചുനൽകി. പക്ഷേ, മദിരാശിഹൈക്കോടതിയുടെ ഇടപെടൽമൂലം സാമൂതിരിക്കു ക്ഷേത്രഭരണം അധികനാൾ തുടരാനായില്ല. ക്ഷേത്രഭരണം കൂടുതൽ കാര്യക്ഷമമാക്കുവാൻ കോടതി പുതിയൊരു പദ്ധതി ആവിഷ്കരിച്ചു. അതനുസരിച്ച് സാമൂതിരിക്ക് ക്ഷേത്രത്തിലുള്ള അധികാരങ്ങൾ പുനർനിർവ്വചിച്ചു.

## 1970-ലെ അഗ്നിബാധയും ക്ഷേത്രപുനർനിർമ്മാണവും

1970 നവംബർ 27 രാത്രി ഗുരുവായൂർ ക്ഷേത്രത്തിലുണ്ടായ അഗ്നിബാധ ക്ഷേത്രചരിത്രത്തിലെ ഒരു കറുത്ത അദ്ധ്യായമാണ്. പൊലീസുവിളക്കിന്റെ ദിവസമായിരുന്നതിനാൽ വിളക്കുമാടത്തിലെ എല്ലാ വിളക്കുകളും അന്ന് തെളിയിച്ചിരുന്നു. വിളക്കിന്റെ എല്ലാ ചടങ്ങുകളും അവസാനിച്ച് ക്ഷേത്രനട അടച്ചതിനുശേഷമാണ്, രാത്രി ഒന്നേകാൽ

മണിയോടെ അഗ്നിബാധയുണ്ടായത്. പടിഞ്ഞാറേവിളക്കുമാടത്തിലാണ് തീ ആദ്യം കണ്ടത്. പൊന്നാനി, തൃശ്ശൂർ, ആലുവാ ഫാക്റ്റ് എന്നിവിട ങ്ങളിലെ അഗ്നിശമനവിഭാഗങ്ങൾ തീയണയ്ക്കുവാൻ എത്തിച്ചേർന്നു. സംഭവത്തിന്റെ പ്രാധാന്യം മനസ്സിലാക്കി ഭക്തരും ഗുരുവായൂരിലേക്ക് പ്രവഹിക്കാൻ തുടങ്ങി. പുലർച്ചെ അഞ്ചരയോടെ അഗ്നി നിയന്ത്രണ വിധേയമായി. ഇതിനിടെ ഗുരുവായൂരപ്പന്റെ മൂലവിഗ്രഹവും അതോടൊപ്പം ഗണപതി, ശാസ്താവ് എന്നിവരുടെ വിഗ്രഹവും അഗ്നിയിൽ നിന്ന് രക്ഷിച്ച് ആദ്യം കൂത്തമ്പലത്തിലും പിന്നീട് അടുത്തുള്ള തന്ത്രിമഠത്തിലും എത്തിച്ചു. തീപ്പിടുത്തം മൂലം ക്ഷേത്രചുറ്റമ്പലം മുഴുവനായും പടിഞ്ഞാറെ വാതിൽ മാടം ഭാഗികമായും തെക്കു പടിഞ്ഞാറെ ഭാഗങ്ങൾ പൂർണ്ണമായും കത്തിയമർന്നു. പടിഞ്ഞാറെ ചുറ്റമ്പലത്തിലുള്ള ഒരു പിച്ചളവിളക്ക് മുഴുവനായും കത്തിയുരുകിപ്പോയി.

അഗ്നിബാധ ഗുരുവായൂർ ക്ഷേത്രചരിത്രത്തിൽ ഒരു വഴിത്തിരിവായിരുന്നു. അഗ്നിബാധയെത്തുടർന്ന് ക്ഷേത്രഭരണത്തിലുള്ള അപാക ങ്ങളെപ്പറ്റി സർക്കാറും ജനങ്ങളും ബോധവാന്മാരായി. ഹൈക്കോടതി ഈ കാര്യത്തിൽ ഇടപെട്ടു. പുതിയ ഭരണസംവിധാനം നിലവിൽ വന്നു. ക്ഷേത്രം പുനർനിർമ്മാണസമിതി രൂപീകരിച്ചു. പുനർനിർമ്മാണ പ്രവർത്തികൾക്ക് ചുക്കാൻ പിടിക്കുവാൻ ഒരു പ്രത്യേക ഉദ്യോഗസ്ഥൻ നിയമിതനായി. വിദഗ്ദ്ധരായ എഞ്ചിനീയർമാർ, പ്രശസ്ത ജ്യോതിഷ പണ്ഡിതർ, ക്ഷേത്രം തന്ത്രി മുതലായവരുൾപ്പടെ ഒരു സാങ്കേതിക ഉപദേശകസമിതി നിലവിൽ വന്നു. അവർ പുനർനിർമ്മാണപ്രവർത്തന ങ്ങൾ ഒട്ടും വൈകാതെ ആരംഭിച്ചു. ഭക്തർക്ക് ആവശ്യമായ എല്ലാ സൗകര്യങ്ങൾ ഒരുക്കിയും ക്ഷേത്രാചാരങ്ങൾ അണുവിട തെറ്റാതെ പാലിച്ചും ദേവഹിതമനുസരിച്ചും ആയിരിക്കണം പുനർനിർമ്മാണം നടത്തേണ്ടതെന്ന് കമ്മറ്റി നിശ്ചയിച്ചു. പുതുശ്ശേരി വിഷ്ണു നമ്പൂതിരി യുടെ അദ്ധ്യക്ഷതയിൽ ചേർന്ന ജ്യോതിഷികളുടെ സമ്മേളനം പുനർ നിർമ്മാണ പ്രവർത്തനങ്ങൾ വിലയിരുത്തുകയും വാതിൽപ്പടി വീതി കൂട്ടുന്നതൊഴികെയുള്ള മറ്റെല്ലാ നിർദ്ദേശങ്ങൾഗും അനുഗൂലമായ നിലപാടെടുക്കുകയും ചെയ്തു.

1971 മെയ് മാസം 1 ഒന്നിന് കാഞ്ചി മഠാധിപതി പുനരുദ്ധാരണ പ്രവർ ത്തനങ്ങളുടെ ഉദ്ഘാടനം നിർവ്വഹിച്ചു. അൻപ്പതിയെട്ട് കരിങ്കൽ തൂണു കളോടെയും കേരള സർക്കാർ നൽകിയ തേക്കുതടികളാൽ നിർമ്മിച്ച തുല്യവലിപ്പമുള്ള ഏഴായിരം വിളക്കുകളോടെയും വിളക്കുമാടത്തിന്റെ പണി ആദ്യമായി പൂർത്തിയാക്കി. 1973 ഏപ്രിൽ 14 വിഷുദിനത്തിൽ വിളക്കുമാടത്തിലെ എല്ലാ വിളക്കുകളും പൂർണ്ണമായും പ്രകാശിപ്പിച്ചു. തെക്കു ഭാഗത്തുള്ള തിടപ്പള്ളിയുടെയും രഹസ്യഅറയുടെയും നിർമ്മാണം പൂർത്തിയാക്കി. ഗണപതി കോവിൽ പൂർണ്ണമായും പുതുക്കി പണിതു. ചുറ്റമ്പലത്തിലും വിളക്കുമാടത്തിനു മുകളിലുമായി മനോഹര ശില്പങ്ങൾ അടങ്ങിയ നിരവധി കൽത്തൂണുകൾ സ്ഥാപിക്കപ്പെട്ടു.

ഇതിനെല്ലാം മകുടം ചാർത്തികൊണ്ട് ഒറ്റക്കല്ലിൽ തീർത്ത അനന്തശയനം എന്ന ശില്പം പടിഞ്ഞാറു ഭാഗത്തായി സ്ഥാപിച്ചു. 1973 ഓടെ പുനരുദ്ധാരണ പ്രവർത്തിയുടെ ആദ്യഘട്ടം സമാപിച്ചു.

രുദ്രകുളത്തിന്റെ മദ്ധ്യത്തിലായി സ്ഥാപിച്ച കാളിയമർദ്ദനം എന്ന ശില്പം, പ്രദക്ഷിണ വഴിയുടെ ഇരുവശങ്ങളിലുമുള്ള കരിങ്കൽ തൂണുകളിൽ സ്ഥാപിച്ചിരിക്കുന്ന മേൽപ്പുത്തൂർ, പൂന്താനം, ശങ്കാരാചാര്യർ മുതലായവരുടെ പ്രതിമകൾ എന്നിവ കൂട്ടത്തിൽ എടുത്തു പറയേണ്ടവയാണ്. കൂടാതെ ശ്രീകോവിലിന്റെ വാതിലുകൾ പുതുക്കിപ്പണിയുകയും സ്വർണ്ണം പൂശി മോടികൂട്ടുകയും ചെയ്തു. ക്ഷേത്രശ്രീകോവിലും ഉപദേവതമാരുടെ കോവിലുകളും സ്വർണ്ണം പൂശുകയും നവീകരിക്കുകയും ചെയ്തു. കേരളക്ഷേത്ര ശ്രീകോവിലുകളിൽ ആദ്യമായി സ്വർണ്ണം പൂശിയത് ഗുരുവായൂരിലാണ്. നാലമ്പലത്തിലെ ബലിക്കല്ലുകൾക്കും വലിയ ബലിക്കല്ലിനും സ്വർണ്ണകവചം നിർമ്മിച്ചു. തുലാഭാര കൗണ്ടർ കൂടുതൽ മോടിയോടെ പുനർനിർമ്മിച്ചു. പടിഞ്ഞാറെ ഗോപുരവും പത്തായപ്പുരയും പുതുക്കി പണിതു. പ്രസാദഊട്ടിനായി ക്ഷേത്രത്തിനു വടക്കു പടിഞ്ഞാറായി വിശാലമായ ഭോജനശാലയും അടുക്കളയും അതോടൊപ്പം പ്രസാദകൗണ്ടറുകളും മറ്റും പണിതുയർത്തി. കിഴക്കേപ്രദക്ഷിണ വഴി/ നടവഴി വിപുലീകരിച്ചു. അവിടെ മേൽക്കൂര തീർക്കുകയും കൂടാതെ രണ്ട് കല്ല്യാണമണ്ഡപങ്ങൾ സ്ഥാപിക്കുകയും ചെയ്തു. പിന്നീടത് മൂന്നാക്കി. ക്ഷേത്രത്തിന് ചുറ്റുമുള്ള സ്ഥലങ്ങൾ ഏറ്റെടുത്ത് തെക്ക് പടിഞ്ഞാറ് നടപ്പുരകൾ സ്ഥാപിച്ചു. മേൽപ്പത്തൂർ പൂന്താനം ഓഡിറ്റോറിയങ്ങൾ, ശ്രീവത്സം കൗസ്തുഭം തുടങ്ങിയ അതിഥിമന്ദിരങ്ങൾ, ക്ഷേത്രപ്രവേശനസ്മാരകഹാൾ, ഭരണസൗകര്യത്തിനായുള്ള കെട്ടിട സമുച്ചയങ്ങൾ എന്നിവയും നിർമ്മിച്ചു.

## മോഷണം

1985 മാർച്ച് 31ന് ക്ഷേത്രത്തിൽ അതിഭയങ്കരമായ ഒരു മോഷണം നടക്കുകയുണ്ടായി. ഭഗവാന് ചാർത്തിയിരുന്ന 60 ഗ്രാം തൂക്കം വരുന്ന 24 നീലക്കല്ലുകളും അമൂല്യരത്നങ്ങളുമടങ്ങിയ നാഗപടത്താലി, 45 ഗ്രാം തൂക്കം വരുന്ന മഹാലക്ഷ്മിമാല, 90 ഗ്രാം തൂക്കം വരുന്ന നീലക്കല്ലുമാല എന്നിവയാണ് അന്ന് മോഷണം പോയത്. കേരളചരിത്രത്തിലെ ഏറ്റവും കുപ്രസിദ്ധമായ മോഷണങ്ങളിലൊന്നായിരുന്നു ഇത്; ഒപ്പം ഏറ്റവുമധികം ചർച്ചാവിഷയമായതും.

ആറുമാസത്തെ കാലാവധിക്കുശേഷം അന്നത്തെ മേൽശാന്തി കക്കാട് ദാമോദരൻ നമ്പൂതിരി സ്ഥാനമൊഴിഞ്ഞ ദിവസമായിരുന്നു മോഷണം. പതിവുരീതിയുടെ ഭാഗമായി സ്ഥാനചിഹ്നമായ താക്കോൽക്കൂട്ടം ശ്രീകോവിലുനു മുന്നിലെ നമസ്കാരമണ്ഡപത്തിൽ സമർപ്പിച്ച് സ്ഥാനമൊഴിയുന്നതിനിടയിലാണ് ദാമോദരൻ നമ്പൂതിരി വിഗ്രഹത്തിൽ മൂന്ന് ആഭരണങ്ങളുടെ കുറവ് കണ്ടെത്തിയത്. തുടർന്ന് പൊട്ടിക്കരഞ്ഞു

കൊണ്ടാണ് അദ്ദേഹം ക്ഷേത്രം വിട്ടത്. പലരും അന്ന് അദ്ദേഹത്തെ ഇ ക്കാര്യത്തിൽ സംശയിച്ചു. പ്രമുഖ കോൺഗ്രസ് നേതാവും പിൽക്കാല പൊന്നാനി എം.എൽ.എയും അന്നത്തെ ഗുരുവായൂർ ദേവസ്വം ചെയർ മാനുമായിരുന്ന പി.ടി. മോഹനകൃഷ്ണനെയാണ് മറ്റുചിലർ സംശയി ച്ചത്. മോഹനകൃഷ്ണൻ തിരുവാഭരണം മോഷ്ടിച്ച് അന്നത്തെ മുഖ്യ മന്ത്രിയായിരുന്ന കെ. കരുണാകരന് സമർപ്പിച്ചു എന്നുവരെ ആക്ഷേപ ങ്ങൾ ഉയർന്നു. 1987ലെ നിയമസഭാ തിരഞ്ഞെടുപ്പിൽ ഈയൊരു വാദം ഉന്നയിച്ചുകൊണ്ടായിരുന്നു അന്നത്തെ പ്രതിപക്ഷനേതാവായിരുന്ന ഇ.കെ. നായനാരുടെയും കൂട്ടരുടെയും പ്രചരണം. 'കള്ളാ കരുണാകരാ, എന്റെ തിരുവാഭരണം തിരിച്ചുതരാതെ നീ എന്നെ കാണാൻ വരരുത്' എന്ന് ഗുരുവായൂരപ്പൻ കരുണാകരനോട് പറയുന്ന രീതിയിൽ കാർട്ടൂ ണുകൾ പ്രചരിച്ചു. 'ചെപ്പുകിലുക്കണ കരുണാകരാ നിന്റെ ചെപ്പുതുറ ന്നൊന്നു കാട്ടൂ നീ' എന്ന രീതിയിൽ പാരഡി ഗാനങ്ങളും ഇതിനിടയിൽ പ്രത്യക്ഷപ്പെട്ടു. ഇതിനിടയിൽ അഞ്ചുവട്ടം ക്ഷേത്രം മേൽശാന്തിയായി പ്രവർത്തിച്ച ക്ഷേത്രം ഓതിക്കൻ കൂടിയായിരുന്ന ദാമോദരൻ നമ്പൂതി രിയുടെ കയ്യിൽനിന്ന് ദേവസ്വം അയ്യായിരം രൂപ നഷ്ടപരിഹാരം പിരി ച്ചെടുത്തു. അദ്ദേഹത്തെയും മക്കളായ അരുണനെയും ദേവദാസനെയും നുണപരിശോധനയ്ക്ക് വിധേയരാക്കി. ദാമോദരൻ നമ്പൂതിരിയുടെ മകൾ സുധയുടെ വിവാഹവും മുടങ്ങി. ഇല്ലത്ത് പൊലീസ് കയറിയിറങ്ങി. മനസ്സ മാധാനമെന്നൊന്ന് കുടുംബത്തിൽ ഇല്ലാതായി.

ഗുരുവായൂരപ്പന്റെ പരമഭക്തനായിരുന്ന കരുണാകരനെയും മോഹന കൃഷ്ണനെയും കളിയാക്കിക്കൊണ്ട് 1987ൽ അധികാരത്തിലേറിയ ഇടതുപക്ഷസർക്കാർ, പക്ഷേ ഇക്കാര്യത്തിൽ അലംഭാവം കാണിച്ചു. അന്വേഷണം വേണ്ടപോലെ മുന്നോട്ട് കൊണ്ടുപോകാൻ അവർക്കായില്ല. 1993ൽ കേസ് അന്വേഷിച്ച കുന്നംകുളം മജിസ്‌ട്രേറ്റ് കോടതി ദാമോദ രൻ നമ്പൂതിരിയെയും മക്കളെയും നിരപരാധികളെന്നു കണ്ട് വെറുതെ വിട്ടു. എന്നാൽ ആ വാർത്ത കേൾക്കാൻ ദാമോദരൻ നമ്പൂതിരിനുണ്ടാ യിരുന്നില്ല. 1989ൽ കടുത്ത മനോവേദന മൂലം അദ്ദേഹം അന്തരിച്ചു പോയിരുന്നു. പിന്നീട് മകൻ ദേവദാസൻ നമ്പൂതിരി 1998ലും 2002ലു മായി രണ്ടുവട്ടം മേൽശാന്തിയായി.

1985, 1990, 2007 എന്നീ വർഷങ്ങളിൽ ക്ഷേത്രത്തിൽ ദേവപ്രശ്നം നടത്തി. ആ ദേവപ്രശ്നങ്ങളിലെല്ലാം തിരുവാഭരണങ്ങൾ ക്ഷേത്രക്കിണറ്റി ലുണ്ടെന്ന് കണ്ടെത്തി. തുടർന്ന് 1990ലും 2013ലും ക്ഷേത്രക്കിണർ വറ്റിച്ച് പരിശോധന നടത്തി. എന്നാൽ അപ്പോഴൊന്നും തിരുവാഭരണങ്ങൾ കിട്ടി യില്ല. 2013 മാർച്ചിൽ നടത്തിയ പരിശോധനയിൽ ക്ഷേത്രക്കിണറ്റിൽനിന്ന് ഏതാനും സാളഗ്രാമങ്ങളും പൂജാപാത്രങ്ങളും മറ്റും ലഭിച്ചു. 2014 ഏപ്രിൽ 25ന് ക്ഷേത്രക്കിണർ വീണ്ടും വറ്റിച്ച് പരിശോധന നടത്തി. തുടർന്ന് തിരുവാഭരണങ്ങളിലെ നാഗപടത്താലി തിരിച്ചുകിട്ടി.

## ക്ഷേത്രപ്രവേശനവും ഗുരുവായൂർ സത്യാഗ്രഹവും

അവർണ്ണർക്ക് ക്ഷേത്രപ്രവേശം നൽകണമെന്നാവശ്യപ്പെട്ട് 1931-1932ൽ പ്രസിദ്ധമായ ഗുരുവായൂർ സത്യാഗ്രഹം ക്ഷേത്രനടയിൽ അരങ്ങേറി.

അവർണ്ണർക്ക് ക്ഷേത്രപ്രവേശനം നല്കണമെന്ന ലക്ഷ്യത്തോടെ ഗുരുവായൂർ ശ്രീകൃഷ്ണക്ഷേത്രനടയിൽ 1931 നവംബർ ഒന്നിന് സമാരംഭിച്ച് 1932 ഒക്ടോബർ രണ്ടിന് പര്യവസാനിച്ച ഐതിഹാസിക സമരത്തെയാണ് ഗുരുവായൂർ സത്യാഗ്രഹമെന്ന് സാധാരണയായി വിവക്ഷിക്കുന്നത്. ഗുരുവായൂർ ക്ഷേത്രത്തിന് അഖിലേന്ത്യാപ്രശസ്തി നേടിക്കൊടുത്ത ഒരു പ്രധാന സംഭവമായിരുന്നു 1931-32 ലെ സത്യാഗ്രഹം. അതോടൊപ്പം ഇൻഡ്യൻ ദേശീയസ്വാതന്ത്ര്യസമരത്തിലെ ഒരു പ്രധാന കണ്ണിയാകുവാൻ ഗുരുവായൂരിനു കഴിഞ്ഞു. ഈ സത്യാഗ്രഹ സമരത്തിനു വേദിയാവുകവഴി പ്രസ്തുതക്ഷേത്രവും ഇന്ത്യൻ ദേശീയ ചരിത്രത്തിൽ സുപ്രധാനമായ ഒരിടം നേടി.

അവർണ്ണജാതിക്കാരുടെ സമുദ്ധാരണം കേരളത്തിലെ സാമൂഹിക പ്രസ്ഥാനങ്ങളുടെ ഒരു പ്രധാനലക്ഷ്യമായിരുന്നു. ഇതിന്റെ ഭാഗമായി വേണം ക്ഷേത്രപ്രവേശനത്തെ കാണുവാൻ. ഗാന്ധിജിതന്നെ ഇക്കാര്യം അസന്ദിഗ്ദ്ധമായി പ്രഖ്യാപിക്കുകയുണ്ടായി: "നമ്മൾ അനുവർത്തിച്ചുകൊണ്ടിരിക്കുന്ന അയിത്തം ഇനിയും നിലനിൽക്കുകയാണെങ്കിൽ ഹിന്ദുമതം നശിക്കുകതന്നെ ചെയ്യും. അയിത്തം നിർമ്മാർജ്ജനം ചെയ്യുവാനുള്ള പല മാർഗ്ഗങ്ങളിൽ ഒന്ന് ക്ഷേത്രപ്രവേശനമാണ്." *(കെ. സ്വാമിനാഥൻ (എഡിറ്റർ) മഹാത്മഗാന്ധിയുടെ തിരഞ്ഞെടുത്ത കൃതികൾ. വാല്യം 51, പേജ് 413, ന്യൂദൽഹി 1972)* അയിത്തത്തിന്റെ ഭൂപടത്തിലെ ഏറ്റവും കറുത്ത ബിന്ദുവായിട്ടാണ് കേരളത്തെ അദ്ദേഹം കണ്ടിരുന്നതെന്ന് ടെണ്ടുൽക്കർ സാക്ഷ്യപ്പെടുത്തുന്നു *(ടെണ്ടുൽക്കർ ഡി.ടി., പേജ് 239, മഹാത്മ -വാല്യം 3 Life of M K Gandhi)*.

കേരളത്തിൽ, വിശിഷ്യ മലബാറിൽ ക്ഷേത്രപ്രവേശനത്തിന്റെ ആരംഭം കുറിക്കുന്നത് പത്തൊമ്പതാം നൂറ്റാണ്ടിന്റെ അന്ത്യദശകത്തിലാണ്. കോഴിക്കോട്, തലശ്ശേരി മുതലായ സ്ഥലങ്ങളിലെ പൊതുനിരത്തുകളിലൂടെ അവർണ്ണർക്ക് സഞ്ചരിക്കുവാനുമുള്ള സ്വാതന്ത്ര്യം നേടിയെടുക്കുന്നതിനുള്ള ചില പ്രക്ഷോഭങ്ങൾ മഞ്ചേരി രാമയ്യർ, മിതവാദി കൃഷ്ണൻ എന്നിവരുടെ നേതൃത്വത്തിൽ 1896 ൽ തന്നെ ആരംഭിച്ചിരുന്നു. തളി ക്ഷേത്രത്തിലേക്കുള്ള വഴിയിലൂടെ അവർണ്ണക്ക് സഞ്ചാര സ്വാതന്ത്ര്യം നിഷേധിച്ച മലബാർ കലക്ടറുടെ ഉത്തരവിനെ ചോദ്യം ചെയ്ത വ്യക്തിയാണ് സി. കൃഷ്ണൻ. തിരുവിതാംകൂറിൽ സമാന പ്രവർത്തികൾ ചെയ്തവരായിരുന്നു മന്നത്ത് പത്മനാഭനും ടി.കെ.

മാധവനും. യോഗക്ഷേമസഭയും നമ്പൂതിരി യുവജനസമാജവും ഉണ്ണി നമ്പൂതിരി മാസികയും പ്രക്ഷോഭങ്ങൾക്ക് പിന്തുണ നലകി.

ഇപ്രകാരം സമാരംഭിച്ച ക്ഷേത്രപ്രവേശനപ്രക്ഷോഭത്തിന് നേതൃത്വം നൽകിയത് ഇന്ത്യൻ നാഷണൽ കോൺഗ്രസ്സാണ്. അധഃകൃതരുടെ ഉന്നമനത്തിനുവേണ്ടി പ്രവർത്തിക്കുക എന്നത് കോൺഗ്രസ്സിന്റെ ഒരു പ്രധാന ലക്ഷ്യമായിരുന്നു. ഗാന്ധിജി കോൺഗ്രസ്സിന്റെ നേതൃത്വം ഏറ്റെടുത്തതോടെ ക്ഷേത്രപ്രവേശനപ്രക്ഷോഭത്തിന് ഒരു ഉണർവ്വും ഉത്തേജനവും പ്രസരിപ്പും അഖിലേന്ത്യാപ്രാധാന്യവും കൈവന്നു. ഗാന്ധിജിയെ സംബന്ധിച്ചിടത്തോളം അയിത്തോച്ചാടനം കോൺഗ്രസ്സിന്റെ ഒരു പ്രധാന കർമ്മപരിപാടിയും ക്ഷേത്രപ്രവേശനം ആത്യന്തിക ലക്ഷ്യവുമായിരുന്നു. സ്വാതന്ത്ര്യസമ്പാദനത്തോടൊപ്പം സാമൂഹിക ഉദ്ധാരണവും ദേശീയ സമരത്തിന്റെ ഭാഗമാണെന്ന് പ്രസ്താവിച്ചത് ഗാന്ധിജിയാണ് *(പി. കെ. കെ. മേനോൻ, പേജ് 267, History of Freedom Movment in Kerala Vol.2)*. കെ.പി.സി.സി. പ്രസിഡണ്ട് എന്ന നിലയിൽ കേളപ്പൻ ഇപ്രകാരം പ്രഖ്യാപിക്കുകയുണ്ടായി: "അയിത്തം മുഴുവനായിതന്നെ മാറിയിട്ടില്ല അത് ക്ഷേത്രങ്ങളിൽ അടിഞ്ഞു കൂടിയിരിക്കുകയാണ്, അവിടെ നിന്ന് അയിത്തത്തെ ഉച്ചാടനം ചെയ്യുവാൻ ഞങ്ങൾ ദൃഢനിശ്ചയം ചെയ്തിരിക്കുന്നു" *(ടി.കെ. രവീന്ദ്രൻ, ഗാന്ധിജിയും വൈക്കം സത്യാഗ്രഹവും, പേജ് 205).*

## വൈക്കം സത്യാഗ്രഹം

അയിത്തോച്ചാടനപ്രക്ഷോഭത്തിന്റെ ഒരു പ്രധാന കാൽവെപ്പായിരുന്നു 1924ലെ വൈക്കം സത്യാഗ്രഹം. അവർണ്ണരുടെ ക്ഷേത്രപ്രവേശനമായിരുന്നില്ല അതിന്റെ ലക്ഷ്യം. പ്രത്യുത ക്ഷേത്രത്തിന് ചുറ്റുമുള്ള വഴികളിലൂടെ അവർക്ക് സഞ്ചരിക്കുവാനുള്ള അവകാശം നേടിയെടുക്കുക എന്നതായിരുന്നു. അതൊരു ചെറിയ തുടക്കം മാത്രം. പക്ഷേ, മഹത്തായൊരു കുതിച്ചുചാട്ടമായിരുന്നു. ക്ഷേത്രപ്രവേശനത്തെക്കുറിച്ചൊരു സമഗ്ര രാഷ്ട്രീയ ചർച്ചയ്ക്ക് അത് വഴിയൊരുക്കി *(ടി.കെ. രവീന്ദ്രൻ Ibid, പേജ് 207).* വൈക്കം സത്യാഗ്രഹത്തിന്റെ വിജയം തിരുവിതാംകൂറിലെ തിരുവാർപ്പ്, ശുചീന്ദ്രം മുതലായ ക്ഷേത്രങ്ങളിലും ഇതുപോലെയുള്ള പ്രക്ഷോഭങ്ങൾക്കു പ്രേരണ നൽകി. ടി.കെ. മാധവന്റെ നിര്യാണം ക്ഷേത്രപ്രവേശനസമരത്തിന് താൽക്കാലികമായ മാന്ദ്യം ഉണ്ടാക്കിയെങ്കിലും നായർ സർവ്വീസ് സൊസൈറ്റി, യൂത്തലീഗ് മുതലായ സംഘടനകൾ പ്രക്ഷോഭത്തിന്റെ ദീപശിഖ കെടാതെ സൂക്ഷിച്ചു. കേരള ക്ഷേത്രങ്ങൾ അവർണർക്ക് തുറന്നു കൊടുക്കുന്നതിനുവേണ്ടി സമരങ്ങൾ പൂർവ്വാധികം ശക്തമായി ആരംഭിക്കുവാൻ ആഹ്വാനം ചെയ്തുകൊണ്ട് അയിത്തോച്ചാടന കമ്മിറ്റി പ്രമേയം പാസ്സാക്കുകയുണ്ടായി. അപ്രകാരം കേരളം, പ്രത്യേകിച്ച് മലബാർ ക്ഷേത്രപ്രവേശനപ്രക്ഷോഭത്തിലേക്ക് കാലെടുത്തു വെച്ചു *(ഇ.എം.എസ്.*

*നമ്പൂതിരിപ്പാട്, How I became a Communist?, P 138).* ഈ പശ്ചാത്തലത്തിലാണ് ഗുരുവായൂരും സത്യാഗ്രഹം ആരംഭിച്ചത്.

## ഗുരുവായൂർ സത്യാഗ്രഹം

ഇവിടെയും ക്ഷേത്രപ്രവേശപ്രക്ഷോഭത്തിന് മുൻകൈ എടുത്തത് കോൺഗ്രസ്സ് ആയിരുന്നു. എല്ലാ വിഭാഗം ഹിന്ദുക്കൾക്കും ക്ഷേത്ര പ്രവേശനം ലഭ്യമാക്കണമെന്ന ഒരു ഭേദഗതി 1931 മെയ് മാസത്തിൽ വടകരയിൽ സമ്മേളിച്ച കോൺഗ്രസ്സ് സമ്മേളത്തിൽ പ്രഖ്യാപിക്കുകയുണ്ടായി. ഈ പ്രഖ്യാപനമാണ് ഗുരുവായൂർ സത്യാഗ്രഹത്തിന്റെ ഹരിശ്രീ കുറിച്ചത്. ഈ പ്രമേയത്തിന്റെ മുഖ്യ സൂത്രധാരൻ കേളപ്പനായിരുന്നു. ഗുരുവായൂർ സത്യാഗ്രഹം ഒരർത്ഥത്തിൽ വടകര പ്രമേയത്തിന്റെ സന്തതിയായിരുന്നു. ഇത് നടപ്പിൽ വരുത്തുന്നതിനുവേണ്ടി കേളപ്പനും കുറൂർ നമ്പൂതിരിപ്പാടും ഉൾപ്പെട്ട ഒരു കമ്മറ്റിയെ കോൺഗ്രസ്സ് പ്രവർത്തക സമിതി നിയോഗിച്ചു. 1931ലെ ബോംബെ സമ്മേളനത്തിൽ വെച്ച് ഗുരുവായൂർ സത്യാഗ്രഹത്തിന്റെ വിജയത്തിന് ഗാന്ധിജിയുടെ അനുഗ്രഹവും കോൺഗ്രസ്സിന്റെ പിന്തുണയും കേളപ്പൻ നേടിയെടുത്തു *(വി.ആർ. മേനോൻ, പേജ് 409, മാതൃഭൂമി ലേഖകന്റെ റിപ്പോർട്ട്).* പക്ഷേ, നാട്ടുരാജ്യങ്ങളിൽ ക്ഷേത്രപ്രവേശനസമരം നടത്തുവാൻ കോൺഗ്രസ്സ് അനുകൂലമല്ലായിരുന്നു. അതിനാൽ സത്യാഗ്രഹം ആരംഭിക്കുവാൻ അനുയോജ്യമായ സ്ഥലം മലബാറിൽ കണ്ടെത്തുവാൻ കേളപ്പനെ ചുമതലപ്പെടുത്തുകയാണ് പ്രവർത്തകസമിതി ചെയ്തത് *(സി.കെ. മൂസ്സത്, ഗുരുവായൂർ സത്യാഗ്രഹം, മാതൃഭൂമി ആഴ്ച്ചപ്പതിപ്പ്, ബുക്ക് - വാല്യം 93, പേജ് 3, 28 ഒക്ടോബർ 1997 ലക്കം).*

സത്യാഗ്രഹ വേദിയായി തൃശ്ശൂരിന്റെ അവകാശം ടി.എസ്സ്. ബന്ധു മുന്നോട്ടുവെച്ചെങ്കിലും തൃശ്ശൂർ കൊച്ചി നാട്ടുരാജ്യത്തിൽ സ്ഥിതി ചെയ്യുന്നതിനാലും ഗാന്ധിജി ഗുരുവായൂരിനു മുൻതൂക്കം നൽകിയതിനാലും ഗുരുവായൂർ തന്നെയാകട്ടെ സത്യാഗ്രഹത്തിന് അനുയോജ്യമായ സ്ഥലമെന്ന് കേളപ്പൻ നിശ്ചയിച്ചു. അവർണ്ണ ജാതിക്കാർ കൂടുതലായി വസിക്കുന്ന പ്രദേശമാണ് ഗുരുവായൂരെന്നതും ഗുരുവായൂരിനെ തിരഞ്ഞെടുക്കാൻ കേളപ്പനെ പ്രേരിപ്പിച്ചിരിക്കാം. ഇതിനെല്ലാമുപരി കേരളത്തിന്റെ ഏറ്റവും പ്രശസ്തമായ ക്ഷേത്രങ്ങളിലൊന്ന് ഗുരുവായൂരിലേതാണെന്നതും അവിടെ സമരം തുടങ്ങിയാൽ അത് അഖിലേന്ത്യാശ്രദ്ധ പിടിച്ചുപറ്റുമെന്നും അദ്ദേഹം അനുമാനിച്ചിരിക്കാം. ഏതു വിധത്തിലായാലും അയിത്തോച്ചാടനപ്രസ്ഥാനത്തിന്റെ ശക്തികേന്ദ്രമായി ഗുരുവായൂർ പരിണമിച്ചു.

ക്ഷേത്രപ്രവേശനപ്രക്ഷോഭം 1931 സെപ്തംബർ 5ന് ആരംഭിച്ചു. സമരത്തിനനുകൂലമായ പൊതുജനാഭിപ്രായം സംഘടിപ്പിക്കുവാൻ മാധവൻ നായർ, മൊയ്യാരത്തു ശങ്കരൻ, ഏ.കെ. ഗോപാലൻ തുടങ്ങിയവർ പൊന്നാനി താലൂക്കിലെ വിവിധ കേന്ദ്രങ്ങൾ സന്ദർശിക്കുകയും വിവിധ

സമ്മേളനങ്ങളെ അഭിസംബോധന ചെയ്യുകയും ചെയ്തു. പുന്നത്തൂർ രാജാവിന്റെ അദ്ധ്യക്ഷതയിൽ ഗുരുവായൂരിൽ ചേർന്ന സവർണ്ണ സമ്മേളനം വട്ടമേശസമ്മേളത്തിനു ഇംഗ്ലണ്ടിൽ പോയ ഗാന്ധിജി മടങ്ങി വരുന്നതുവരെ സമരം നീട്ടിവെക്കുവാൻ കേളപ്പനോട് അഭ്യർത്ഥിച്ചു. നേരിട്ടുള്ള സമരത്തിലൂടെയല്ലാതെ തന്നെ അവർണ്ണർക്ക് ക്ഷേത്ര പ്രവേശനം നൽകാനുള്ള ശ്രമം പരാജയപ്പെട്ടതോടെ 1936 നവംബർ ഒന്നിന് (തുലാം 15ന്) ഗുരുവായൂർ ക്ഷേത്രനടയിൽ സത്യാഗ്രഹം ആരംഭിക്കുവാൻ കെ.പി.സി.സി. തീരുമാനമെടുത്തു. മന്നത്തു പത്മനാഭൻ അദ്ധ്യക്ഷനായ ഒരു കമ്മറ്റിയെ സത്യാഗ്രഹ സമരത്തിന്റെ ചുമതല ഏൽപ്പിക്കുകയും ചെയ്തു. ഹരിശ്വരൻ തിരുമുമ്പിന്റെ നേതൃത്വത്തിൽ കണ്ണൂരിൽനിന്നും പുറപ്പെട്ട ജാഥ ഒക്ടോബർ 31ന് ഗുരുവായൂരിൽ എത്തിച്ചേർന്നു *(ഹരീശ്വരൻ തിരുമുമ്പിന്റെ നേതൃത്വത്തിലാണ് ജാഥ യെന്ന് പി.കെ.കെ. മേനോൻ, സുബ്രഹ്മണ്യൻ തിരുമുമ്പാണ് ജാഥ നയിച്ചതെന്ന് മറ്റൊരഭിപ്രായം. ജാഥയിൽ 16 പേർ എന്ന് പി.കെ.കെ. മേനോൻ (പേജ് 267), 20 എന്ന് വി.ആർ.ആർ. മേനോൻ (പേജ് 416). മാതൃഭൂമി റിപ്പോർട്ട് ചെയ്തിരിക്കുന്നത് 21 പേർ എന്നാണ്).*

സത്യാഗ്രഹസമരത്തിന് വിജയം ആശംസിച്ചുകൊണ്ട് നെഹ്റു, പട്ടേൽ, കസ്തൂർബാ, വി.ഡി. സവർക്കർ, കെ.എം. മുൻഷി, പി.സി. റോയ് മുതൽ പേർ സന്ദേശങ്ങൾ അയയ്ക്കുകയുണ്ടായി. അവയിൽ കസ്തൂർബായുടെ സന്ദേശം പ്രത്യേക പരാമർശം അർഹിക്കുന്നു. അവർ ആഹ്വാനം ചെയ്തു. "കേരളത്തിന്റെ ധീരരായ പുത്രിമാരെ! സമയം ആഗതമായിരിക്കുന്നു. നിങ്ങളുടെ സഹോദരരും ഭർത്താക്കന്മാരും മക്കളും ഒരു വിശുദ്ധ സമരത്തിലേർപ്പെട്ടിരിക്കുന്നു. അവർക്കു പലർക്കും ലാത്തിയടിയേറ്റേക്കാം. പലരേയും തടവുകാരാക്കിയേക്കാം. ചുരുക്കം ചിലർക്ക് മരണം വരെ സംഭവിച്ചേക്കാം. ഇപ്രകാരം സംഭവിച്ചാൽ നിങ്ങൾ എന്തു ചെയ്യുവാനുദ്ദേശിക്കുന്നു? തിലകക്കുറി ചാർത്തി നിങ്ങൾ അവരെ അനുഗമിക്കുകയാണ് വേണ്ടത്. സർവ്വശക്തനായ ഈശ്വരൻ നിങ്ങൾ ക്കതിനുള്ള കരുത്ത് പ്രദാനം ചെയ്യട്ടെ. ഈ പരിശ്രമത്തിൽ 'ബാ' നിങ്ങളോടൊപ്പമുണ്ട്. എന്റെ അനുഗ്രഹം നിങ്ങൾക്കുണ്ടാകും" *(മന്നത്തു പദ്മനാഭൻ, എന്റെ ജീവിത സ്മരണകൾ, പേജ് 139).*

നേരത്തെ ആസൂത്രണം ചെയ്തിരുന്നതുപോലെ തന്നെ നവംബർ ഒന്നാം തിയ്യതി കൃത്യം ഒമ്പതുമണിക്ക് ക്ഷേത്രത്തിന്റെ മൂന്നു നടകളി ലുമായി സത്യാഗ്രഹം ആരംഭിച്ചു. മന്നത്തു പത്മനാഭൻ, കേളപ്പൻ മുതലായ വരാൽ നയിക്കപ്പെട്ട് ഒരു വലിയ ജാഥയായി പ്രകടനത്തോടെ സത്യാ ഗ്രഹികൾ ക്ഷേത്രത്തിന്റെ കിഴക്കേഗോപുരനടയിൽ എത്തിച്ചേർന്നു.

"അയിത്തമേ മാറിപ്പോകു, അയിത്തമേ മാറിപ്പോകു
ചെകുത്താനു ബന്ധമെന്തീ തിരുനടയിൽ"

എന്ന ഈരടികൾ ഉച്ചത്തിൽ ആലപിച്ചുകൊണ്ടാണ് ജാഥാംഗങ്ങൾ ഗോപുരനടയിൽ എത്തിച്ചേർന്നത്. വൈക്കം സത്യാഗ്രഹത്തിലെപ്പോലെ

വികാരങ്ങളുടെ അതിർക്കടന്ന ആളിക്കത്തലിനുപകരം അപാരമായ മനഃസംയമനത്തിന്റെ ശീതളിമയാണ് സത്യാഗ്രഹികളിൽ പ്രകടമായത്. "വാതിലുകൾ തുറക്കുകയില്ലേ?" എന്ന ചോദ്യവുമായാണ് അന്നത്തെ മാതൃഭൂമി പുറത്ത് വന്നത്. കേരളത്തിൽ അങ്ങോളമിങ്ങോളം നവംബർ ഒന്ന് ക്ഷേത്രപ്രവേശന ദിനമായി ആഘോഷിക്കപ്പെടുകയുണ്ടായി. ഭജനയും സമ്മേളനവുമായി ആ ദിനം കടന്നുപോയി. ഗുരുവായൂർ ക്ഷേത്രത്തിന്റെ മാത്രമല്ല, കേരളത്തിന്റെ സാമൂഹ്യചരിത്രത്തിലെ തന്നെ ഒരു നിർണ്ണായകദിനമായി മാറി നവംബർ ഒന്ന്.

ഇപ്രകാരം തികച്ചും അഹിംസാത്മകമായി ആരംഭിച്ച സത്യാഗ്രഹ സമരം പിന്നീട് ചില അനിഷ്ടസംഭവങ്ങൾക്ക് വഴിവെച്ചു. സത്യാഗ്രഹികളെ നേരിടുന്നതിന് ക്ഷേത്രാധികാരികൾ ക്ഷേത്രത്തിനുചുറ്റും മുള്ളുവേലികൾ ഉയർത്തിയതായി മാതൃഭൂമി റിപ്പോർട്ടുകൾ സൂചിപ്പിക്കുന്നു. രാജ്യദ്രോഹപരമായ ഒരു ലേഖനം, പണ്ടെങ്ങോ എഴുതിയതിന്റ പേരിൽ സുബ്രഹ്മണ്യൻ തിരുമുമ്പിനെ നവംബർ 7 ന് അറസ്റ്റ് ചെയ്തു. ഗുരുവായൂർ സന്ദർശിച്ച രാജാജിയും നരിമാനും സത്യാഗ്രഹം തുടരേണ്ടതിന്റെ ആവശ്യകത ഊന്നിപ്പറഞ്ഞു. വെറുതെ പരാതികൾ സമർപ്പിച്ചതുകൊണ്ടോ കോടതികളിൽ കേസുകൾ ഫയൽ ചെയ്തതുകൊണ്ടോ മാത്രം സത്യാഗ്രഹം ഫലപ്രാപ്തിയിൽ എത്തില്ലെന്ന് മാതൃഭൂമി ചൂണ്ടിക്കാട്ടുകയുണ്ടായി. സത്യാഗ്രഹം മുന്നോട്ട് പോയതോടൊപ്പം ആക്രമണങ്ങളും തുടങ്ങി. സത്യാഗ്രഹികൾക്ക് മർദ്ദനമേൽക്കുകയും അവരുടെ വളന്റിയർ ക്യാപ്റ്റനായിരുന്ന ഏ.കെ. ഗോപാലനെ കൈയ്യേറ്റം ചെയ്യുകയുമുണ്ടായി. രോഷാകുലരായ ജനങ്ങൾ മുള്ളുവേലി പൊളിച്ചുമാറ്റുകയും സമരം പൂർവ്വാധികം ശക്തമാക്കുകയും ചെയ്തു. ഈ സംഭവപരമ്പരകൾ ക്ഷേത്രം അനിശ്ചിതമായി അടയ്ക്കുന്നതിൽ കൊണ്ടെത്തിച്ചു (1932). അധികം താമസിയാതെ ബ്രിട്ടീഷ് സർക്കാർ ഏ.ഐ.സി.സിയെ നിയമവിരുദ്ധമായി പ്രഖ്യാപിച്ചു (ജനുവരി 4, 1932). തുടർന്ന് കെ.പി.സി.സി. പിരിച്ചുവിടുകയും ചെയ്തു. സ്വാഭാവികമായി ഇത് കോൺഗ്രസ്സിന്റെ നേതൃത്വത്തിൽ രൂപീകരിച്ച ക്ഷേത്രപ്രവേശനക്കമ്മറ്റിയുടെ പിരിച്ചുവിടലിലും കലാശിച്ചു (ജനുവരി 6, 1932). ഉർവ്വശി ശാപം ഉപകാരമായെന്നപോലെ, ഈ പിരിച്ചുവിടൽ സത്യാഗ്രഹസമരത്തെ രാഷ്ട്രീയത്തിൽനിന്ന് മുക്തമാക്കുവാനും സമരം തുടരുവാനും ഇടയാക്കി. മന്നത്ത് പദ്മനാഭന്റെ നേതൃത്വത്തിൽ ഒരു പന്ത്രണ്ടംഗ സമിതിക്കു രൂപം നൽകി. ക്ഷേത്രം തുറന്നു കൊടുക്കുവാൻ കേളപ്പൻ സാമൂതിരിപ്പാടിനോട് വികാരനിർഭരമായി അഭ്യർത്ഥിച്ചു.

"രാജ്യഭാരത്തിൽനിന്ന് അങ്ങ് വിട്ടുനിൽക്കുന്ന സന്ദർഭമാണിത്. എഴുപത്തിയഞ്ച് ലക്ഷം ജനങ്ങളുടെ ഹൃദയങ്ങളിൽ ചേക്കേറാൻ അങ്ങേക്ക് ഒരവസരം ലഭിച്ചിരിക്കുകയാണ്. ജനങ്ങളുടെ കണ്ണീർ ഒപ്പുവാനൊരവസരം, ഹിന്ദുമതത്തെ പുനരുദ്ധരിക്കാൻ ഒരു സന്ദർഭം കൈവന്നിരിക്കുകയാണ്. ഇത് യഥാവിധി ഉപയോഗപ്പെടുത്തി അനാഥരുടെയും അശരണരുടെയും കണ്ണീർ തുടക്കുവാനും അവരെ

അനുഗ്രഹിക്കുവാനും ഞാൻ അങ്ങയോട് അഭ്യർത്ഥിക്കുന്നു." *(ഏ.കെ. പിള്ള, കോൺഗ്രസ്സും കേരളവും ഭാഗം 2, പേജ് 544)*. ക്ഷേത്രം വീണ്ടും തുറന്നപ്പോൾ (ജനുവരി 28, 1932) സത്യാഗ്രഹം പുനരാരംഭിച്ചു. തുടർന്ന് സത്യാഗ്രഹികളുടെ അറസ്റ്റ് നടന്നു. സമരം ഒത്തുതീർപ്പിൽ എത്തിക്കുവാൻ പുതിയതായി നിയമിതനായ കളക്ടർ ടി.ബി. റസ്സലും അസി. കളക്ടർ കാൾസ്റ്റണും ഗുരുവായൂർ സന്ദർശിച്ചു. ക്ഷേത്രത്തിന്റെ വടക്കേവശത്തെ നിരത്തൊഴിച്ച് മറ്റെല്ലാം പൊതുനിരത്തുകളാണെന്നും അതിനാൽ അവർണ്ണർക്ക് ഈ വഴികളിലൂടെ സഞ്ചരിക്കാവുന്നതാണെന്നും ചാൾസ്റ്റൺ പ്രഖ്യാപിച്ചു. ഈ തീർപ്പ് പിന്നീട് മദിരാശി ഹൈക്കോടതി ശരിവെക്കുകയുണ്ടായി.

1932 സെപ്തബർ 21ന് കേളപ്പൻ തന്റെ മരണം വരെയുള്ള സത്യാഗ്രം ആരംഭിച്ചതോടെ ക്ഷേത്രപ്രവേശന സമരം പുതിയൊരു ഘട്ടത്തിലേക്ക് പ്രവേശിച്ചു. "വിജയം അല്ലെങ്കിൽ മരണം" എന്ന ദൃഢനിശ്ചയത്തോടെ കേളപ്പൻ ആരംഭിച്ച സത്യാഗ്രഹം അന്തരീക്ഷത്തെ മുഴുവനായി പ്രകമ്പനം കൊള്ളിച്ചു. ക്ഷേത്രം അവർണ്ണർക്ക് തുറന്നു കൊടുക്കുവാനുള്ള പല നിവേദനങ്ങളും സാമൂതിരിക്ക് സമർപ്പിക്കപ്പെട്ടു. ജെ.ഡി. ബിർള, ജി.മേത്ത, ടാഗോർ, മാളവ്യ മുതലായവർ ഇതേ ആവശ്യം ഉന്നയിച്ച് സാമൂതിരിക്ക് കമ്പിയടിച്ചു. പക്ഷേ, അവരുടെ അപേക്ഷ കൈക്കൊള്ളുവാനുള്ള ഒരവസ്ഥയിലല്ല താനെന്ന് സാമൂതിരി പ്രഖ്യാപിച്ചു. കേളപ്പനിലും സത്യാഗ്രഹം അവസാനിപ്പിക്കാനുള്ള സമ്മർദ്ദം ഏറി വന്നു. കെ.പി. രാവുണ്ണിമേനോന്റെ നേതൃത്വത്തിൽ സാമൂതിരിക്ക് സമർപ്പിക്കപ്പെട്ട 'സവർണ്ണ മെമ്മോറിയൽ' ക്ഷേത്രം തുറന്നുകൊടുക്കുവാൻ അദ്ദേഹത്തോട് അഭ്യർത്ഥിച്ചു.

ഒക്ടോബർ ഒന്നു മുതൽ ക്ഷേത്രത്തിനുള്ളിൽ സത്യാഗ്രഹം നടത്തുവാൻ പുല്ലേരി ഇല്ലത്ത് മധുസൂദനതങ്ങളുടെ നേതൃത്വത്തിൽ ഗുരുവായൂരിൽ നടന്ന സവർണ്ണയോഗം (29 സെപ്തംബർ) തീരുമാനിച്ചു. സി.എച്ച്. കുഞ്ഞപ്പയ്ക്കെഴുതിയ ഒരു കത്തിൽ ഗാന്ധിജി ഇപ്രകാരം പ്രസ്താവിച്ചു: "ക്ഷേത്രം സാമൂതിരിയുടെ സ്വകാര്യ സ്വത്തെങ്കിൽ ക്ഷേത്രം ഹരിജനങ്ങൾക്കായി തുറന്ന് കൊടുക്കണമെന്നാവശ്യപ്പെടുന്ന ഈ പ്രക്ഷോഭം മൊത്തത്തിൽ തന്നെ തെറ്റാണ് അങ്ങനെയാണെങ്കിൽ നമുക്ക് പിന്നാക്കം പോകേണ്ടിവരും". സത്യാഗ്രഹം അവസാനിപ്പിക്കാൻ കേളപ്പനോട് ആവശ്യപ്പെടണമെന്ന് അഭ്യർത്ഥിച്ചുകൊണ്ട് സാമൂതിരി ഗാന്ധിജിക്ക് കമ്പിയടിച്ചു *(കെ. ദാമോദരൻ & സി. നാരായണപിള്ള, കേരളത്തിലെ സ്വാതന്ത്ര്യസമരം, പേജ് 61)*. ക്ഷേത്രകാര്യങ്ങളിൽ താനൊരു ട്രസ്റ്റി മാത്രമാണെന്നും ആ സ്ഥിതിക്ക് ക്ഷേത്രപാരമ്പര്യത്തെയും ആചാര്യമര്യാദകളെയും പാലിക്കുവാൻ താൻ ബാദ്ധ്യസ്ഥനാണെന്നും അവയെ ലംഘിക്കുവാൻ തനിക്ക് കഴിയില്ലെന്നുമുള്ള നിലപാടാണ് സാമൂതിരി കൈക്കൊണ്ടത് *(സി.എച്ച്. കുഞ്ഞപ്പ, ഗുരുവായൂർ ക്ഷേത്രനവീകരണ സോവനീർ, പേജ് 323-324)*. ഹിന്ദു

പത്രത്തിനനുവദിച്ച ഒരഭിമുഖത്തിൽ ഗാന്ധിജി ഈ നിലപാടിനെ കഠിനമായി വിമർശിക്കുകയുണ്ടായി. ക്ഷേത്രം അടച്ചിടുന്നതിനെ ട്രസ്റ്റിഷിപ്പ് സിദ്ധാന്തത്തിന്റെ മറപിടിച്ച് ന്യായീകരിക്കുവാനില്ലെന്ന് അദ്ദേഹം അസന്ദിഗ്ദ്ധമായി പ്രഖ്യാപിച്ചു *(കെ. സ്വാമിനാഥൻ, Ibid, പേജ് 409–410)*. ഹിന്ദുമതത്തിന്റെ സനാതനമൂല്യങ്ങളെ ഉയർത്തിപ്പിടിക്കുന്നതിൽ സാമൂതിരിയുടെ ഭാഗത്ത് നിന്ന് വീഴ്ച വരുത്തുന്നത് ശരിയല്ലെന്ന് ടാഗോറും അഭിപ്രായപ്പെട്ടു *(മാതൃഭൂമി ക്ഷേത്രപ്രവേശന സപ്ലിമെന്റ്, നവംബർ1 – 1937– പേജ് 3, മാതൃഭൂമി ഡിസംബർ 5– 1932)*. ഗുരുവായൂർ സത്യാഗ്രഹത്തെ ഒരു പരീക്ഷണമായാണ് കാണേണ്ടതെന്നും ഹിന്ദുമതത്തെ ലോകം വിലയിരുത്തുന്ന ഒരു സന്ദർഭമാണിതെന്നും കൂടി അദ്ദേഹം ഓർമ്മിപ്പിച്ചു.

ലോക മനസ്സാക്ഷിയുടെ മുന്നിൽ നമ്രശിരസ്സനായി നിന്നുകൊണ്ട് ക്ഷേത്രം അവർണ്ണർക്ക് തുറന്നുകൊടുക്കുവാൻ അദ്ദേഹം അഭ്യർത്ഥിച്ചു. സത്യാഗ്രഹ പ്രസ്ഥാനത്തിന്റെ സേനാനായകൻ എന്ന നിലയിൽ കേളപ്പനോട് നിരാഹാരസത്യാഗ്രഹം അവസാനിപ്പിക്കുവാൻ ഗാന്ധിജി ആവശ്യപ്പെട്ടു. അതനുസരിച്ച് 1932 ഒക്ടോബർ 2ന് 8 മണിക്ക് കേളപ്പൻ തന്റെ ഉപവാസം അവസാനിപ്പിച്ചു. സത്യാഗ്രഹം ആരംഭിക്കുന്നതിന് മുമ്പ് താനുമായി പ്രശ്നം ചർച്ച ചെയ്തില്ലെന്നും സാമൂതിരിക്ക് ആവശ്യമായ സമയം നൽകിയില്ലെന്നുമുള്ള രണ്ടു കാര്യങ്ങളാണ് ഉപവാസം നിർത്തി വെക്കുവാൻ ആവശ്യപ്പെട്ടുകൊണ്ട് ഗാന്ധിജി ചൂണ്ടിക്കാട്ടിയത് *(കെ. സ്വാമിനാഥൻ, പേജ് 150–151, കേളപ്പനയച്ച നംമ്പർ 230 കത്ത്, സാമൂതിരിക്കയച്ച കത്ത് നം.288, ഒക്ടോബർ 3, 1932)*. എന്തിനേറെ പറയുന്നു, ഇതോടെ ക്ഷേത്രപ്രവേശന സമരം അവസാനിച്ചു.

ഗുരുവായൂർ സത്യാഗ്രഹത്തോടനുബന്ധിച്ച് നടന്ന പൊന്നാനി ഹിതപരിശോധനയെക്കുറിച്ച് പരമാർശിക്കാതെ സത്യാഗ്രഹചർച്ച പൂർണ്ണമാവില്ല. ഗുരുവായൂർ ഒരു അഖിലേന്ത്യ പ്രശ്നമായതിനാൽ സവർണ്ണഹിന്ദുക്കൾ അവരുടെ അഭിപ്രായം ഒരു റഫറണ്ട (ഹിതപരിശോധന)ത്തിലൂടെ പ്രകടിപ്പിക്കണമെന്ന് ഗാന്ധിജി അഭിപ്രായപ്പെടുകയുണ്ടായി. അതനുസരിച്ച് 1932 ഡിസംബറിൽ പൊന്നാനി താലൂക്കിൽ ഒരു അഭിപ്രായ വോട്ടെടുപ്പ് നടത്തുവാൻ തീരുമാനിച്ചു. പൊന്നാനി താലൂക്കിലെ (അന്ന് ഗുരുവായൂർ ദേശങ്ങൾ പൊന്നാനി താലൂക്കിലായിരുന്നു) പ്രായപൂർത്തിയായ സവർണ്ണരുടെ അഭിപ്രായം അവർ ക്ഷേത്രപ്രവേശനത്തിന് അനുകൂലമോ പ്രതികൂലമോ എന്ന് - രേഖപ്പെടുത്തുവാനാണ് നിശ്ചയിച്ചത്. ഡിസംബർ 3ന് തുടങ്ങി 22ന് അവസാനിക്കത്തക്ക വിധത്തിലുള്ള ക്രമീകരണങ്ങളാണ് ചെയ്തത്. പ്രവേശനത്തിനനുകൂലമായി പൊതുജനാഭിപ്രായം രൂപീകരിക്കുവാൻ നേതാക്കന്മാരായ രാജഗോപാലാചാരി, കസ്തൂർബാഗാന്ധി, മന്നത്ത് പദ്മനാഭൻ മുതൽ പേർ പൊന്നാനി താലൂക്കിലുടനീളം പര്യടനം നടത്തി. 1932 ലെ പൊന്നാനി താലൂക്ക് 7 ഫർക്കകളും 123 അംശങ്ങളും ഉൾപ്പടെ 650 ച.കി.മി. വിസ്തൃതിയുള്ള പ്രദേശമായിരുന്നു. അവിടത്തെ

ജനസംഖ്യ 626470 (6 1/4 ലക്ഷം) അതിൽ 3 ലക്ഷത്തോളം പേർ അഹിന്ദുക്കളായിരുന്നു. ഹിന്ദുക്കളിൽ (3 1/4 ലക്ഷം) തന്നെ സവർണ്ണർ 65,000 പേർ മാത്രം. ഹിതപരിശോധനക്കമ്മറ്റി 8416 സവർണ്ണഗൃഹങ്ങളും 8141 അവർണ്ണഗൃഹങ്ങളും സന്ദർശിച്ചു. 27465 ആളുകളിൽ നിന്നും വിവരം ശേഖരിക്കുകയുണ്ടായി. ഇവരിൽ 20163 പേർ അവരുടെ അഭിപ്രായം രേഖപ്പെടുത്തി. അവരിൽ 77% (15568) പേർ ക്ഷേത്രപ്രവേശനത്തിന് അനുകൂലമായി അഭിപ്രായം രേഖപ്പെടുത്തി. 13% (2579) എതിർത്തു. 10% (2016) നിഷ്പക്ഷത പുലർത്തി *(മാതൃഭൂമി ഡിസംബർ5, 1932, പേജ് 18, കേളപ്പന്റെ ഹിതപരിശോധന റിപ്പോർട്ട്).* പൊന്നാനി റഫറണ്ടത്തിന്റെ ഫലം സനാതനികളെ രോഷാകുലരാക്കി. 1932 ഡിസംബർ 29 ന് ഗുരുവായൂരിൽ വിളിച്ചു ചേർത്ത അവരുടെ സമ്മേളനം തൽസ്ഥിതി നില നിർത്തിയതിൽ സാമൂതിരിപ്പാടിനെ അഭിനന്ദിക്കുകയും 'ധർമ്മവീര മഹാവീര'നായി അദ്ദേഹത്തെ വാഴ്ത്തുകയും ചെയ്തു.

മദിരാശി നിയമസഭയിൽ ക്ഷേത്ര പ്രവേശനബില്ല് അവതരിപ്പിക്കുവാൻ സുബ്ബരായൻ ഒരു ശ്രമം നടത്തി. മദിരാശി കൗൺസിലാകട്ടെ 1938ൽ രണ്ടു ബില്ലുകൾ പാസ്സാക്കുകയുണ്ടായി. മദ്രാസ്സ് ഹിന്ദു ടെമ്പിൾ എൻടി ഡിസ്എബിലിറ്റി ബില്ല് ഏപ്രിൽ 19നും മദ്രാസ് ടെമ്പിൾ എൻട്രി ബിൽ ഡിസംബർ 8നും. ഈ ബില്ലുകൾ ഒരളവോളം ഗുരുവായൂർ സത്യാഗ്രഹത്തിന്റെ ലക്ഷ്യങ്ങൾ ഭാഗികമായെങ്കിലും നേടിയെടുത്തു. പക്ഷേ, പിന്നെയും ഒരു ദശവർഷത്തോളം കാത്തിരിക്കേണ്ടിവന്നു (ജൂൺ 2 1947) ഗുരുവായൂർ ക്ഷേത്രം ഉൾപ്പടെയുള്ള മലബാറിലെ ക്ഷേത്രങ്ങൾ അഹിന്ദുക്കൾക്കായി തുറന്ന് കൊടുക്കുവാൻ.

കേരളത്തിലെ സാമൂഹികരാഷ്ട്രീയ മണ്ഡലങ്ങളിൽ നിർണ്ണായകങ്ങളായ ചില ചലനങ്ങൾ സൃഷ്ടിക്കുവാൻ ഗുരുവായൂർ സത്യാഗ്രഹത്തിന് സാധിച്ചു. യഥാസ്ഥിതികരുടെ മനസ്സാക്ഷിയെ പിടിച്ചുകുലുക്കുക മാത്രമല്ല, യാഥാസ്ഥിതികത്വത്തിന്റെ മസ്തകത്തിൽ ശക്തമായ ഒരാഘാതം ഏൽപ്പിക്കുകകൂടി ചെയ്തു പ്രസ്തുത സത്യാഗ്രഹം. ആധുനിക കേരളം കണ്ട മിക്കവാറും എല്ലാ രാഷ്ട്രീയ പ്രസ്ഥാനങ്ങളുടെയും തത്ത്വചിന്തകളുടേയും ആദർശവാദങ്ങളുടേയും തുടക്കം ഇവിടെ നിന്നാണ്. പല രാഷ്ട്രീയ പ്രസ്ഥാനങ്ങളുടെയും ആചാര്യന്മാരുടെയും ഒരു കളരിയായിരുന്നു ഗുരുവായൂർ. പിൽക്കാലത്ത് സർവ്വോദയത്തെ പുൽകിയ കേളപ്പൻ, കമ്മ്യൂണിസ്റ്റ് പ്രസ്ഥാനത്തിന്റെ ആണിക്കല്ലുകളായിരുന്ന ഏ.കെ. ഗോപാലൻ, പി. കൃഷ്ണപിള്ള, സാമൂഹിക സാമുദായിക പരിഷ്കർത്താക്കളായ മന്നത്ത് പദ്മനാഭൻ, എൻ.വി. ദാമോദരൻ, വി.ടി ഭട്ടതിരിപ്പാട്, പത്രപ്രവർത്തനത്തിലേക്ക് തിരിഞ്ഞ കെ.എ. ദാമോദരമേനോൻ. എം.വി. കോറോത്ത്, ആത്മീയാന്വേഷണങ്ങളിലേക്ക് ആകർഷിക്കപ്പെട്ട തിരുമുമ്പ്, മൊയ്യാരത്തു ശങ്കരൻ എന്നിവരെല്ലാം ഗുരുവായൂർ സത്യാഗ്രഹമൂശയിൽ ഉരുത്തിരിഞ്ഞു വന്നവരാണ്. ഇ.എം.എസ്സ്. നമ്പൂതിരിപ്പാടും കെ.പി. കേശവമേനോനും അവരുടെ

അസാന്നിദ്ധ്യം കൊണ്ടും ശ്രദ്ധേയരായി. ഗുരുവായൂർ സത്യാഗ്രഹ ദിനമായ നവംബർ ഒന്ന് കേരളപ്പിറവി ദിനമായി തെരെഞ്ഞെടുത്തതും അർത്ഥഗർഭമാണ്.

ഇന്ത്യൻ ദേശീയ പ്രസ്ഥാനത്തെ സംബന്ധിച്ചിടത്തോളം ഗുരുവായൂർ സത്യാഗ്രഹം ഒരു പിന്നാക്കം പോകലായിരുന്നു. കാരണം പ്രസ്തുത സമരം രാഷ്ട്രീയതലത്തിൽ നിന്നും സാമൂഹികതലത്തിലേക്ക് ജനശ്രദ്ധ തിരിച്ചുവിട്ടു. ഒരർത്ഥത്തിൽ കേരളത്തിലെ സ്വാതന്ത്ര്യസമരപ്രവർത്തന ങ്ങളെ മന്ദീഭവിപ്പിക്കാൻ ഗുരുവായൂർ സത്യാഗ്രഹം ഇടവരുത്തി *(ഏ.കെ. ഗോപാലൻ, എന്റെ ജീവിതകഥ, പേജ് 767).* സത്യാഗ്രഹത്തോട് ബന്ധപ്പെട്ട ചില സംഭവപരമ്പരകളാണ് കോൺഗ്രസ്സിൽ തന്നെ ചില ആശയസംഘട്ടനങ്ങൾക്ക് വഴിവെച്ചത്. കോൺഗ്രസ്സിലെ ഒരു വിഭാഗം പാർലമെന്ററി സമ്പ്രദായം സ്വീകരിക്കുവാനും മറുഭാഗം ഇടതുപക്ഷ പ്രസ്ഥാനത്തെ പുൽകാനും തയ്യാറായി. ഈ ചിന്താഗതിയാണ് ആദ്യം കോൺഗ്രസ്സ് സോഷ്യലിസ്റ്റ് പാർട്ടിയുടെയും പിന്നീട് കമ്മ്യൂണിസ്റ്റ് പാർട്ടിയുടെയും രൂപീകരണത്തിന് വഴിതെളിയിച്ചത്. സോഷ്യലിസ്റ്റ് ആശയങ്ങളും തീവ്രവാദചിന്താഗതികളും തന്നിലങ്കുരിപ്പിച്ചത് ഗുരുവായൂർ സത്യാഗ്രഹത്തോടനുബന്ധിച്ചുള്ള തന്റെ അറസ്റ്റും ജയിൽവാസവു മാണെന്ന് ഏ.കെ. ഗോപാലൻ അനുസ്മരിക്കുന്നു *(ഏ.കെ. ഗോപാലൻ, എന്റെ ജീവിതകഥ, പേജ് 56, 27).*

സാമൂഹികപരമായി ഗുരുവായൂർ സത്യാഗ്രഹം മാറ്റത്തിന്റെ ശംഖൊലി മുഴക്കി. കേരളത്തിന്റെ സാമൂഹിക നവോത്ഥാനപ്രസ്ഥാന ങ്ങൾക്ക് പുതിയ ഉണർവും ഉന്മേഷവും ഉത്തേജനവും നൽകി. കേളപ്പന്റെ സത്യാഗ്രഹം, പന്തിഭോജനം, മിശ്രവിവാഹം മുതലായ പരിഷ്ക്കരണ ങ്ങൾക്ക് പ്രോത്സാഹനം നൽകി. അവർണ്ണരുടെ ന്യായമായ അവകാശ ങ്ങളെക്കുറിച്ച് സവർണ്ണരിൽ ബോധോദയം ഉണ്ടാക്കുവാൻ സത്യാ ഗ്രഹത്തിന് സാധിച്ചുവെന്ന് ഏ.കെ. ഗോപാലൻ തന്റെ ആത്മകഥയിൽ പ്രസ്താവിക്കുന്നുണ്ട്. ഗുരുവായൂർ സത്യാഗ്രഹം അതിന്റെ അവസാന ഘട്ടത്തിലെത്തി നിൽക്കുമ്പോഴാണ് തിരുവിതാംകൂർ മഹാരാജാവ് ക്ഷേത്രപ്രവേശനത്തെക്കുറിച്ചാലോചിക്കുന്നതിന് ഒരു കമ്മറ്റിയെ നിയമിക്കുന്നത്. 1932 നവംബർ 8ന് രൂപംകൊണ്ട ഈ സമിതി അതിന്റെ ആദ്യയോഗം ചേർന്നത് 1932 നവംബർ 17നും റിപ്പോർട്ട് സമർപ്പിച്ചത് 1934 ജനുവരി 14നുമാണ്. 1931 നവംബർ 1ന് തുടങ്ങിയ ഗുരുവായൂർ സത്യാഗ്രഹം 1932 ഒക്ടോബർ രണ്ടിനാണല്ലോ അവസാനിക്കുന്നത്. അതിനാൽ തന്നെ ഗുരുവായൂരിൽ നടന്ന സംഭവവികാസങ്ങൾ സമിതി യുടെ ശ്രദ്ധയിൽപ്പെട്ടിരിക്കുവാൻ സാദ്ധ്യതയുണ്ട്. അതവരുടെ ശുപാർശകളിൽ പ്രതിഫലിച്ചുമിരിക്കാം. ഈ അർത്ഥത്തിൽ ഗുരുവായൂർ സത്യാഗ്രഹത്തിന്റെ വിദൂരഫലമായി ക്ഷേത്രപ്രവേശനവിളംബരത്തെ കണക്കാക്കുന്നതിൽ തെറ്റില്ല. ഗുരുവായൂർ ക്ഷേത്രം അവർണ്ണർക്ക് തുറന്ന് കൊടുക്കാതിരിക്കാനുള്ള ഒരു കാരണമായി സാമൂതിരി

ചുണ്ടിക്കാട്ടിയത്, അത് തിരുവിതാംകൂറിലും കൊച്ചിയിലും ഉണ്ടാക്കുന്ന പ്രത്യാഘാതമാണ്. ക്ഷേത്രപ്രവേശന വിളംബരം ഈ വാദത്തെ നിശ്ശബ്ദമാക്കി.

ഗുരുവായൂർ സത്യാഗ്രഹം അവർണ്ണർക്കുവേണ്ടി സവർണ്ണർ നടത്തിയ ഒരു പ്രക്ഷോഭമായിരുന്നു. ഇതിന് നേതൃത്വം നൽകിയവരായ കെ.കേളപ്പൻ (നായർ), എ.കെ.ഗോപാലൻ (നമ്പ്യാർ), മന്നത്തു പദ്മനാഭൻ (പിള്ള), വി.ടി. ഭട്ടതിരിപ്പാട് (നമ്പൂതിരി), കുറൂർ നമ്പൂതിരിപ്പാട്, തിരുമുമ്പ് (നമ്പൂതിരി), മഞ്ചേരി രാമയ്യർ, ദേവകി അന്തർജനം, മാധവൻ നായർ, കെ.ഏ. ദാമേദരമേനോൻ തുടങ്ങിയവർ സവർണ്ണ സമുദായക്കാരായിരുന്നു. സത്യാഗ്രഹത്തെ പിന്തുണച്ച നായർ സർവ്വീസ് സൊസൈറ്റി, നമ്പൂതിരി യുവജനലീഗ് മുതലായവ സവർണ്ണ സംഘടനകളായിരുന്നു. പൊന്നാനി ഹിതപരിശോധനഫലവും സവർണ്ണരുടെ സമ്മതത്തിലേക്കാണ് വിരൽ ചൂണ്ടുന്നത്. അവർണ്ണരുടെ പ്രാതിനിധ്യവും പങ്കും താരതമ്യേന കുറവായിരുന്നു. വി.എം. കൊറോത്ത് മുതലായവരുടെ പങ്ക് വിസ്മരിക്കുന്നില്ല.

ഗാന്ധിയൻ മാതൃകയിൽ തികച്ചും അഹിംസാത്മകമായി തുടങ്ങിയ സത്യാഗ്രഹം ക്രമേണ ഹിംസാത്മകതയിലേക്ക് വഴിമാറി എന്നത് മറ്റൊരു ചരിത്രവസ്തുതയാണ്. കണ്ടോത്തുതെരുവിൽവെച്ച് സത്യാഗ്രഹികൾക്ക് ഏറ്റ മർദ്ദനം, അവർണ്ണർക്കെതിരെ ആനയെ അഴിച്ചുവിട്ടത്, വിഷ്ണു ഭാരതീയൻ, ഏ.കെ. ഗോപാലൻ എന്നിവരെ കൈയ്യേറ്റം ചെയ്തത്, ക്ഷേത്രമണിയടിച്ച പി. കൃഷ്ണപിള്ളയെ ക്രൂരമായി മർദ്ദിച്ചത് ഇതെല്ലാം സമാധാനമുറ വെടിഞ്ഞതിന്റെ പ്രത്യക്ഷലക്ഷണങ്ങളാണ്.

കേരളത്തിനകത്തും പുറത്തുമുള്ള മലയാളികളടക്കമുള്ള ജനങ്ങൾ സത്യാഗ്രഹത്തിനു നൽകിയ അഭൂതപൂർവ്വമായ പിന്തുണ മറ്റൊരു പ്രത്യേകതയാണ്. ബോംബെ, മദിരാശി കേരളസമാജങ്ങളും ശ്രീലങ്ക, ബർമ്മ എന്നിവിടങ്ങളിലെ മലയാളികളും കേരളത്തിനകത്ത് നമ്പൂതിരി യുവജനസഭകളും കോഴിക്കോട് മുനിസിപ്പൽ കൗൺസിൽ അംഗങ്ങളും സത്യാഗ്രഹത്തെ പിന്തുണച്ചു. സ്ത്രീജനങ്ങളും സമരത്തെ അനുകൂലിച്ചു.

ഗുരുവായൂർ സത്യാഗ്രഹത്തിൽ ഗാന്ധിജി നിർണ്ണായകമായ പങ്കു വഹിച്ചു. തികച്ചും ആകസ്മികമായാണ് ഗുരുവായൂർ പ്രശ്നം തന്റെ ശ്രദ്ധയിൽപ്പെട്ടതെന്ന് ഗാന്ധിജി തന്നെ പ്രസ്താവിച്ചിട്ടുണ്ട് *(ആത്മാവിന്റെ തേങ്ങൽ, ടെണ്ടുൽക്കർ പേജ് 180, (The Souls of Agony) വാല്യം 3, അദ്ധ്യായം 2)*. ഗാന്ധിജിയുടെ ആശീർവ്വാദത്തോടെയാണ് ഗുരുവായൂരിലും സത്യാഗ്രഹം ആരംഭിച്ചത്. സത്യാഗ്രഹത്തിന് ഗാന്ധിജിയുടെ അനുഗ്രഹവും കോൺഗ്രസ്സിന്റെ അനുമതിയും തനിക്ക് ലഭിച്ചതായി കേളപ്പൻ പ്രസ്താവിക്കുകയുണ്ടായി. സത്യാഗ്രഹത്തിന്റെ കേന്ദ്രമായി ഗുരുവായൂരിനെ തിരഞ്ഞെടുത്തതും ഗാന്ധിജിയുടെ അനുമതിയോടെയാണ്. ഗാന്ധിയൻ ആശയ സംഹിതയ്ക്കനുസരിച്ച്

അഹിംസാത്മകമായ സമരമായാണ് സത്യാഗ്രഹം തുടങ്ങിയതു തന്നെ. സത്യാഗ്രഹത്തിന്റെ ഓരോ സംഭവവികാസങ്ങളും ഗാന്ധിജിയെ ധരിപ്പിച്ചിരുന്നു.

ഗാന്ധിജി നിരാഹാരമാരംഭിച്ച സെപ്തംബർ 21 ന് തന്നെയാണ് കേളപ്പൻ തന്റെ സത്യാഗ്രഹം ആരംഭിക്കുന്നതും. പൊന്നാനി ഹിതപരിശോധന നടത്തിയതും ഗാന്ധിജിയുടെ നിർദ്ദേശാനുസരണം തന്നെ. നിരോധന ഉത്തരവ് വന്നപ്പോൾ സത്യാഗ്രഹം തുടരുവാൻ നിർദ്ദേശിച്ചതും മറ്റാരുമല്ല. ഗാന്ധിജി പിന്നീട് ഗുരുവായൂർ സന്ദർശിക്കുകയുമുണ്ടായി. കേളപ്പൻ തന്റെ സത്യാഗ്രഹം നിർത്തിവെച്ചതും ഗാന്ധിജിയുടെ ആജ്ഞ അനുസരിച്ചാണ്. ഇപ്രകാരം തന്റെ സജീവസാന്നിദ്ധ്യം പ്രകടമാക്കിയെങ്കിൽ കൂടി സത്യാഗ്രഹത്തിന്റെ പരാജയത്തിന് ഒരളവോളം അദ്ദേഹം ഉത്തരവാദിയാണ്. സത്യാഗ്രഹം വിജയത്തോടടുത്തുകൊണ്ടിരിക്കെ പെട്ടെന്ന് അവസാനിപ്പിക്കേണ്ടി വന്നത് ഗാന്ധിജിയുടെ ഇടപെടൽ മൂലമാണ്. അതിന്റെ ആത്യന്തികഫലം സത്യാഗ്രഹത്തിന്റെ പരാജയമായിരുന്നു. ഒരു നിശ്ചിത സമയപരിധിക്കുള്ളിൽ ക്ഷേത്രം അവർണ്ണർക്കു തുറന്നു കൊടുത്തില്ലെങ്കിൽ കേളപ്പനോടൊപ്പം താനും സത്യാഗ്രഹം അനുഷ്ഠിക്കുമെന്ന് കേളപ്പന് കൊടുത്ത ഉറപ്പ് ഗാന്ധിജിക്ക് പാലിക്കാനായില്ല. ഗുരുവായൂർ ക്ഷേത്രപ്രവേശനം നീണ്ടുപോകുവാൻ ഇതിടയാക്കി. കോൺഗ്രസ്സിന്റെ ആശീർവ്വാദത്തോടെ ആരംഭിച്ച ഗുരുവായൂർ സത്യാഗ്രഹം ഒരു സാമൂഹിക പ്രസ്ഥാനമാക്കി വഴിതിരിച്ചുവിട്ടതും ഗാന്ധിജിയാണ്.

ഗുരുവായൂർ സത്യാഗ്രഹത്തിന് മേൽപ്പറഞ്ഞ പല സവിശഷേതകൾ ഉണ്ടെങ്കിലും സമരത്തെപ്പറ്റി ആധികാരിക പഠനങ്ങൾ കാര്യമായി നടന്നിട്ടില്ല. (ഒരു സത്യാഗ്രഹ സ്മാരകവും കവാടവും ഒരുക്കുക എന്നതിൽ മാത്രമൊതുങ്ങി അധികാരികളുടെ പ്രവർത്തനം). അക്കാദമിക്ക് പഠനങ്ങൾ ഇനിയും ഉണ്ടാകേണ്ടിയിരിക്കുന്നു. ഇന്ത്യൻ സ്വാതന്ത്ര്യ സമരചരിത്രങ്ങളിലോ കേരള ചരിത്രപഠനങ്ങളിലോ അർഹമായ പരാമർശം ഗുരുവായൂർ സത്യാഗ്രഹത്തിന് ലഭിച്ചിട്ടില്ല. വൈക്കം സത്യാഗ്രഹത്തിന്റെ ഒരനുപൂരകമായി/വാൽകഷ്ണമായി മാത്രമേ ചരിത്രഗവേഷകർപോലും ഗുരുവായൂർ സത്യാഗ്രഹത്തെ കണ്ടുള്ളൂ. സത്യാഗ്രഹത്തിൽ സൃഷ്ടിപരമായ ന്യൂനപക്ഷത്തിന്റെ പങ്കിനെ (Toynbee creative Minority) ക്കുറിച്ചോ വരേണ്യ വർഗ്ഗത്തിന്റെ (Elite) പ്രവർത്തനങ്ങളെപ്പറ്റിയോ മേലാള-കീഴാള സംഘട്ടനത്തെക്കുറിച്ചോ ഗവേഷണപഠനങ്ങളോ, വിലയിരുത്തലുകളോ നടന്നിട്ടില്ല. സത്യാഗ്രഹത്തെക്കുറിച്ചുള്ള ഉപാദാനവസ്തുക്കൾ - സാമൂതിരി കോവിലകം രേഖകൾ, ഗാന്ധിജിയുടെ എഴുത്തുകുത്തുകൾ, മാതൃഭൂമി പത്രറിപ്പോർട്ടുകൾ, ക്ഷേത്രപ്രവേശനക്കമ്മിറ്റി റിപ്പോർട്ടുകൾ മുതലായ പ്രാമാണിക രേഖകൾ സുലഭമാണെങ്കിലും ആഖ്യാനപരവും വ്യഖ്യാനപരവുമായ സമഗ്ര ഗവേഷണപഠനങ്ങൾ ഇനിയും ഉണ്ടാകേണ്ടിയിരിക്കുന്നു.

## Ponnani Referendum Report

| Sl No. | Details | Tirur | Kuttipuram | Ponnani | Truthala | Chavghat | Nattika | Andathope | Ponnani (Taluk) |
|---|---|---|---|---|---|---|---|---|---|
| 1 | Total No.of Savarna Houses | 1044 | 1084 | 994 | 2171 | 1268 | 648 | 1207 | 8416 |
| 2. | No. of Savarna houses visited | 969 | 1067 | 994 | 2036 | 1268 | 624 | 1163 | 8141 |
| 3. | No.of eligible voters (savarna) | 1362 | 1857 | 1839 | 2743 | 1858 | 1572 | 1467 | 12698 |
| 4. | Those in favour of temple entry | 866 | 1210 | 1018 | 1554 | 838 | 967 | 1051 | 7505 |
| 5. | Those against temple entry | 122 | 130 | 111 | 188 | 187 | 432 | 122 | 1282 |
| 6. | Total No. of eligible Savarna voters | 1564 | 2413 | 2183 | 3206 | 2137 | 1289 | 1973 | 14767 |
| 7. | Total No. of for temple entry | 855 | 1560 | 956 | 1803 | 648 | 883 | 1350 | 8064 |
| 8. | Total No. of against temple entry | 151 | 185 | 111 | 1891 | 259 | 277 | 126 | 1300 |
| 9. | Total number of neuter -male | 86 | 133 | 72 | 214 | 153 | 172 | 78 | 908 |
| 10. | Total number neuter -female | 157 | 179 | 78 | 204 | 229 | 129 | 132 | 1108 |
| 11. | Those who refused to cast votes - male | 298 | 384 | 638 | 787 | 680 | 129 | 216 | 3003 |
| 12. | Those who refused to cast votes - female | 401 | 191 | 1029 | 1008 | 1001 | 129 | 365 | 4295 |
| | Eligible voters Savarna Male & Female | 2926 | 4272 | 4022 | 5949 | 2995 | 2861 | 3440 | 27463 |
| | | | | | | | | | 20163 |
| | Eligible for temple entry | 1721 | 2770 | 1983 | 5357 | 1486 | 1850 | 2401 | 15568-77% |
| | " neutral | 243 | 3152 | 150 | 418 | 382 | 301 | 210 | 2016-10% |
| | " against temple entry | 263 | 315 | 222 | 378 | 446 | 710 | 248 | 2583-13% |
| | " refused to vote | 699 | 875 | 1667 | 1795 | 1681 | 710 | 381 | 7298-27% |

Sd/- C. Rajagopalachari Sd/- U. Gopala Menon

25-12-1932 Sd/- K. Madahva Menon, Director of Referendum

## ക്ഷേത്രഭരണചരിത്രം

ഗുരുവായൂർ ക്ഷേത്രഭരണചരിത്രത്തെ അഞ്ചു ഘട്ടങ്ങളായി വിഭ ജിക്കാം. ബ്രിട്ടീഷ് മേൽക്കോയ്മയ്ക്ക് മുമ്പുള്ള കാലഘട്ടത്തിൽ തൃക്കണാവായ് ക്ഷേത്രത്തിന്റെ കീഴിലുള്ള ഒരു കീഴേടം മാത്രമായിരുന്നു ഗുരുവായൂർ. പിന്നീട് മേലേടവും ക്ഷേത്രസങ്കേതവുമായി മാറിയ ഒന്നാം ഘട്ടം. ക്ഷേത്ര ഊരാളന്മാരായിരുന്ന സാമൂതിരിയും മല്ലിശ്ശേരിയും തമ്മി ലുള്ള സംഘർഷത്തിന്റെ കാലമായ 1985-1916 വരെയുള്ളതാണ് രണ്ടാം ഘട്ടം. 1916-1927 വരെയുള്ള കോർട്ട് ഓഫ് വാർഡ്‌സിന്റെ ഭരണകാലമാണ് മൂന്നാംഘട്ടം. 1930 മുതൽ 1951 വരെയുള്ള മദിരാശി ഹൈക്കോടതിയുടെ പദ്ധതി നിലവിലിരുന്നതാണ് നാലാംഘട്ടം. അഞ്ചാമത്തേതും അവസാ നത്തേതുമായ ഘട്ടം 1951 മുതലുള്ളതും ക്ഷേത്രഭരണസംവിധാനം സംസ്ഥാനസർക്കാരിൽ നിക്ഷിപ്തമായതും പിന്നീട് ഹൈക്കോടതി വിധിയുടെ വെളിച്ചത്തിൽ പരിഷ്‌ക്കരിച്ചതുമായ നവീനഘട്ടമാണ്.

### ക്ഷേത്രസങ്കേതം

തൃക്കുണാവായ് മതിലകം മഹാക്ഷേത്രസങ്കേതത്തിന്റെ ഒരു ഉപ ഘടകം മാത്രമായിരുന്നു ആദ്യകാലത്ത് ഗുരുവായൂർ. കാലാന്തരത്തിൽ 'ഗുണക'യുടെ അധഃപതനത്തോടെ ഗുരുവായൂർ ഒരു മേലേടമായി തീരുകയും ഈ ക്ഷേത്രസങ്കേതത്തിന്റെ അധിപൻ ഗുരുവായൂർ തേവർ തന്നെയാവുകയും ചെയ്തു. യോഗം, മാനുഷർ, ഊരാളർ എന്നിവരിലൂടെ യാണ് അക്കാലത്ത് ക്ഷേത്രകാര്യങ്ങൾ നടന്നിരുന്നത്. ഏതു കാര്യവും ഭഗവാന്റെ പേരിലാണ് നടത്തിയിരുന്നത് (കുരുവയൂർ തേവർ തിരുനാമ മെന്ന പേരിൽ). എല്ലാ ക്രയവിക്രയങ്ങളും പ്രമാണങ്ങളും ദേവന്റെ പേരിലാണ് എഴുതപ്പെട്ടിരുന്നത്.

### സാമൂതിരി VS മല്ലിശ്ശേരി

ക്ഷേത്രപാരമ്പര്യ ഊരാളന്മാരായ മല്ലിശ്ശേരി നമ്പൂതിരിയും സാമൂ തിരി രാജാവും ക്ഷേത്രമേൽക്കോയ്മയ്ക്കുവേണ്ടി നടത്തിയ വടംവലി

ക്ഷേത്രഭരണചരിത്രത്തിലെ അവിസ്മരണീയമായ ഒരേടാണ്. പല ദശാബ്ദങ്ങളായി നീണ്ടു നിന്ന ഈ സംഘർഷത്തിന്റെ പരിണിതഫലം സാമൂതിരിക്കാകട്ടെ, മല്ലിശ്ശേരിക്കാകട്ടെ ഒരു വിജയവും നേടിക്കൊടുത്തില്ല. പ്രത്യുത അതിന്റെ പ്രയോജനം ലഭിച്ചത് ഒരു മൂന്നാം കക്ഷി മാത്രമായിരുന്ന ബ്രിട്ടീഷ് സർക്കാരിനായിരുന്നു.

തൃക്കുണാവായ് ക്ഷേത്രസങ്കേതത്തിന്റെ അധഃപതനത്തോടെയും സാമൂതിരിയുടെ തെക്കൻ ദേശാധിപത്യത്തോടെയും അദ്ദേഹം ഗുരുവായൂർ ക്ഷേത്രത്തിന്റെ മേൽക്കോയ്മയും പരിശോധകനും ആയി തീർന്നു. സാമൂതിരി ഈ വിധം ക്ഷേത്രകാര്യങ്ങളിൽ തന്റെ പിടിമുറുക്കുമ്പോൾ മറ്റൊരു സമാനസംഭവമുണ്ടായി. എഴുപത്തിരണ്ടു ബ്രാഹ്മണ കുടുംബങ്ങളുടേയും ഏഴ് ഊരാളഗണങ്ങളുടേയും അധഃപതനത്തോടെ അവശേഷിച്ച ഒരേയൊരു പ്രതിനിധി എന്ന നിലയിൽ മല്ലിശ്ശേരി കാരണവർ ക്ഷേത്രകാര്യങ്ങളുടെ നിയന്ത്രണം ഏറ്റെടുത്തു. സ്വാഭാവികമായി ക്ഷേത്രഭരണത്തിൽ മേൽകൈ ലഭിക്കുവാൻ ഇരുകൂട്ടരും - സാമൂതിരിയും മല്ലിശ്ശേരിയും കൊമ്പു കോർത്തു. ക്ഷേത്രത്തിന്റെ ഊരാളാവകാശം ഇരുകൂട്ടർക്കും ഒരുപോലെ അവകാശപ്പെട്ടതാണെന്ന് മദിരാശി കോടതിയുടെ 1887 ലെ വിധി വന്നതോടെ താൽക്കാലികമായി ഒത്തുതീർപ്പിന് ഇരുവരും നിർബന്ധിതരായി. പിന്നീട് നിയമസഭ ഈ ഒത്തുതീർപ്പ് അംഗീകരിക്കുകയും അത് നിയമമാക്കുകയും ചെയ്തു.

പക്ഷേ ഇരുവിഭാഗവും തമ്മിലുള്ള സംഘർഷം തുടർന്നു. ക്ഷേത്രപൂജകൾ നിർത്തിവെയ്ക്കാനും ക്ഷേത്രം താൽക്കാലികമായി അടച്ചിടാനുമുള്ള സ്ഥിതിവിശേഷത്തിലേക്ക് കാര്യങ്ങൾ നീങ്ങി. ഇത് സാമൂതിരിയും മല്ലിശ്ശേരിയും തമ്മിലും സാമൂതിരിയും ഭക്തജനങ്ങളും തമ്മിലുമുള്ള പല നിയമയുദ്ധങ്ങൾക്ക് വഴിതുറന്നു. ഒരു ഘട്ടത്തിൽ ബ്രിട്ടീഷ് പ്രിവി കൗൺസിലിന്റെ മുന്നിൽ വരെ ഈ പ്രശ്നം അവതരിപ്പിക്കപ്പെട്ടു. സംഗതികൾ കൂടുതൽ വഷളാവുകയും ക്ഷേത്ര ഭരണവും പൂജയും സ്തംഭനാവസ്ഥയിലെത്തുകയും ചെയ്തതോടെ കോർട്ട് ഓഫ് വാർഡ്സ് ഇടപ്പെട്ടു. അവർ സാമൂതിരിഎസ്റ്റേറ്റിന്റെ നിയന്ത്രണവും അതോടൊപ്പം ക്ഷേത്രഭരണവും ഏറ്റെടുത്തു.

## കോർട്ട് ഓഫ് വാർഡ്സിന്റെ ഭരണം

1916 മുതൽ 1927 വരെ 11 വർഷം ക്ഷേത്രഭരണം കോർട്ട് ഓഫ് വാർഡ്സിന്റെ നേരിട്ടുള്ള നിയന്ത്രണത്തിലായിരുന്നു. കോർട്ടിന്റെ പ്രതിനിധിയായി ക്ഷേത്രകാര്യങ്ങൾ കൈകാര്യം ചെയ്തത് അന്നത്തെ മലബാർ കലക്ടറായിരുന്ന സർ ഹെൻറി കോട്ടൺ ആയിരുന്നു. അതദ്ദേഹം ഭംഗിയായും ചിട്ടയോടെയും അർപ്പണബോധത്തോടെയും കാര്യങ്ങൾ നിർവ്വഹിക്കുകയുണ്ടായി.

## എച്ച്.ആർ.ഇ. ബോർഡും കോടതി മേൽനോട്ടവും

സാമൂതിരിഎസ്റ്റേറ്റിന്റെ ഉടമാവകാശം 1928ൽ സാമൂതിരിയിൽ തന്നെ നിക്ഷിപ്തമായതോടെ ഗുരുവായൂർ ക്ഷേത്രത്തിന്റെ ഭരണച്ചുമതല വീണ്ടും അദ്ദേഹത്തിൽ വന്നുചേർന്നു. മല്ലിശ്ശേരിയും ഊരാളാനുമായി വീണ്ടും ഉണ്ടായ അഭിപ്രായവ്യത്യാസങ്ങൾ പല നിർഭാഗ്യകരമായ സംഭവങ്ങൾക്കും ഇടയാക്കി. 1926 ലെ ഹിന്ദു റിലീജിയസ് എൻഡോമെന്റ് ആക്ട് പ്രകാരം രൂപവത്കൃതമായ എച്ച.ആർ.ഇ. ബോർഡ് ക്ഷേത്ര ഭരണത്തിനായി ഒരു പുതിയ പദ്ധതി ആവിഷ്ക്കരിച്ചു. അതിൻപ്രകാരം ക്ഷേത്രത്തിന്റെ പാരമ്പര്യ ട്രസ്റ്റിയായി പ്രവർത്തിക്കുന്നതിന് സാമൂതിരിക്കുണ്ടായ അവകാശം നിർത്തലാക്കി. ക്ഷേത്രത്തിന്റെ ദൈനംദിന ഭരണച്ചുമതല സാമൂതിരിപ്പാടിന് നൽകിക്കൊണ്ട് ബോർഡ് ഉത്തരവ് പുറപ്പെടുവിച്ചു. ഇത് പ്രശ്നങ്ങൾ കൂടുതൽ ഗുരുതരമാക്കി. ബോർഡിന്റെ തീരുമാനത്തിനെതിരായി സൗത്ത് മലബാർ കോടതിയിൽ മല്ലിശ്ശേരി പരാതിപ്പെട്ടു. കോടതിയാകട്ടെ, ക്ഷേത്രത്തിന്റെ പാരമ്പര്യ കൂട്ടുട്രസ്റ്റിയായി മല്ലിശ്ശേരിയെ അംഗീകരിച്ച് ഉത്തരവിറക്കി. മലബാർ കോടതിയുടെ ഈ ഉത്തരവിനെ പിന്നീട് മദിരാശി ഹൈക്കോടതി ശരിവെയ്ക്കുകയും ചെയ്തു. 1933 വരെ ക്ഷേത്രത്തിന്റെ ഭരണം എച്ച്.ആർ.ഇ. സ്കീം പ്രകാരം മദിരാശി ഹൈക്കോടതിയുടെ വിധിക്ക് വിധേയമായും മലബാർ കോടതിയുടെ പരിഷ്ക്കരണമനുസരിച്ചും തുടർന്നു പോന്നു.

1933ൽ മദിരാശി ഹൈക്കോടതി ഗുരുവായൂർ ക്ഷേത്രഭരണത്തിനായി ഒരു പ്രത്യേക പദ്ധതിക്ക് രൂപം നൽകുകയുണ്ടായി. ഇതനുസരിച്ച് ക്ഷേത്രഭരണവും വസ്തുവഹകളുടേയും എൻഡോവ്മെന്റുകളുടെയും നടത്തിപ്പും ക്ഷേത്ര പാരമ്പര്യ ട്രസ്റ്റിമാരായ സാമൂതിരി രാജാവിന്റെയും മല്ലിശ്ശേരി കാരണവരുടെയും കൂട്ടുത്തരവാദിത്വമാക്കി. ക്ഷേത്രത്തിന്റെ ദൈനംദിന കാര്യങ്ങൾ നോക്കുവാൻ ഒരു മാനേജരെ നിയോഗിക്കുവാനും തീരുമാനിച്ചു. ക്ഷേത്രഭരണച്ചുമതല മാനേജരിൽ നിക്ഷിപ്തമാക്കി. അദ്ദേഹത്തിന്റെ വേതനവും നിശ്ചയിച്ചു. കാലാവധി അഞ്ചു വർഷമായി നിജപ്പെടുത്തി. ക്ഷേത്രത്തിന്റെ സാമ്പത്തിക കാര്യങ്ങളും ആസ്തിയും പണവും കൈകാര്യം ചെയ്യുവാൻ ഖജനാവ് സൂക്ഷിപ്പുകാരനെ നിയമിക്കാനും വ്യവസ്ഥ ചെയ്തു. ക്ഷേത്രത്തിന്റെ വാർഷിക കണക്കുകൾ ഓഡിറ്റു ചെയ്യാനുള്ള സംവിധാനം ഏർപ്പെടുത്തി. ബോർഡിന്റെ മുൻകൂട്ടിയുള്ള അനുവാദപ്രകാരം മാത്രമേ ദേവസ്വത്തിന്റെ പേരിൽ നിക്ഷേപങ്ങൾ സ്വീകരിക്കുവാനും നിലനിർത്തുവാനും പാടുള്ളൂ വെന്നും തീരുമാനിക്കപ്പെട്ടു. 1950 ഡിസംബർ ഒന്നുമുതൽ ഈ നിയന്ത്രണങ്ങൾ പ്രാബല്യത്തിൽ വന്നു. പാരമ്പര്യ ട്രസ്റ്റിമാരുടെ അധികാരങ്ങളും അവകാശങ്ങളും ക്ലിപ്തമായി നിശ്ചയിച്ചുകൊണ്ടും അവരുടെ പ്രവർത്തന മണ്ഡലങ്ങൾക്ക് നിയന്ത്രണം ഏർപ്പെടുത്തികൊണ്ടുമുള്ള സുപ്രധാനമായ ഒരു കാൽവെപ്പായിരുന്നു ഗുരുവായൂർ ക്ഷേത്രത്തെ സംബന്ധിച്ചിടത്തോളം ഈ ദേവസ്വം നിയമം.

ഈ സ്കീമിൽ ചില മാറ്റങ്ങൾ വരുത്തണമെന്നാവശ്യപ്പെട്ട് ഭക്തജനങ്ങളിൽ ചിലർ കോടതിയെ സമീപിക്കുകയും കോടതി ക്ഷേത്രഭരണകാര്യങ്ങളിൽ ചില നിർദ്ദേശങ്ങൾ പുറപ്പെടുവിക്കുകയും ചെയ്തു. അതുപ്രകാരം ക്ഷേത്രം മാനേജരുടെയും ട്രസ്റ്റിമാരുടേയും വേതനം പുനർനിർണ്ണയിച്ചു. ക്യാഷറുടെ തസ്തിക നിർത്തലാക്കി ആ ചുമതലകൂടി മാനേജരിൽ നിക്ഷിപ്തമാക്കി. ക്ഷേത്രജീവനക്കാർക്ക് പെൻഷൻ അനുവദിക്കാനുള്ള വിവേചനാധികാരം ട്രസ്റ്റിമാർക്ക് നൽകി. മറ്റു കാര്യങ്ങളിൽ തൽസ്ഥിതി തുടരുവാൻ തീരുമാനിച്ചു. ഏതാണ്ട് കാൽ നൂറ്റാണ്ടോളം, 1930 മുതൽ 1951 വരെ ഈ സ്കീം നിലനിന്നു. 1971ലെ ഗുരുവായൂർ ദേവസ്വം നിയമത്തിന്റെ അടിത്തറയായിത്തീർന്നത് ഈ സ്കീമാണ്. 1951ലെ മദിരാശി ഹിന്ദു റിലീജിയസ് ചാരിറ്റബിൾ എൻഡോമെന്റ് (എച്ച്.ആർ.സി.ഇ.) ആക്ട് നിലവിൽ വന്നതോടെ (സെപ്തംബർ 30,1951) ക്ഷേത്രകാര്യങ്ങളുടെ മേൽനോട്ടം മാത്രമായി ബോർഡിന്റെ ചുമതല ചുരുങ്ങി. കോടതിയുടെ നിയന്ത്രണങ്ങൾ ഉണ്ടായിട്ടും ദേവസ്വത്തെ തങ്ങളുടെ അധീനതയിൽ കൊണ്ടുവരുവാൻ ബോർഡ് പല ശ്രമങ്ങളും നടത്തി. എങ്കിലും 1930 സ്കീം അനുസരിച്ച് തന്നെ ക്ഷേത്രഭരണം തുടർന്നു പോന്നു.

### 1951 മുതലുള്ള നവീനഘട്ടം

ക്ഷേത്രഭരണ കാര്യങ്ങളെപ്പറ്റി പഠിച്ച് റിപ്പോർട്ട് സമർപ്പിക്കുവാൻ നിയമിതരായ സി.പി. രാമസ്വാമി അയ്യർ കമ്മറ്റിയും കെ. കുട്ടികൃഷ്ണ മേനോൻകമ്മറ്റിയും ക്ഷേത്രത്തിന്റെ പ്രത്യേകത മനസ്സിലാക്കുകയും ക്ഷേത്രഭരണത്തിനായി നിരവധി നിർദ്ദേശങ്ങൾ സമർപ്പിക്കുകയുമുണ്ടായി. ഗുരുവായൂർ ക്ഷേത്രത്തിനു മാത്രമായി ചില പ്രത്യേക ചട്ടങ്ങൾക്ക് ഉന്നതാധികാരക്കമ്മറ്റി രൂപം കൊടുത്തു. കമ്മറ്റി ട്രസ്റ്റിമാരുടെ എണ്ണം വർദ്ധിപ്പിക്കുക, ക്ഷേത്രഭരണം ട്രസ്റ്റ് ബോർഡിൽ നിക്ഷിപ്തമാക്കുക, ക്ഷേത്രമാനേജരായി ഹിന്ദുസമുദായംഗത്തെ നിയമിക്കുക, ഒരു എട്ടംഗ ഉപദേശകസമിതി രൂപീകരിക്കുക മുതലായവയായിരുന്നു അവരുടെ പ്രധാന നിർദ്ദേശങ്ങൾ. നിലവിലുള്ള സ്കീം പരിഷ്ക്കരിക്കണമെന്നാവശ്യപ്പെട്ട് 1965ൽ തന്നെ എച്ച്.ആർ.സി.ഇ. കമ്മീഷണർ തൃശ്ശൂർ കോടതിയിൽ ഒരു അപേക്ഷ നൽകിയിരുന്നു. 1970 നവംബർ 27ന് ക്ഷേത്രത്തിലുണ്ടായ അഗ്നിബാധ ഭരണകാര്യങ്ങളിൽ കൂടുതൽ ശുഷ്ക്കാന്തി പുലർത്തേണ്ടതിന്റെയും അടിയന്തിര നടപടികൾ കൈക്കൊള്ളേണ്ടതിന്റെയും ആവശ്യകത അധികൃതരെ ബോദ്ധ്യപ്പെടുത്തി. ഈ പശ്ചാത്തലത്തിൽ ക്ഷേത്രത്തിന്റെ കൂടുതൽ മെച്ചമായ നടത്തിപ്പിനു വേണ്ടി 1971ലെ ഗുരുവായൂർ ദേവസ്വം നിയമത്തിനു കേരള നിയമസഭ രൂപം നൽകി.

ഗുരുവായൂർ ക്ഷേത്രത്തിന്റെ ചരിത്രത്തിലെ ഒരു നാഴികക്കല്ലാണ് 1970 ൽ കേരള നിയമസഭ പാസ്സാക്കിയ ഗുരുവായൂർ ദേവസ്വം നിയമം.

1971 മാർച്ച് ഒമ്പതിന് ഈ നിയമം പ്രാബല്യത്തിൽ വന്നു. ഇതനുസരിച്ച് ക്ഷേത്രഭരണം പുതിയതായി രൂപംകൊണ്ട (ജി.ഡി.എം.സി.) ഗുരുവായൂർ ദേവസ്വം മാനേജിംഗ് കമ്മറ്റിയിൽ നിക്ഷിപ്തമായി. സാമൂതിരി രാജാവ്, മല്ലിശ്ശേരി കാരണവർ, അഡ്മിനിസ്ട്രേറ്റർ എന്നിവരുൾപ്പട്ട ഒരു പതിനേഴംഗക്കമ്മറ്റി രൂപീകൃതമായി. ക്ഷേത്രത്തിൽ ദൈനംദിന ഭരണകാര്യങ്ങൾ നിർവ്വഹിക്കാൻ ഒരു മുഴുവൻ സമയ ഉദ്യോഗസ്ഥനെ (അഡ്മിനിസ്ട്രേറ്റർ) നിയമിക്കുവാനും നിർദ്ദേശിച്ചു. ക്ഷേത്രത്തിന്റെ പ്രധാന നിർവ്വഹണ ഉദ്യോഗസ്ഥൻ (എക്സി. ആഫീസർ) എന്നി നിലയിൽ ക്ഷേത്രസ്വത്തുക്കളും ക്ഷേത്ര റിക്കാർഡുകളും സംരക്ഷി ക്കുവാൻ ഇദ്ദേഹം ബാദ്ധ്യസ്ഥനാണ്. ഗുരുവായൂർ ദേവസ്വം മാനേജിംഗ് കമ്മറ്റിയുടെയും കാര്യദർശി എന്ന നിലയിൽ കമ്മറ്റിയുടെ തീരുമാന ങ്ങൾ നടപ്പിലാക്കേണ്ടതും ഈ ഉദ്യോഗസ്ഥന്റെ ചുമതലയാണ്. അത്യാ വശ്യ സന്ദർഭങ്ങളിൽ ബഡ്ജറ്റിൽ വകയിരുത്താത്ത നിർമ്മാണ പ്രവൃത്തികൾ ചെയ്യിക്കുവാനും അഡ്മിനിസ്ട്രേറ്റർക്ക് അധികാരമുണ്ട്. ക്ഷേത്രനിയമനങ്ങൾ നടത്തുവാൻ ഒരു പ്രത്യേക ബോർഡ് രൂപീകരി ക്കുവാനും ഈ നിയമം വ്യവസ്ഥ ചെയ്യുന്നു. അഡമിനിസ്ട്രേറ്റർ തയ്യാറാക്കി ജി.ഡി.എം. കമ്മറ്റി അംഗീകരിച്ച ബഡ്ജറ്റ് ഗവൺമെന്റിന്റെ അംഗീകാരത്തിനായി സമർപ്പിക്കേണ്ടതുണ്ട്. ക്ഷേത്രകാര്യങ്ങൾക്കു മാത്ര മായി ഒരു പ്രത്യേക ഫണ്ട് രൂപീകരിക്കുവാനും നിയമം നിർദ്ദേശിക്കുന്നു. ക്ഷേത്ര പുനരുദ്ധാരണത്തിനായി ഒരു പ്രത്യേക കമ്മറ്റി രൂപീകരി ക്കുവാനും പ്രസ്തുത കമ്മറ്റിയുടെ നിയന്ത്രണത്തിലും നിർദ്ദേശത്തിലും ക്ഷേത്രപുനർനിർമ്മാണപ്രവർത്തനങ്ങൾ നടത്തുവാനും അത് വ്യവസ്ഥ ചെയ്യുന്നു.

ചുരുക്കത്തിൽ 1971ലെ ഗുരുവായൂർ ദേവസ്വം നിയമം, പിന്നീട് പരിഷ്ക്കരിച്ച 1972 ലെ നിയമവുമുൾപ്പടെ ദേവസ്വത്തെ സർക്കാരിന്റെ പൂർണ്ണ നിയന്ത്രണത്തിൽ കൊണ്ടുവന്നു. ദേവസ്വം ജീവനക്കാരെ നിയമിക്കുന്നതിലും ദേവസ്വത്തിന്റെ സാമ്പത്തിക ഇടപാടിലും പ്രത്യേക ഫണ്ട് രൂപീകരിക്കുന്നതിലും സർക്കാരിന് മേൽക്കൈ ലഭിച്ചു. ക്ഷേത്ര ത്തിന്റെ ദൈനംദിന കാര്യങ്ങളിൽ വരെ ഇടപെടുവാൻ സർക്കാരിന് അധികാരം ലഭിച്ചു. ഈ നിയമം കോടതിയിൽ ചോദ്യം ചെയ്യപ്പെട്ടു. പാരമ്പര്യ ട്രസ്റ്റിയായ സാമൂതിരിയാണ് ദേവസ്വം നിയമത്തെ ആദ്യമായി ചോദ്യം ചെയ്തത്. കുഞ്ഞേട്ടൻ തമ്പുരാൻ VS കേരള സ്റ്റേറ്റ്, 1975 എന്ന കേസിൽ തങ്ങൾക്ക് ദേവസ്വത്തിലുള്ള അധികാരഅവകാശങ്ങൾ ദേവസ്വം നിയമം ഇല്ലാതാക്കി എന്ന പാരമ്പര്യ ട്രസ്റ്റികളുടെ വാദം കോടതി തള്ളിക്കളഞ്ഞു. ഭക്തജനങ്ങളെ പ്രതിനിധീകരിച്ച് തറമേൽ കൃഷ്ണൻ മുതൽപേർ സമർപ്പിച്ച മറ്റൊരന്യായത്തിൽ പ്രസ്തുത നിയമം സർക്കാരിന് ക്ഷേത്രത്തിൽ പരമാധികാരവും ക്ഷേത്രഫണ്ടുകളിൽ അനിയന്ത്രിതമായ അവകാശവും നൽകി എന്നും അക്കാരണത്താൽ പ്രസ്തുത നിയമം നിലനിൽക്കുന്നതെല്ലെന്നും വാദമുണ്ടായി. 1978 ലെ

ചരിത്രപ്രസിദ്ധമായ വിധിയിൽ 1971ലെ ദേവസ്വം നിയമം ഏതാണ്ട് മുഴുവനായി തന്നെ ഭരണഘടനാവിരുദ്ധവും അക്കാരണത്താൽ അസാധുവുമാണെന്ന് ഹൈക്കോടതി വിധിച്ചു.

1978ലെ ഗുരുവായൂർ ദേവസ്വം നിയമം (ആക്ട് 14-1978) അനുസരിച്ച് ദേവസ്വത്തിന്റെ ഭരണച്ചുമതല ഒമ്പതംഗങ്ങൾ അടങ്ങിയ ഒരു കമ്മറ്റിയിൽ നിക്ഷിപ്തമായി. പാരമ്പര്യ അംഗങ്ങളായ സാമൂതിരി, മല്ലിശ്ശേരി, തന്ത്രി എന്നീ മൂന്നുപേരെ കൂടാതെ ഹിന്ദു മന്ത്രിമാർ നിർദ്ദേശിക്കുന്ന ആറ് അംഗങ്ങൾ (ഇവരിൽ ഒരാൾ SC/ST വിഭാഗത്തിൽ പെടുന്നയാളും മറ്റൊരംഗം ദേവസ്വം ജോലിക്കാരുടെ പ്രതിനിധിയും ബാക്കി നാലുപേർ ഹിന്ദുമത വിശ്വാസികളുമായിരിക്കണം) ഉൾപ്പെട്ട സമിതിയാണ് ഭരണം നടത്തേണ്ടത്. ഇവരിലൊരാളെ ചെയർമാനായും തെരഞ്ഞെടുക്കും. 1980 മാർച്ച് 21ന് ഈ നിയമം പ്രാബല്യത്തിൽ വന്നു. പിന്നീടുണ്ടായ ഒരു ഭേദഗതിയനുസരിച്ച് ഈ സമിതിയുടെ കാലാവധി രണ്ടു വർഷമായി നിജപ്പെടുത്തുകയുണ്ടായി (2009).

## ക്ഷേത്രജീവനക്കാർ

ക്ഷേത്ര ജീവനക്കാർ പ്രധാനമായി മൂന്ന് ഗണങ്ങളിൽപ്പെടുന്നു -

1. ഭരണകാര്യങ്ങൾ നിർവ്വഹിക്കുന്നവർ
2. മതപരമായ അനുഷ്ഠാനങ്ങൾ ചെയ്യുന്നവർ
3. സാംസ്ക്കാരിക പ്രവൃത്തികൾ നടത്തുന്നവർ.

പുറം ഭരണകാര്യനിർവ്വഹണത്തിന് യോഗം, ഊരാളർ, മാനുഷർ, പട്ടേരി, പുറക്കോയ്മ, മേൽക്കോയ്മ എന്നീ കാര്യനിർവ്വഹണക്കാരും അകം ഭരണ കാര്യനിർവ്വഹണത്തിനു അകക്കോയ്മ, പാട്ടമാലി, പത്തുകാർ വാര്യർ എന്നിവരും ചുമതലപ്പെട്ടിരിക്കുന്നു.

## പുറം ഭരണം
### യോഗം

ഗുരുവായൂരിലെ 72 നമ്പൂതിരി കുടുംബങ്ങൾ അടങ്ങിയ യോഗം എന്ന പൊതുസഭ ക്ഷേത്രത്തിന്റെ തെക്കേ വാതിൽ മാടത്തിൽ സമ്മേളിച്ച് ക്ഷേത്രഭരണത്തിനുള്ള ഊരാളന്മാരെ തിരഞ്ഞെടുക്കുകയും വരവു ചെലവ് കണക്കുകൾ പരിശോധിക്കുകയും ക്ഷേത്രം ബഡ്ജറ്റ് അവതരിപ്പിച്ച് അംഗീകരിക്കുകയും ക്ഷേത്രത്തിലെ വാർഷികാഘോഷങ്ങളും വിശ്വബലിയും നടത്താനുള്ള ഏർപ്പാടുകൾ ചെയ്യുകയും ചെയ്തിരുന്നു. 72 നമ്പൂതിരി ഇല്ലങ്ങളുടെ അവശേഷിക്കുന്ന ഏക പ്രതിനിധി എന്ന നിലയിൽ യോഗത്തിന്റെ പ്രതിനിധിയായി മല്ലിശ്ശേരി നമ്പൂതിരി വർത്തിച്ചിരുന്നു. ഇദ്ദേഹം നമ്പൂതിരി കുടുംബങ്ങളെ മാത്രം പ്രതിനിധീകരിച്ചിരുന്നതിനാൽ ഉത്സവകാലങ്ങളിൽ യോഗം ഈ കുടുംബങ്ങളുടെ

പരാതികൾ മാത്രമേ സ്വീകരിച്ചിരുന്നുള്ളൂ. ഗ്രാമത്തിലെ ജനങ്ങളുടെ പരാതികൾ അവർക്ക് സ്വീകാര്യമായിരുന്നില്ല.

## ഊരാളർ

ക്ഷേത്രത്തിലെ ഭരണകാര്യങ്ങൾ നിർവ്വഹിച്ചിരുന്നത് ഏഴുപേരടങ്ങുന്ന ഊരാളരും ഗണം എന്ന ഊരാളരുടെ സമിതിയുമായിരുന്നു. ക്ഷേത്രയോഗക്കാർ ജനാധിപത്യ രീതിയിൽ തിരഞ്ഞെടുക്കുന്നവരായിരുന്നുവെങ്കിൽക്കൂടി ക്രമേണ അവരുടെ പദവി പാരമ്പര്യ വിധിക്കിണങ്ങുന്ന പ്രകാരമായി മാറി. അവർ അടഞ്ഞ മുറിയിലിരുന്നു കാര്യങ്ങൾ തീരുമാനിച്ചിരുന്നുവെന്ന് ക്ഷേത്രരേഖകൾ സൂചിപ്പിക്കുന്നു. അവരുടെ അധികാരം 17-ാം ശതകത്തിൽ വളരെയേറെ ദേശങ്ങളിൽ വ്യാപിച്ചിരുന്നു. ഇക്കാലഘട്ടത്തിൽ തെക്കേ മലബാർ മുഴുവനായി തന്നെ ഊരാളരുടെ അധികാരസീമയിലായിരുന്നുവെന്ന സാദ്ധ്യത തള്ളിക്കളയാവുന്നതല്ല.

## മാനുഷം

ഊരാളരുടെയും യോഗത്തിന്റേയും പ്രതിനിധിയായ സമുദായ മാനുഷമാണ് ക്ഷേത്രത്തിലെ പ്രധാന കാര്യനിർവ്വഹണോദ്യോഗസ്ഥൻ. ഏറ്റവും മുതിർന്ന ഊരാളനിൽനിന്ന് അധികാര ചിഹ്നങ്ങളായ ഇടങ്ങഴിയും ഭണ്ഡാരത്തിന്റെ താക്കോലും സ്വീകരിക്കുക വഴി തന്റെ ചുമതലകൾ ഔപചാരികമായി ഏറ്റെടുത്ത് മാനുഷം അവർക്ക് വിശ്വാസമുള്ള കാലത്തോളം തന്നിലർപ്പിതമായ ചുമതലകൾ നിർവ്വഹിക്കുവാൻ ബാദ്ധ്യസ്ഥനാണ്. ഭഗവാൻ മതേതര കാര്യങ്ങളിൽ മാനുഷത്തിലൂടെ കാര്യങ്ങൾ നിവർത്തിക്കുന്നുവെന്നാണ് സങ്കല്പം.

## ഭട്ടർ (പട്ടർ)

പട്ടോലക്കാര്യക്കാർ എന്നതിന്റെ ചുരുക്കപ്പേരാണ് പട്ടർ. കണക്കുകളും രേഖകളും സൂക്ഷിക്കുക എന്നതാണ് ഈ ഉദ്യോഗസ്ഥന്റെ ചുമതല. ഗുരുവായൂർ ക്ഷേത്രവുമായി ബന്ധപ്പെട്ട് മൂന്ന് പട്ടർ കുടുംബങ്ങളാണുള്ളത്. ഇവരിൽ പ്രഥമൻ ബാലിയക്കാട്ടുപട്ടർ ആണ്. ഇദ്ദേഹം പ്രധാന കാര്യക്കാരനും ക്ഷേത്രരേഖകളുടെ സൂക്ഷിപ്പുകാരനുമാണ്. രണ്ടാമത് ചാവക്കാട്ടുപട്ടർ. തൃക്കുണാവായ് സങ്കേതത്തിന്റെ സ്ഥിരം പ്രതിനിധിയാണ്. മൂന്നാമനായ കണ്ടിയൂർ പട്ടരാകട്ടെ ഈ രണ്ടുപേരുടെയും കണക്കു സൂക്ഷിപ്പുകാരന്റേയും ചുമതലകൾ ഒന്നിച്ച് നിർവ്വഹിക്കുന്നു. ക്ഷേത്രത്തിലെ ഉത്സവം ആരംഭിക്കുന്നതിന്റെ നാന്ദി കുറിക്കുന്ന ചടങ്ങായ 'കൂറയും പവിത്രവും' തന്ത്രിക്ക് കൈമാറുവാനുള്ള അധികാരം കണ്ടിയൂർ പട്ടരിൽ നിക്ഷിപ്തമാണ്. ക്ഷേത്രോത്സവം ആരംഭിക്കുവാനുള്ള അനുവാദം നൽകേണ്ട മേലേടങ്ങളുടെ പ്രതിനിധിയായിട്ടാണ് കൂറയും പവിത്രവും നൽകുന്നത്. പിന്നീട് ഈ അവകാശം മല്ലിശ്ശേരിയിൽ നിക്ഷിപ്തമായി. ആറാട്ട് ഘോഷയാത്രയെ അനുഗമിക്കാനുള്ള അവകാശങ്ങൾ കണ്ടിയൂർ പട്ടർക്കാണ്.

## പുറക്കോയ്മ

ക്ഷേത്രത്തെയും ക്ഷേത്രവസ്തുവഹകളേയും സംരക്ഷിക്കുക എന്നതാണ് പുറക്കോയ്മയുടെ പ്രധാന ചുമതല. ഉത്സവം ആരംഭിക്കുവാൻ പുറക്കോയ്മയുടെ അനുവാദം ആവശ്യമാണ്. ഊരാളരുടെയും യോഗത്തിന്റെയും തീരുമാനങ്ങൾ നടപ്പിലാക്കേണ്ട ചുമതലയും പുറക്കോയ്മയുടെ തന്നെയാണ്. ആറാട്ടുദിവങ്ങളിൽ ഭഗവാനെ അകമ്പടി സേവിക്കുന്നതും അദ്ദേഹം തന്നെ. കൂടാതെ നിയമസമാധാന ചുമതലയും പുറക്കോയ്മയുടെ ചുമലിലാണ്. പുറംകോയ്മയ്ക്കു ഗുരുവായൂരിൽ സ്ഥിരമായ ഒരു വസതിയും നൽകിയിട്ടുണ്ട്. കൂടാതെ പ്രതിമാസം 40 പണം വീതം അദ്ദേഹത്തിന്റെ സേവനങ്ങൾക്ക് പ്രതിഫലമായി നൽകുന്നു. കക്കാട് കാരണവർ, പുന്നത്തൂർ രാജാവ്, വന്നേരി നമ്പിടി എന്നിവർ ഗുരുവായൂരിലെ പുറക്കോയ്മമാരായിരുന്നിട്ടുണ്ട്.

## മേൽക്കോയ്മ

പുറക്കോയ്മയ്ക്കു കാര്യങ്ങൾ നിയന്ത്രിക്കുവാൻ കഴിയാതെ വരുന്ന സാഹചര്യത്തിൽ മേൽക്കോയ്മ ഇടപെടുന്നു. അപൂർവ്വമായി മാത്രമേ ഇത്തരമൊരവസ്ഥ സംജാതമായിട്ടുള്ളൂ എന്നാണ് ക്ഷേത്രരേഖകൾ പരിശോധിച്ചതിൽനിന്ന് മനസ്സിലാകുന്നത്. പെരുമ്പടപ്പ് മൂപ്പീന്നും (രാജാവ്) പിന്നീട് വള്ളുവക്കോനാതിരിയും അവസാനമായി സാമൂതിരിപ്പാടും മേൽക്കോയ്മമാരായിട്ടുണ്ട്.

## ഇപ്പോഴത്തെ സംവിധാനം

ഇപ്പോഴത്തെ സംവിധാനത്തിൽ യോഗമില്ല, മാനുഷമില്ല; സമുദായ മാനുഷത്തിന് പകരമായി ദേവസ്വം അഡ്മിനിസ്ട്രേറ്റർ ഉൾപ്പെടെ ഗുരുവായൂർ ദേവസ്വം മാനേജിംഗ് കമ്മറ്റിയാണ് ഭരണകാര്യങ്ങൾ നിർവ്വഹിക്കുന്നതും നയപരമായ തീരുമാനങ്ങൾ കൈക്കൊള്ളുന്നതും. ഇപ്പോൾ ഗുരുവായൂർ ക്ഷേത്രത്തിൽ അതിവിപുലമായ ഉദ്യോഗസ്ഥവൃന്ദം ഉണ്ട്. സെക്യൂരിറ്റി ഗാർഡുകൾ, പി.ആർ.ഒ., ലൈബ്രേറിയൻ, ഓഫീസ് ജീവനക്കാർ, കൃഷ്ണനാട്ട കലാകാരന്മാർ, ആനത്താവള ജീവനക്കാർ മുതലായവർ ഇവരിൽ ഉൾപ്പെടുന്നു.

## അകംഭരണം

അകക്കോയ്മ, പാട്ടമാലി, പത്തുകാർ വാരിയർ എന്നിവരാണ് ക്ഷേത്രത്തിന്റെ ആഭ്യന്തര കാര്യങ്ങൾ നിർവ്വഹിക്കുന്നത്. ക്ഷേത്രത്തിലെ ദൈനംദിനപൂജകൾക്ക് ചുക്കാൻ പിടിക്കുന്നത് അകക്കോയ്മയാണ്. ക്ഷേത്രത്തിലേക്കാവശ്യമുള്ള പൂജാദ്രവ്യങ്ങൾ അതാതു സമയങ്ങളിൽ നൽകുന്നതും ക്ഷേത്രാരാധനകൾ ചിട്ടയായും ക്രമം തെറ്റാതെയും നടക്കുന്നുവോ എന്നു പരിശോധിക്കുന്നതും അകക്കോയ്മയാണ്. ഇക്കാര്യങ്ങൾക്ക് മേൽനോട്ടം വഹിക്കേണ്ടതിലേക്ക് ക്ഷേത്രത്തിനകത്തു

തന്നെ ഇദ്ദേഹത്തിന് ഒരു പ്രത്യേക മുറി നൽകിയിട്ടുണ്ട്. ക്ഷേത്രത്തിനു ലഭിക്കേണ്ട പാട്ടവാരവും മറ്റും ശേഖരിക്കേണ്ടത് പാട്ടമാലി എന്ന ഉദ്യോഗസ്ഥനാണ്. ക്ഷേത്രത്തിനു ലഭിക്കേണ്ടുന്ന ദൈനംദിന വഹകൾ സ്വീകരിക്കേണ്ടത് പത്തുകാർവാര്യരാണ്. ക്ഷേത്രത്തിന്റെ ദൈനംദിന കണക്കുകൾ നടയടയ്ക്കുന്നതിനു മുമ്പ് ഭഗവാനെ ബോധിപ്പിക്കേണ്ട ചുമതലയും (തീർത്ഥോല വായന) പത്തുകാർ വാര്യരുടേതാണ്. നട തുള്ളൽ വഴിപാട് നടത്തുമ്പോൾ ഭഗവാന് സമർപ്പിക്കുന്ന കുട്ടികളെ ഏറ്റെടുക്കേണ്ടതും വാരിയർ തന്നെ. ചില നേരങ്ങളിൽ ഭഗവാന്റെയും ഭക്തരുടെയും മദ്ധ്യവർത്തിയായി പ്രവർത്തിക്കേണ്ടതും വാരിയർ തന്നെ യാണ്. ഗുരുവായൂരെ പുരാതനമായ മൂന്നു വാര്യർ കുടുംബങ്ങൾക്കാണ് (തെക്കേപ്പാട്ട്, വടക്കേപ്പാട്ട്, ചൊവ്വല്ലൂർ) പാരമ്പര്യമായി ഈ അവ കാശങ്ങൾ സിദ്ധിച്ചിട്ടുള്ളത്. ഓരോ മാസത്തിലെയും പത്തു ദിവസമായി ഈ ചുമതലകൾ ഈ മൂന്നു കുടുംബക്കാർ നിർവ്വഹിക്കുന്നതിനാൽ ഇവർ പത്തുകാർ വാര്യർ എന്ന പേരിൽ അറിയപ്പെടുന്നു.

ഉത്സവകാലത്ത് വർഷതോറും ക്ഷേത്രഭരണത്തെ വിലയിരുത്തുന്ന സമ്പ്രദായം ഗുരുവായൂരിനു മാത്രമുള്ള പ്രത്യേകതയാണ്. കൊടിയേറ്റ ത്തിനും കൊടയിറക്കത്തിനു മുൻപായി മൂന്നു പ്രാവശ്യം ക്ഷേത്രഭരണ ക്രമത്തെക്കുറിച്ചുള്ള പരാതികളുണ്ടോ എന്ന് വിളിച്ചു ചോദിക്കുന്ന പതിവ് ഗുരുവായൂരിൽ നിലവിലുണ്ട്. 'സങ്കടക്കാർ ഹാജരുണ്ടോ' എന്ന് മൂന്നു പ്രാവശ്യം പത്തുകാർ വാരിയർ വിളിച്ചു ചോദിക്കുന്നു. കേൾവിക്കാർ ആരെങ്കിലും പരാതിയുമായി മുന്നോട്ട് വന്നാൽ, ആ പരാതി കേട്ട് പരി ഹരിച്ചതിനുശേഷം മാത്രമേ കൊടിയേറ്റമോ കൊടിയിറക്കമോ നടത്താ റുള്ളൂ. പക്ഷേ, ഒരിക്കൽപോലും പരാതിയുണ്ടെന്ന് പറഞ്ഞ് ആരും ക്ഷേത്രത്തിൽ മുന്നോട്ട് വന്നിട്ടില്ല. പരാതി പരിശോധിക്കാനും പരിഹരിക്കാനുമുള്ള സംവിധാനമുണ്ട്. ഈ രണ്ടു സമ്പ്രദായങ്ങളും - ഓലവായനയും പരാതി പരിഹാരവും - ക്ഷേത്രഭരണത്തിന്റെ വാർഷിക വിലയിരുത്തലായി കണക്കാക്കാവുന്നതാണ്. ക്ഷേത്രഭരണകാര്യങ്ങളിൽ പൊതുജനങ്ങൾ കാണിക്കുന്ന താത്പര്യത്തേയും ക്ഷേത്രത്തിന് അക്കാലത്തെ രാഷ്ട്രീയ വ്യവസ്ഥയിലുണ്ടായിരുന്ന സ്ഥാനത്തേയും ഈ സമ്പ്രദായം വെളിവാക്കുന്നു.

## മതപരമായ ജീവനക്കാർ

ക്ഷേത്രത്തിലെ മതപരമായ ചടങ്ങുകളും അനുഷ്ഠാനങ്ങളും പൂജാദികർമ്മങ്ങളും നിർവ്വഹിക്കുന്നത് തന്ത്രക്കൂറും ശാന്തിക്കഴകവു മാണ്. തന്ത്രിയും ഓതിക്കന്മാരും ഉൾപ്പെടുന്നതാണ് തന്ത്രക്കൂർ. മേൽ ശാന്തിയും കീഴ്ശാന്തിമാരുമാണ് ശാന്തിക്കഴകം. തന്ത്രക്കൂറുകാരും പാരമ്പര്യജീവനക്കാരും സകുടുംബം ക്ഷേത്രത്തിന് പുറത്ത് വസിക്കുന്ന വരുമാണ്. ശാന്തിക്കഴകക്കാർ ഒരു നിശ്ചിതകാലത്തേക്ക് മാത്രം ക്ഷേത്രവൃത്തി നിർവ്വഹിക്കുന്നവരും പ്രസ്തുത കാലയളവിൽ

ബ്രഹ്മചര്യവ്രതമനുഷ്ഠിച്ച് ക്ഷേത്രമതിൽക്കകത്തുതന്നെ താമസിക്കുന്ന വരുമാണ്. അതിനാൽതന്നെ പുറപ്പെടാശാന്തി എന്നാണിവർ അറിയപ്പെടുന്നത്.

## തന്ത്രി

എല്ലാ ക്ഷേത്രങ്ങൾക്കുമുള്ളതുപോലെ മന്ത്രകാര്യങ്ങളിൽ വിദഗ്ദ്ധ നായ ഒരാളായിരിക്കണം തന്ത്രി. ഗുരുവായൂർ ക്ഷേത്രത്തിലെ പാരമ്പര്യ തന്ത്രി ചേന്നാസ് നമ്പൂതിരിപ്പാടാണ്. ക്ഷേത്രത്തിലെ പ്രധാന പൂജാരി യായിരുന്ന ചേന്നാസ് ആദ്ധ്യാത്മിക കാര്യങ്ങളിൽ സാമൂതിരിപ്പാടിന്റെ ഉപദേശകനായതോടെ ക്ഷേത്രത്തിലെ ചടങ്ങുകൾ മിക്കതും ഓതിക്കന്റെ ചുമതലയിലായി. വിശേഷാവസരങ്ങളിലും മണ്ഡലം, ഉത്സവം മുതലായ അവസരങ്ങളിലും മാത്രമേ തന്ത്രി ഇപ്പോൾ ക്ഷേത്രത്തിൽ ആഗത നാകാറുള്ളൂ. എല്ലാ പ്രത്യേക പ്രധാനപൂജകളിലും തന്ത്രി പങ്കെടു ക്കുന്നു. ക്ഷേത്രാചാരങ്ങളിൽ അവസാനവാക്ക് തന്ത്രിയുടേതാണ്.

## ഓതിക്കൻ

വേദോച്ചാരണം നടത്തുന്ന ഓതിക്കന്മാർ തന്ത്രിയുടെ കീഴിൽ അദ്ദേഹത്തിന്റെ പ്രതിനിധിയായി വർത്തിക്കുന്നു. പന്തിരടിപൂജ, ഉത്സവ ബലി, നവകാഭിഷേകം, ഉദയാസ്തമന പൂജയുടെ ഭാഗമായി വരുന്ന അധികപൂജകൾ എന്നിവയെല്ലാം നടത്തുന്നത് ഓതിക്കന്മാരാണ്. തന്ത്രി യുടേയും മേൽശാന്തിയുടെയും അസാന്നിദ്ധ്യത്തിൽ അവരുടെ ചുമതല കൾ നിർവ്വഹിക്കേണ്ടതും ഓതിക്കന്മാരാണ്. നാലു ഓതിക്കൻ ഇല്ല ങ്ങളിൽ പഴയിടം, മുന്നുലോം, പൊറ്റക്കുഴി, കക്കാട് എന്നീ ഇല്ലങ്ങളിൽ നിന്നാണ് ഗുരുവായൂർ ക്ഷേത്രത്തിലെ ഓതിക്കന്മാർ വരുന്നത്.

## മേൽശാന്തി

ക്ഷേത്രത്തിലെ പ്രധാന പൂജാരി മേൽശാന്തിയാണ്. അടുത്തകാലം വരെ ശുകപുരം, പെരുവനം, ഇരിങ്ങാലക്കുട ഗ്രാമങ്ങളിൽ നിന്നുള്ള നമ്പൂതിരിമാരെ മാത്രമേ മേൽശാന്തിയായി നിയമിച്ചിരുന്നുള്ളൂ. 2013 ലെ ഒരു കോടതിവിധിയനുസരിച്ച് മറ്റു ഗ്രാമക്കാരെയും മേൽശാന്തി നിയമന ത്തിനായി പരിഗണിക്കാമെന്ന് വന്നു. തന്ത്രിയുടെ ശുപാർശയനുസരിച്ച് ഗുരുവായൂർ ദേവസ്വം മാനേജിംഗ് കമ്മറ്റിയാണ് ഇപ്പോൾ മേൽശാന്തിയെ നിയമിക്കുന്നത്. കമ്മറ്റി നിർദ്ദേശിക്കുന്നവരിൽനിന്ന് തിരുനടയിൽവെച്ച് നറുക്കെടുപ്പു നടത്തിയാണ് മേൽശാന്തിയെ നിയമിക്കുക. ആറുമാസ ത്തേക്കാണ് മേൽശാന്തിയുടെ നിയമനകാലാവധി. 1916 വരെ വഴിപാട് പണത്തിന്റെ 1/4 ഭാഗവും എണ്ണയാടിയതിന്റെ 3/4 ഭാഗവും മേൽശാന്തിക്ക് അവകാശപ്പെട്ടതായിരുന്നു. ഇപ്പോഴത്തെ സമ്പ്രദായത്തിൽ ഒരു നിശ്ചിത തുക വേതനമായി മേൽശാന്തിക്ക് നൽകുന്നു. ക്ഷേത്രത്തിലെ പ്രധാന

പൂജകളെല്ലാം നിർവ്വഹിക്കേണ്ടത് മേൽശാന്തിയാണ്. ബ്രഹ്മചര്യവ്രതം അനുഷ്ഠിച്ചുകൊണ്ട് ക്ഷേത്രപരിസരത്തുതന്നെ അദ്ദേഹത്തിന് താമസി ക്കേണ്ടതായിട്ടുണ്ട്. മേൽശാന്തി തന്റെ പ്രൊബേഷൻ കാലത്തിനുശേഷം തന്ത്രിയിൽനിന്നു തന്റെ ഔദ്യോഗിക ചുമതലകൾ ഏറ്റെടുക്കുന്നു. തന്ത്രി മൂലമന്ത്രവും ധ്യാനശ്ലോകവും ചെല്ലിക്കൊടുത്തുകൊണ്ടാണ് മേൽശാന്തിയെ അവരോധിക്കുന്നത്. എല്ലാ വർഷവും 260 പണം ദേവനു നൽകുവാനും ചെറിയൊരു സംഖ്യ മറ്റു ദേവസ്വം ജീവനക്കാർക്ക് നൽകുവാനും മേൽശാന്തി ബാദ്ധ്യസ്ഥനാണ്.

## കീഴ്ശാന്തി

കീഴ്ശാന്തിമാരെ രണ്ടുമാസത്തേക്കാണ് സാധാരണയായി നിയമി ക്കുന്നത്. അഭിഷേകത്തിനുള്ള ജലം കൊണ്ടുവരിക, ചന്ദനം അരയ്ക്കുക, നിവേദ്യം തയ്യാറാക്കുക, പ്രസാദം വിതരണം ചെയ്യുക എന്നിവയാണ് കീഴ്ശാന്തിമാരുടെ പ്രധാനജോലികൾ. ശീവേലിക്ക് തിടമ്പ് (ഉത്സവ വിഗ്രഹം) ഏറ്റുക, ദേവന്റെ ആണ്ടുശ്രാദ്ധം ഊട്ടുക, ഗർഭഗൃഹം, മുഖ മണ്ഡപം എന്നിവ ശുചിയാക്കുക എന്നിവയും അവർ മാത്രം നിർവ്വ ഹിക്കേണ്ട ചുമതലകളാണ്. തങ്ങൾക്ക് കിട്ടുന്ന വേതനത്തിന്റെ ചെറിയൊരു വിഹിതം ദേവനുവേണ്ടി നീക്കിവെക്കുവാനും അവർ ബാദ്ധ്യസ്ഥരാണ്. മേൽശാന്തിയുടെ പ്രതിനിധിയായി വർത്തിക്കുവാനോ മൂലവിഗ്രഹം തൊടുവാനോ ഇവർക്ക് അവകാശവും അധികാരവും ഇല്ല. ക്ഷേത്രവുമായി ബന്ധപ്പെട്ട് 13 കീഴ്ശാന്തി ഇല്ലങ്ങൾ ഉണ്ട്. (100ൽ പരം കീഴ്ശാന്തിക്കാർ പ്രവർത്തിക്കുന്നുമുണ്ട്). അവയിൽ 70 ഓളം കുടുംബങ്ങളുമുണ്ട്. ഇവർ കന്നിമാസം 12 ദിവസം ക്ഷേത്രത്തിൽ ഭജന മിരിക്കാറുണ്ട്. നൂറ്റാണ്ടുകളായി തലമുറകൾ കൈമാറിവന്ന ചിട്ടയാണത്. ക്ഷേത്രത്തിലാകട്ടെ രണ്ട് കീഴ്ശാന്തിമാർ മാത്രമാണ് ഒരേസമയം ജോലിയിൽ വ്യാപൃതരാകുക.

## സാംസ്കാരിക പ്രവർത്തിക്കാർ

ദേവനോടുള്ള ഭക്തി തങ്ങളുടെ കലാപ്രവർത്തനമായി പ്രാവർത്തിക മാക്കുന്ന വിഭാഗക്കാരും ക്ഷേത്രത്തിലുണ്ട്. ഇവരിൽ മുഖ്യർ പട്ടേരി, ചാക്യാർ, മാരാർ എന്നിവരാണ്. മഹാഭാരതം, ഭാഗവതം, പുരാണങ്ങൾ എന്നിവയെ വ്യാഖ്യാനിക്കുകയും പുനർവായിക്കുകയും ചെയ്യുക എന്ന താണ് പട്ടേരിമാരുടെ ചുമതല. കുറുമത്തൂർ ഇല്ലക്കാരാണ് ഗുരുവായൂർ ക്ഷേത്രത്തിലെ പാരമ്പര്യ ഭരതപട്ടേരിമാർ. കൂത്തമ്പലത്തിൽവെച്ച് കൂത്തു നടത്തുന്നവരാണ് ചാക്യാന്മാർ. ചെണ്ടയും ഇടയ്ക്കയും മറ്റും കൈകാര്യം ചെയ്യുന്നവരാണ് മാരാന്മാർ. ഇവരെ കൂടാതെ ഗുരുവായൂരിൽ കൃഷ്ണാട്ടം കലാകാരന്മാരുമുണ്ട്. അത്താഴപൂജയ്ക്കുശേഷം നടയടച്ച തിനുശേഷം ഇവർ കൃഷ്ണാട്ടം കളി അവതരിപ്പിക്കുന്നു.

## കീഴേടങ്ങൾ

ക്ഷേത്രനഗരിയായ ഗുരുവായൂരിൽ നിരവധി ക്ഷേത്രങ്ങളുണ്ട്. മുഖ്യ ക്ഷേത്രത്തോട് ബന്ധപ്പെട്ട് ഉപദേവത ക്ഷേത്രങ്ങളും കീഴ്ദേവസ്വങ്ങളും നിലവിലുണ്ട്. മൂലക്ഷേത്രത്തിന്റെ സൂര്യശോഭയിൽ പ്രകാശം പരത്തുന്ന ഈ ചെറു ക്ഷേത്രങ്ങൾക്ക് ഗുരുവായൂർ ക്ഷേത്രത്തിൽനിന്ന് വിഭിന്നമായി മറ്റൊരു ചരിത്രം ഇല്ലതന്നെ. ഇവയിൽ തന്നെ കീഴേടങ്ങൾ എന്ന് വിളിക്കപ്പെടുന്ന ക്ഷേത്രങ്ങൾ ചരിത്രപരവും ഭൗതികപരവുമായി ഗുരുവായൂർ മേലേടത്തോട് ബന്ധപ്പെട്ടിരിക്കുന്നു. ചിലത് സ്വതന്ത്രമായി നിലകൊള്ളുന്നു.

ഒരു മഹാക്ഷേത്രത്തിനനുസൃതമായ ചിട്ടവട്ടങ്ങളൊക്കെയുണ്ടെങ്കിലും ചരിത്രപഥങ്ങളിൽ ഗുരുവായൂർ ക്ഷേത്രവും ഒരു കീഴേടമായിരുന്നല്ലോ.

ഗുരുവായൂർ ക്ഷേത്രം ഒരുകാലത്ത് കൊടുങ്ങല്ലൂരിനടുത്തുള്ള തൃക്കണാമതിലകം ശിവക്ഷേത്രത്തിന്റെ കീഴേടമായിരുന്നു. അതിനാൽ അക്കാലത്ത് എന്തുകാര്യത്തിനും ആ ക്ഷേത്രം തന്നെയായിരുന്നു ആശ്രയം. പിന്നീട് തൃക്കണാമതിലകം നശിപ്പിക്കപ്പെടുകയും ഗുരുവായൂർ ക്ഷേത്രം ലോകപ്രസിദ്ധമാകുകയും ഗുരുവായൂർ ദേവസ്വം രൂപവത്കരിക്കപ്പെടുകയും ചെയ്തപ്പോൾ ഗുരുവായൂരിനു ചുറ്റും സ്ഥിതി ചെയ്യുന്ന ഏതാനും ചെറിയ ക്ഷേത്രങ്ങളെ ദേവസ്വത്തിന്റെ നിയന്ത്രണത്തിനുകീഴിൽ കൊണ്ടുവന്നു. അവയാണ് ഗുരുവായൂർ ക്ഷേത്രത്തിന്റെ കീഴേടങ്ങൾ. ഇപ്പോൾ 12 കീഴേടങ്ങളാണ് ഗുരുവായൂർ ദേവസ്വത്തിനുള്ളത്. ഇവയിൽ രണ്ടെണ്ണമൊഴികെ (വെർമാണൂർ, പൂന്താനം) ബാക്കിയെല്ലാം ഗുരുവായൂരിനു ചുറ്റുമാണ് സ്ഥിതി ചെയ്യുന്നത്.

## നാരായണംകുളങ്ങര ഭഗവതിക്ഷേത്രം

അന്യം നിന്നുപോയ ഞാമെല്ലിയൂർ ഇല്ലവുമായി വളരെ അടുപ്പമുള്ള മമ്മിയൂർ അംശത്തിലെ ഒരു ക്ഷേത്രമാണ് നാരായണംകുളങ്ങര ഭഗവതി ക്ഷേത്രം. ചിരിച്ചുകൊട്ടിക്കാവ് എന്നും അറിയപ്പെടുന്നു. മകരമാസത്തിലെ പത്താം ദിവസം രാത്രി പാനയും താലപ്പൊലിയും ആഘോഷിക്കുന്നു. നവരാത്രി, നിറ, പുത്തരി, മണ്ഡലപൂജ, വിഷുവേല എന്നിവയും ആഘോഷിക്കുന്നു.

## താമരയൂർ അയ്യപ്പ, വിഷ്ണു ക്ഷേത്രങ്ങൾ

ഗുരുവായൂർ ക്ഷേത്രത്തിന് രണ്ടര കി.മീറ്റർ വടക്ക്, താമരയൂരിൽ സ്ഥിതി ചെയ്യുന്ന ഒരു ക്ഷേത്രമാണ് താമരയൂർ അയ്യപ്പക്ഷേത്രം. പുന്നത്തൂർ കോട്ടയിലേക്കുള്ള വഴിയിലാണ് ശ്രീകണ്ഠപുരം വിഷ്ണുക്ഷേത്രം. ഈ രണ്ട് ക്ഷേത്രങ്ങളും 1989ലാണ് ദേവസ്വം ഏറ്റെടുത്തത്. അഷ്ടമി രോഹിണി, മണ്ഡലവിളക്ക് തുടങ്ങിയവയാണ് രണ്ടിടത്തും പ്രധാന ആഘോഷങ്ങൾ.

## അഞ്ഞൂർ അയ്യപ്പൻകാവ് ക്ഷേത്രം

ഗുരുവായൂർ നിന്നു തൃശ്ശൂർക്കുള്ള വഴിയിൽ ഗുരുവായൂരിൽ നിന്നും 16 കി.മീറ്റർ അകലെ മുണ്ടൂരിലാണ് ഈ ക്ഷേത്രം. പടിഞ്ഞാറോട്ടാണ് ദർശനം. കുംഭമാസത്തിലെ തിരുവാതിരയ്ക്ക് അയ്യപ്പൻ ഗുരുവായൂരിൽ ആറാട്ടിനു പോയിരുന്നുവെന്നും ടിപ്പുവിന്റെ പടയോട്ടത്തോടെയാണ് ഇത് നിന്നതെന്നും വിശ്വസിക്കുന്നു. മണ്ഡലകാലമാണ് പ്രധാനം.

## വെർമാനൂർ ശിവക്ഷേത്രം

പാലക്കാട് ജില്ലയിൽ ആലത്തൂർ താലൂക്കിൽ കുനിശ്ശേരിയിലെ പാറക്കുളത്താണ് ഈ ശിവക്ഷേത്രം. ഗുരുവായൂരിൽനിന്ന് 70 കിലോ മീറ്റർ വടക്കുകിഴക്കുമാറി സ്ഥിതി ചെയ്യുന്നു. പടിഞ്ഞാറോട്ട് ദർശനമായി ശിവൻ കുടികൊള്ളുന്ന അപൂർവ്വം ക്ഷേത്രങ്ങളിലൊന്നാണിത്. ക്ഷേത്രേ ശന്റെ രൗദ്രഭാവം കുറയ്ക്കാൻ നടയ്ക്കു മുമ്പിൽ കുളം കുഴിച്ചുവച്ചിരി ക്കുന്നു. ഈ കുളത്തിന്റെ പേരാണ് പാറക്കുളം. ശിവരാത്രിയാണ് പ്രധാന ആഘോഷം.

## മാങ്ങാൻചിറ വിഷ്ണുക്ഷേത്രം

ഗുരുവായൂർ-പാവറട്ടി-തൃശ്ശൂർ വഴിയിൽ ഗുരുവായൂർ നിന്ന് 9 കി.മീ റ്റർ അകലെ അന്നകരയിലെ പെരുവല്ലൂരിലാണ് ശ്രീകൃഷ്ണപ്രതിഷ്ഠ യുള്ള ഈ ക്ഷേത്രം. കിഴക്കോട്ടാണ് ദർശനം. മേലേടത്തിലേതുപോലെ ചതുർബാഹുവായ വിഷ്ണുവിനെ ശ്രീകൃഷ്ണനാക്കി സങ്കല്പിച്ച് പൂജിക്കുന്നു. ശ്രീകൃഷ്ണപ്രതിഷ്ഠയായതിനാൽ അഷ്ടമിരോഹിണി യാണ് പ്രധാനം.

## കുന്നംകുളം തലക്കോട്ടുകര ശിവക്ഷേത്രം

ഗുരുവായൂരുനിന്ന് 8 കി.മീറ്റർ അകലെ കുന്നംകുളം പട്ടണത്തിൽ തൃശ്ശൂർ റോഡിലാണ് ഈ ക്ഷേത്രം. ചുറ്റമ്പലത്തിനകത്ത് രണ്ട് ശ്രീകോവി ലുകളുണ്ട് ഇവിടെ. തെക്കുഭാഗത്തുള്ളത് സ്വയംഭൂലിംഗമാണ്, മറ്റേതിൽ പ്രതിഷ്ഠാലിംഗവും. ഒരേ പൂജാരി തന്നെ രണ്ടിടത്തും പൂജ ചെയ്യുന്നു. കിഴക്കോട്ട് ദർശനമായാണ് ഇരുപ്രതിഷ്ഠകളും കുടികൊള്ളുന്നത്. ശിവ രാത്രിയാണ് പ്രധാന ആഘോഷം. ഇതിനടുത്ത് ദേവസ്വം ശിവശക്തി എന്ന പേരിൽ ഒരു ഓഡിറ്റോറിയം പണിതിട്ടുണ്ട്.

## പുന്നത്തൂർ ശിവ, വിഷ്ണുഭഗവതി ക്ഷേത്രങ്ങൾ

ഗുരുവായൂർ നിന്ന് മൂന്നര കി.മീറ്റർ അകലെ പുന്നത്തൂരിലാണ് ഈ ക്ഷേത്രങ്ങൾ. 1975ൽ ദേവസ്വം വാങ്ങിയതാണിത്. സാമൂതിരിയുടെ സാമന്തനായിരുന്ന പുന്നത്തൂർ രാജാവിന്റെ കൊട്ടാരം ഇവിടെയായിരുന്നു.

ക്ഷേത്രത്തിൽ ആനകളുടെ എണ്ണം ക്രമാതീതമായി കൂടിയപ്പോൾ ഇന്ന് പാഞ്ചജന്യം, ശ്രീവത്സം റസ്റ്റ് ഹൗസുകൾ നിലകൊള്ളുന്ന സ്ഥലത്ത് (പഴയ കോവിലകപ്പറമ്പിൽ, പണ്ട് അവിടെയാണ് ആനകളെ പാർപ്പിച്ചിരുന്നത്) സ്ഥലക്കുറവ് അനുഭവപ്പെടുകയും തുടർന്ന് ഈ സ്ഥലം സ്വന്തമാക്കി അവിടെ ആനകളെ പാർപ്പിക്കാൻ തുടങ്ങുകയും ചെയ്തു. ഗജരാജൻ ഗുരുവായൂർ കേശവന്റെ നേതൃത്വത്തിൽ ആനകളുടെ ഒരു ഘോഷയാത്രയായിരുന്നു പുതിയ താവളത്തിലേക്ക്. പുന്നത്തൂർക്കോട്ടയ്ക്കകത്തുതന്നെയാണ് ഈ രണ്ട് ക്ഷേത്രങ്ങളും.

10 ഏക്കർ വിസ്തീർണ്ണത്തിലാണ് ഈ സ്ഥലം. പ്രധാന പ്രതിഷ്ഠകൾ ശിവനും വിഷ്ണുവും ഭഗവതിയുമാണ്. ശിവക്ഷേത്രം തെക്കേ അമ്പലം എന്നും ഭഗവതിക്ഷേത്രം പാതിക്കോട്ടുകാവ് എന്നും അറിയപ്പെടുന്നു. തെക്കേ അമ്പലത്തിൽ ശിവനും വിഷ്ണുവും തുല്യപ്രാധാന്യത്തോടെ കുടിയിരുത്തപ്പെട്ടിരിക്കുന്നു. കിഴക്കോട്ട് ദർശനം. ഗണപതി, അയ്യപ്പൻ, നാഗദൈവങ്ങൾ എന്നിവരാണ് ഉപദേവതകൾ. മതിൽക്കെട്ടിനകത്തുതന്നെയാണ് ഭഗവതിക്ഷേത്രം. ഭഗവതിക്ഷേത്രത്തിൽ പ്രതിഷ്ഠ ഭദ്രകാളിയാണ്. പടിഞ്ഞാട്ട് ദർശനം. ശിവരാത്രി, അഷ്ടമിരോഹിണി, നവരാത്രി എന്നിവയെല്ലാം ഇവിടെ ആഘോഷിക്കപ്പെടുന്നു.

## നെന്മിനി ബലരാമ, അയ്യപ്പ ക്ഷേത്രങ്ങൾ

ഗുരുവായൂരിന് 4 കി.മീറ്റർ കിഴക്ക് നെന്മിനിയിലാണ് 500 മീറ്റർ അകലത്തിലായുള്ള ഈ ക്ഷേത്രങ്ങളുള്ളത്. ബലരാമനും അയ്യപ്പനുമാണ് പ്രതിഷ്ഠകൾ. നെന്മിനി ഇല്ലത്തിന്റെ ഈ ക്ഷേത്രങ്ങൾ ഗുരുവായൂർ ദേവസ്വത്തിന് കൈമാറുകയാണുണ്ടായത്. കിഴക്കോട്ട് ദർശനമായാണ് രണ്ട് പ്രതിഷ്ഠകളും. ഗണപതി, നാഗങ്ങൾ, ഭഗവതി എന്നിവരാണ് ഉപദേവതകൾ. 1989ലാണ് ദേവസ്വം ഈ ക്ഷേത്രങ്ങൾ സ്വന്തമാക്കിയത്. അഷ്ടമിരോഹിണിദിവസം മേലേടത്തേക്ക് ബലരാമന്റെ എഴുന്നള്ളിപ്പുണ്ടാകാറുണ്ട്. അനുജന്റെ പിറന്നാൾ ആഘോഷത്തിന് പങ്കെടുക്കാൻ ജ്യേഷ്ഠൻ എഴുന്നള്ളുന്നു എന്നാണ് സങ്കല്പം. അക്ഷയതൃതീയയും ആഘോഷിക്കുന്നു.

## കാവീട് ഭഗവതിക്ഷേത്രം

108 ദുർഗ്ഗാക്ഷേത്രങ്ങളിൽ ഒന്നാണിത്. ഗുരുവായൂരിൽ നിന്നും ആറു കി.മീറ്റർ അകലെ പുന്നത്തൂർ കോട്ടയ്ക്കടുത്താണ് ക്ഷേത്രം സ്ഥിതി ചെയ്യുന്നത്. കിഴക്കോട്ട് ദർശനമായ ഇവിടത്തെ ഭഗവതി, ശ്രീകൃഷ്ണ സഹോദരിയാണെന്ന് പറയപ്പെടുന്നു. ഗണപതി, അയ്യപ്പൻ, നാഗങ്ങൾ എന്നിവരാണ് ഉപദേവതകൾ. മകം തൊഴൽ, നവരാത്രി, തൃക്കാർത്തിക വിളക്ക് എന്നിവയാണ് പ്രധാന ആഘോഷങ്ങൾ. മുമ്പ് ദേവസ്വത്തിന്റെ പശുവളർത്തൽകേന്ദ്രം ഈ ക്ഷേത്രത്തിനടുത്തായിരുന്നു.

## പൂന്താനം വിഷ്ണുക്ഷേത്രം

മലപ്പുറം ജില്ലയിൽ പെരിന്തൽമണ്ണ നിലമ്പൂർ വഴിയിൽ ഗുരുവായൂർ നിന്ന് 60 കി.മീറ്റർ അകലെ കീഴാറ്റൂരിനടുത്ത് ഇടത്തുപുറത്ത് പൂന്താനം മനയിലാണ് ഈ വിഷ്ണുക്ഷേത്രം. വിഷ്ണുവാണ് പ്രതിഷ്ഠയെങ്കിലും ജ്ഞാനപ്പാനയുടെ കർത്താവ് പൂന്താനം നമ്പൂതിരി ആരാധിച്ചിരുന്ന ശ്രീ കൃഷ്ണഭഗവാനാണ് ഏറെ പ്രശസ്തി. പൂന്താനം നമ്പൂതിരിയുടെ പിന്തുടർച്ചക്കാർ ഗുരുവായൂർ ദേവസ്വത്തിന് ഇത് കൈമാറി.

ക്രമേണ ഇന്ന് പല കീഴേടങ്ങളും ഉൾപ്പെടുന്ന ഒരു ക്ഷേത്രസങ്കേതം (Temple State) ആയിത്തീർന്നു ഗുരുവായൂർ. കേരളത്തിലെ മറ്റു വൈഷ്ണവക്ഷേത്രങ്ങളെപോലെ (തിരുനെല്ലി, തിരുനാവായ, തൃച്ചം ബരം) അതിപ്രാചീനമല്ലായിരുന്നെങ്കിൽകൂടി ഗുണകയിൽനിന്ന് കൈവന്ന മേലേടപദവി ഗുരുവായൂരിന്റെ ഗുണപരമായ വളർച്ചയെ ഒട്ടൊന്നുമല്ല സഹായിച്ചിട്ടുള്ളത്. കുരുവയൂർ പ്രദേശത്തു മാത്രമായൊതുങ്ങിയിരുന്ന ക്ഷേത്രസീമ കാലാന്തരത്തിൽ വെർമാനൂർ, ചേരിക്കൽ പിന്നീട് ചിറ്റൂർ, കൊച്ചി മുതലായ പ്രദേശങ്ങളിലേക്കു വ്യാപിച്ചു. 16-ാം നൂറ്റാണ്ടോടെ മേൽപ്പുത്തൂർ, പൂന്താനം മുതലായ പുംസ്കോകിലങ്ങൾ ക്ഷേത്രത്തിന്റെ പെരുമ കാലദേശങ്ങൾക്കതീമായി വർദ്ധിപ്പിച്ചു. പിന്നീട് കോഴിക്കോട് സാമൂതിരി ഈ ഭാഗങ്ങളിൽ അധികാരം വ്യാപിപ്പിച്ചതോടെ ഗുരുവാ യൂരിന്റെ പ്രശസ്തി ഏറെ വർദ്ധിച്ചു. ബ്രിട്ടീഷ് ഭരണകാലത്തും ഈ നില ഏറക്കുറെ തുടർന്നുപോന്നു. വില്യം ലോഗന്റെ മലബാർ മാന്വലിലും ഇൻസ്, ഇവാൻസ് എന്നിവരുടെ ഗസറ്റിയറുകളിലും മല ബാറിലെ ഏറെ പ്രസിദ്ധമായ ക്ഷേത്രം ഗുരുവായൂർ തന്നെയെന്ന് അസന്ദിഗ്ദ്ധമായി പ്രഖ്യാപിക്കുന്നുണ്ട്.

പല കാലഘട്ടങ്ങളിലായി ഗുരുവായൂർ ക്ഷേത്രത്തിന് മുപ്പതിലേറെ കീഴേടങ്ങളുണ്ടായിരുന്നു. ഇവയിൽ ഒൻപത് ദുർഗ്ഗാ ഭഗവതിക്ഷേത്ര ങ്ങളും അഞ്ച് വിഷ്ണുക്ഷേത്രങ്ങളും രണ്ട് വിഷ്ണുവിന്റെ അവതാര ക്ഷേത്രങ്ങളും എട്ട് ശിവാലയങ്ങളും ഒരു ഗണപതിക്ഷേത്രവും ഉൾ പ്പെടുന്നു. ഇവയിൽ ചിലതു ഉപദേവതാക്ഷേത്രങ്ങളായിരുന്നു. മറ്റു ചിലതു സ്വതന്ത്രക്ഷേത്രങ്ങളായിരുന്നു. മൂന്നു കീഴേടങ്ങൾ വിസ്മൃതി യിലാണ്ടു പോയവയാണ്. ചിലതു ഗുരുവായൂരിൽ നിന്നു വളരെ അകലെ സ്ഥിതി ചെയ്യുന്നവയാണ്; മറ്റുള്ളവയെപ്പറ്റി ആധികാരികരേഖകൾ ലഭ്യമായിട്ടില്ല. ക്ഷേത്രത്തിലെ നാലമ്പലത്തിനകത്തുള്ള ഗണപതി കോവിൽ, പടിഞ്ഞാറേ ഭിത്തിയോടു ചേർന്നുള്ള അനന്തശയനം, അടുത്ത കാലത്തായി പ്രസിദ്ധി നേടിയിട്ടുള്ള ഹനൂമാൻ, മതിൽക്കെട്ടിനകത്തു സ്ഥിതിചെയ്യുന്ന ശാസ്താക്ഷേത്രം, മതിൽക്കെട്ടിനുപുറത്തുള്ള കാര്യാ ലയഗണപതിക്ഷേത്രം, സത്രംവളപ്പിലുള്ള നാഗപ്രതിഷ്ഠകൾ എന്നിവ മിക്കതും ഉപദേവതാക്ഷേത്രങ്ങളായതിനാൽ അവ കീഴേടങ്ങളുടെ പട്ടികയിലുൾപ്പെടുന്നില്ല. മമ്മിയൂർ, ചൊവ്വല്ലൂർ മുതലായ കീഴേടങ്ങൾ

ഇപ്പോൾ സ്വതന്ത്രസ്വകാര്യക്ഷേത്രങ്ങളാണ്. അതിനാൽതന്നെ ഗുരുവായൂരിന്റെ നിയന്ത്രണത്തിലുമല്ല. ഇടത്തരികത്തുകാവുമാത്രമാണ് ഉപദേവതാക്ഷേത്രമാണെങ്കിലും പ്രാചീനകീഴേടങ്ങളുടെ പട്ടികയിൽ ഉൾപ്പെടുന്നത്.

ശിവാലയ കീഴേടങ്ങളിലിൽ പ്രാചീനതകൊണ്ടും പ്രൗഢികൊണ്ടും മുന്നിൽ നില്ക്കുന്നത് മമ്മിയൂർക്ഷേത്രമാണ്. ഗുരുവായൂരിൽ വിഷ്ണു വിഗ്രഹം സ്ഥാപിക്കേണ്ട കൃത്യമായ സ്ഥലം നിർദ്ദേശിച്ച് മമ്മിയൂരിലേക്ക് ശിവഭഗവാൻ പിൻവാങ്ങിയെന്നാണ് പുരാവൃത്തം. വൈഷ്ണവമതത്തിന്റെ മുന്നേറ്റത്തിൽ ശൈവമതത്തിന്റെ പിന്മാറ്റത്തെയാവാം ഈ സംഭവം സൂചിപ്പിക്കുന്നത്. സമീപദേശങ്ങളായ പന്നിയൂരും ശുകപുരവും തിരുന്നാവായയും വൈഷ്ണവക്ഷേത്രകേന്ദ്രങ്ങൾ ആയിരുന്നു. വളരെ ഉന്നതനിലയിലെത്തിയ മമ്മിയൂർ, കാലാന്തരത്തിൽ ബ്രാഹ്മണ ശാപംമൂലം അധോഗതിയിലായെന്നാണ് ഐതിഹ്യം. ഏതായാലും മമ്മിയൂരിന്റെ പിന്മാറ്റം ഗുരുവായൂരിന്റെ മുന്നേറ്റത്തിനു ഇടയാക്കി. ഗുരുവായൂരിനേക്കാൾ പുരാതനവുമാണല്ലോ മമ്മിയൂർ. ഒരു പ്രാചീന സംസ്കൃതശ്ലോകത്തിൽ സകലാഭീഷ്ടദായകനായാണ് മമ്മിയൂർ ശിവനെ വാഴ്ത്തുന്നത്. കോകസന്ദേശകാരനും മമ്മിയൂർ ശിവനെ പരാമർശിക്കുന്നുണ്ട്. മമ്മിയൂർ എന്ന പദം പിന്നീട് അംബാപുരമായി സംസ്കൃതീകരിച്ചുവെന്ന ഭാഷാശാസ്ത്രകാരന്മാരുടെ അഭിപ്രായം അമ്മദൈവാരാധന അക്കാലങ്ങളിൽ നിലവിലുണ്ടായിരുന്നുവെന്ന് സൂചിപ്പിക്കുന്നു.

ക്ഷേത്രത്തിനരികെ സ്ഥിതി ചെയ്യുന്ന മമ്മിയൂർ കളരിക്കും ചരിത്രപരമായ പ്രാധാന്യമുണ്ട്. മൈസൂറാക്രമണകാലത്ത് അമ്പലപ്പുഴയിൽ സൂക്ഷിച്ചുവെച്ചിരുന്ന ഉത്സവവിഗ്രഹത്തിന്റെ യഥാർത്ഥമായ സ്ഥാനവും നഷ്ടപ്പെട്ടുവെന്നു കരുതിയിരുന്ന വലംപിരിശംഖും എവിടെയാണെന്ന് 968 വൃശ്ചികം 12ലെ ദേവപ്രശ്നത്തിലൂടെ വെളിപ്പെടുത്തിയത് ഈ കളരിയിലെ പണിക്കരാണ്. ഇതിന്റെ അംഗീകാരമായി പ്രസ്തുത പണിക്കർ കുടുംബത്തിന് ദേവസ്വം അനുവദിച്ചുകൊടുത്ത ആനുകൂല്യങ്ങൾ ഇപ്പോഴും തുടർന്നു പോരുന്നു. ഇപ്പോൾ മമ്മിയൂർ കീഴേടവുമല്ല, ഗുരുവായൂരിന്റെ നിയന്ത്രണത്തിലുമല്ല. മലബാർ ദേവസ്വം ബോർഡിന്റെ നിയന്ത്രണത്തിലാണ് ക്ഷേത്രകാര്യങ്ങൾ നിർവ്വഹിച്ചു വരുന്നത്.

മറ്റു ശിവക്ഷേത്രങ്ങളിൽ ചൊവ്വല്ലൂർ അവിടത്തെ ശിലാശാസനത്താലും പെരുന്തട്ട മഹാപ്രാകാരങ്ങളാലും ബ്രഹ്മകുളം തീർത്ഥക്കുളത്താലും വെർമാനൂർ, പറമ്പൻതളി എന്നിവ അവയുടെ ചരിത്രപാരമ്പര്യത്താലും തലക്കോട്ടുകര ഇരട്ട ശ്രീകോവിലുകളാലും സവിശേഷ ശ്രദ്ധ പിടിച്ചുപറ്റുന്നു. ഗുരുവായൂർ ക്ഷേത്രത്തോടനുബന്ധപ്പെടുത്തി വായിക്കാവുന്നതാണ് ചൊവ്വല്ലൂരിലെ ശിലാസനം. മലബാർ ആക്രമണ

കാലത്ത് ടിപ്പുസുൽത്താൻ പെരുന്തട്ടക്ഷേത്രത്തിന്റെ മതിലുകൾ ഇടിച്ചു നിരത്തിയെന്നും അവിടെ വെച്ച് മാനസികവിഭ്രാന്തിയുണ്ടായ ടിപ്പു സുൽത്താൻ തൽപരിഹാരാർത്ഥം തേവർക്ക് ഇളനീരാട്ടം വഴിപാട് നടത്തിയെന്നും ക്ഷേത്രധ്വംസനത്തിൽനിന്നും പിൻതിരിഞ്ഞെന്നും പറയപ്പെടുന്നു. പാട്ടം ഒഴിവാക്കികൊണ്ട് ചില വസ്തുവഹകൾ അദ്ദേഹം ക്ഷേത്രത്തിന് പതിച്ചു നൽകിയതായി ക്ഷേത്രരേഖകൾ സൂചിപ്പിക്കുന്നു. മറ്റൊരു കീഴേടമായ പറമ്പൻതളിയുടെ ഉടമാവകാശം ആഴ്വാഞ്ചേരി തമ്പ്രാക്കൾക്കാണ്. വെർമാനൂർക്ഷേത്രം സാമൂതിരി കൈവശപ്പെടുത്തി ഗുരുവായൂർക്ക് കൈമാറ്റം ചെയ്തു. ചുറ്റമ്പലത്തിൽ തന്നെ രണ്ടു ശ്രീകാവിലുകൾ സ്ഥിതി ചെയ്യുന്നുവെന്ന പ്രത്യേകത തലക്കോട്ടുകര ക്ഷേത്രത്തിനു സ്വന്തം.

ശിവാലയങ്ങൾ മാത്രമല്ല ദുർഗ്ഗാക്ഷേത്രങ്ങളും ഗുരുവായൂർ കീഴേടങ്ങളിൽ ഉൾപ്പെട്ടിരുന്നു. ഒരു ഉപദേവത ക്ഷേത്രമെങ്കിൽ കൂടി ഇടത്തരികത്തുകാവ് കീഴേടമെന്ന നിലയിലും ഉപദേവതാക്ഷേത്രമെന്ന നിലയിലും മുഖ്യക്ഷേത്രവുമായി അഭേദ്യബന്ധം പുലർത്തുന്നു. മുഖ്യക്ഷേത്രത്തേക്കാൾ പ്രാചീനത കൽപിക്കാവുന്ന ഈ ഭഗവതിക്ഷേത്രം തിയ്യാടി നമ്പ്യാരെന്ന വെളിച്ചപ്പാടിന്റെ സാന്നിദ്ധ്യത്തിലൂടെ ഒരു സ്വതന്ത്രക്ഷേത്രമായി നിലനിന്നിരുന്നു. മണ്ഡലകാലത്തുള്ള ഗുരുവായൂർ ക്ഷേത്രത്തിലെ ശീവേലി പ്രദക്ഷിണം ഈ വെളിച്ചപ്പാട് മുന്നിട്ടു നിന്നു നയിക്കുന്നു. മറ്റു ദുർഗ്ഗാക്ഷേത്രങ്ങളിൽപ്പെട്ട തിരുവെങ്കിടക്ഷത്രം ഒരു വിഷ്ണുക്ഷേത്രമായിരുന്നു എന്നു വേണം കരുതാൻ. പിന്നീടെപ്പോഴോ തിരുപ്പതി (വെങ്കിടം) ദേശത്തുനിന്നു വന്ന ഒരു സന്ന്യാസിവര്യൻ ചുറ്റമ്പലത്തിന്റെ തെക്കുകിഴക്കേ മൂലയിൽ ദുർഗ്ഗാദേവിയെ പ്രതിഷ്ഠിച്ചുവെന്നും അപ്രകാരം തിരുവെങ്കിടം എന്ന് ഈ ക്ഷേത്രം അറിയുവാൻ ഇടയായി എന്നുമാണ് വിശ്വാസം. വിഷ്ണുവിന്റെ തലയില്ലാത്തൊരു വിഗ്രഹം ഇവിടെ ഉണ്ടായിരുന്നുവെന്ന് പഴമക്കാർ സാക്ഷ്യപ്പെടുത്തുന്നു. പെരുമ്പിള്ളി കുടുംബത്തിന്റെ അധീനതയിലായിരുന്നു ഈ ക്ഷേത്രം. പിന്നീട് മല്ലിശ്ശേരി ഏറ്റെടുത്തു. മറ്റു കീഴേടങ്ങളായിരുന്ന മരുതയൂർ, അയ്യൻകുളങ്ങര, കരുവാൻകുളങ്ങര ഭഗവതിമാർ മീനപ്പൂരത്തിൽ പങ്കെടുത്തിരുന്നു. ഈ പൂരാഘോഷത്തിന് ഗുരുവായൂർ വക ആനയെ അയച്ചുകൊടുക്കാറുണ്ട്. ക്ഷേത്രാവകാശം നാലു നായർകുടുംബങ്ങളിൽ നിക്ഷിപ്തമാണ്. വിഷ്ണുമായയുടെ വിഗ്രഹമുള്ള നാരായണൻകുളങ്ങര ക്ഷേത്രം നെതിയൂർ ഇല്ലവുമായി ബന്ധപ്പെട്ടിരിക്കുന്നു. പുന്നത്തൂർ രാജാവിന്റെ അധീനതയിലുണ്ടായിരുന്ന പാലുവായ് ക്ഷേത്രത്തിൽ പൂരത്തിനു വേലയാണ് ആഘോഷിക്കാറ്. ഈ ക്ഷേത്രം ഗുരുവായൂരുമായി സമ്പർക്കം പുലർത്തിയിരുന്നുവെന്നാണ് ചെട്ടിയാലുക്കൽ നിന്നും ലഭിച്ച ദ്രാവിഡ രേഖാലിഖിതങ്ങളിൽനിന്നും ഗുരുവായൂർ ചെമ്പുപട്ടയങ്ങളിൽ നിന്നും മനസ്സിലാവുന്നത്.

ഗുരുവായൂർ കീഴേടങ്ങളായിരുന്ന വിഷ്ണുക്ഷേത്രങ്ങളുമുണ്ട്. ഇവയിൽ താമരയൂർ ശ്രീകണ്ഠപുരം ക്ഷേത്രത്തിലെ ചതുർബാഹു വിഗ്രഹം ടിപ്പുവിന്റെ ആക്രമണത്തിൽ തകർന്നതായി കാണാം. മണി ഗ്രാമം ക്ഷേത്രത്തിൽ ധ്യാനനിരതനായ ബുദ്ധന്റെ ഛായയുള്ള, എന്നാൽ പൂണൂൽധാരിയായ വിഷ്ണുവിന്റെ വിഗ്രഹമാണ് പ്രതിഷ്ഠിച്ചിരിക്കുന്നത്. അപൂർവ്വമായി മാത്രം കാണുന്ന ഗരുഡന്റെ ഒരു വലിയ പ്രതിമ തത്ത മംഗലം ക്ഷേത്രത്തിൽ കാണാം. കലപ്പയേന്തിയ, കാർഷിക ദേവനായ ബലരാമനാണ് നെന്മിനി ക്ഷേത്രത്തിലെ പ്രതിഷ്ഠ. ബലരാമന്റെ കേരളസന്ദർശനത്തെക്കുറിച്ച് ഭാഗവതത്തിൽ പരമാർശിക്കുന്നുണ്ട് നെന്മിനി എന്ന (നെൽ+മണി/മേനി) പദം തന്നെ കൃഷിയെ, കാർഷിക വ്യവസ്ഥയെ സൂചിപ്പിക്കുന്നു.

ശങ്കരാചാര്യർ ഗംഗാനദിയിൽനിന്നും കൊണ്ടുവന്ന് സ്ഥാപിച്ചതാണ് തിരുത്തിയിൽ തേവരുടെ വിഗ്രഹം എന്നും പറയപ്പെടുന്നു. തിരുത്തിയിൽ തേവർ എന്ന പരാമർശം ഒരു തമിഴ് ബന്ധത്തെ സൂചിപ്പിക്കുന്നു. ഈ ക്ഷേത്രത്തിൽ ആഘോഷിച്ചുവന്നിരുന്ന ഏകാദശി ഉത്സവം കാലക്രമേണ ഗുരുവായൂർ ക്ഷേത്രത്തിൽ ആഘോഷിക്കുകയും ഗുരുവായൂർ ഏകാദശി ആയി പ്രസിദ്ധിയാർജ്ജിക്കുകയും ചെയ്തു. ആഞ്ഞൂർ അയ്യപ്പൻ കാവിലെ തേവർ കുംഭതിരുവാതിരയ്ക്ക് ഗുരുവായൂരെത്താറുണ്ട്. കുഴിക്കാട്ട് തൃക്കോവിലാണ് ഗണപതി പ്രതിഷ്ഠയുള്ള ഒരേ ഒരു കീഴേടം. നെല്ലിയൂർ, ചെമ്പകശ്ശേരി, ദേശവർമ്മ എന്നീ കീഴേടങ്ങൾ പണ്ടേന്നോ തന്നെ നാശോന്മുഖമായി കഴിഞ്ഞിരുന്നു. ഇതോടെ ഗുരുവായൂർ കീഴേട ങ്ങളുടെ പട്ടിക പൂർത്തിയാവുന്നു.

മിക്ക കീഴേടങ്ങളും ഗുരുവായൂരുമായി ഒരു തരത്തിലല്ലെങ്കിൽ മറ്റൊരു തരത്തിൽ ബന്ധപ്പെട്ടിരിക്കുന്നു. കീഴേടങ്ങൾ സ്ഥിതി ചെയ്യുന്ന ദേശങ്ങളുടെ സ്ഥിതി പരിശോധിച്ചാൽ മുഖ്യക്ഷേത്രമായ ഗുരുവാ യൂരിന്റെ അധികാര സീമ ഏറെ ദേശങ്ങളിൽ വ്യാപിച്ചിരുന്നതായി കാണാം. മലബാറിലും കൊച്ചിയിലും തമിഴ്നാടതിർത്തിവരെയും ഗുരു വായൂരിന്റെ സ്വാധീനം കടന്നുചെന്നിരുന്നു. കുനിശ്ശേരി, തത്തമംഗലം, വെർമാനൂർ, ചേരിക്കൽ (വളപ്പനാട്) മുതലായ പ്രദേശങ്ങളിൽ ഗുരു വായൂരിന് വമ്പിച്ച ഭൂസ്വത്തുണ്ടായിരുന്നു. അവിടെ നിന്ന് ക്ഷേത്രാ വശ്യങ്ങൾക്ക് നെല്ലും മറ്റു ദ്രവ്യങ്ങളും കൊണ്ടുവന്നിരുന്നു. പ്രതിവർഷം 300 മുതൽ 500 വരെ പൊതി നെല്ല്, ഒരു പൊതിക്ക് ഒരു പണം (28 പൈസ) ചരക്കുക്കൂലി നിരക്കിൽ ഗുരുവായൂരിലെത്തിച്ചിരുന്നുവെന്ന് സാമൂതിരി കോവിലകം - ക്ഷേത്രരേഖകളിൽ കാണുന്നു. ചുരുക്കത്തിൽ മദ്ധ്യകാല കേരളത്തിലെ വലിയൊരു ഭൂവുടമയായിരുന്നു ഗുരുവായൂർ തേവർ.

ഗുരുവായൂർ ക്ഷേത്രത്തേക്കാൾ പ്രാചീനമാണ് ചില കീഴേടങ്ങൾ എന്ന വസ്തുതയും പരിഗണനാർഹമാണ്. ഇടത്തരികത്തുകാവ്, മമ്മിയൂർ എന്നീ ക്ഷേത്രങ്ങൾ ഐതിഹ്യപരമായും ചരിത്രപരമായും

ഗുരുവായൂരിനേക്കാൾ പ്രാചീനമാണ്. കീഴേടങ്ങളിൽ പലതും പൂരാഘോഷ (കുംഭപൂരം)ത്തിന് ഗുരുവായൂരിൽ ഒത്തുകൂടിയിരുന്നു എന്ന വസ്തുത ശ്രദ്ധാർഹമാണ്.

വർദ്ധിച്ചുവരുന്ന വൈഷ്ണവാരാധനയുടെ, വിഷ്ണുവിഗ്രഹത്തെ ഉണ്ണിക്കണ്ണനായി സങ്കൽപ്പിച്ചുകൊണ്ടുള്ള ആരാധനകളുടെ പ്രതീകങ്ങളായി വേണം ഗുരുവായൂരിന് ചുറ്റുമുള്ള കൃഷ്ണബലരാമപാർത്ഥസാരഥി ക്ഷേത്രങ്ങളെ കാണുവാൻ. ബുദ്ധ-ശൈവമതങ്ങൾക്ക് കേരളത്തിലുണ്ടായ അപചയം, ഹിന്ദുമതത്തിന് ഉണ്ണികൃഷ്ണസങ്കല്പത്തിലൂടെ കേരളത്തിലുണ്ടായ ജനസമ്മിതി, ഇവയുടെയൊക്കെ പ്രതീകമാണ് ഗുരുവായൂർ.

മുപ്പതിലേറെ കീഴേടങ്ങൾ ഗുരുവായൂർ മേലേടത്തിനുണ്ടായിരുന്നെങ്കിലും കാലാകാലങ്ങളിൽ അവയുടെ ഉടമാവകാശം മാറിമാറിഞ്ഞിരുന്നു. ആദ്യം 72 ബ്രാഹ്മണകുടുംബങ്ങൾക്കും പിന്നീട് പ്രമാണി/ജന്മിമാർക്കും ഇടപ്രഭുക്കന്മാർക്കും അവസാനം ഭക്തജനങ്ങളിലും സർക്കാരിലുമായി നിക്ഷിപ്തമായി. പല കീഴേടങ്ങളുടേയും ഉടമാവകാശം. ബ്രാഹ്മണ ഇല്ലങ്ങളുടെ കുടുംബക്ഷേത്രങ്ങളായി രൂപംകൊണ്ട കീഴേടങ്ങൾ സാമൂതിരിയുടെയും മല്ലിശ്ശേരിയുടെയും ബ്രിട്ടീഷുകാരുടെയും അധീനതയിൽ എത്തിപ്പെട്ടു. മലബാറിൽ (ചാവക്കാട്) ആധിപത്യമുറപ്പിച്ച ബ്രിട്ടീഷുകാർ ഒരു പുതിയ നിയമവ്യവസ്ഥയ്ക്ക് (റഗുലേഷൻസ് ഓഫ് 1817) രൂപം കൊടുത്തു. അതനുസരിച്ച് കീഴേടങ്ങളുടെ ഭരണം ഒരു സമിതിയിൽ നിക്ഷിപ്തമായി. മദിരാശി സർക്കാരിന്റെ 1951ലെ നിയമം, 1954 ലെ പരിഷ്കരണം ഉൾപ്പടെ, അനുസരിച്ച് ഭരണം തുടർന്നുപോന്നു.

1971ലെ ഗുരുവായൂർ ദേവസ്വം നിയമവും പിന്നീടുണ്ടായ ഹൈക്കോടതി വിധിയും അനുസരിച്ച് കീഴേടങ്ങളുടെ പ്രവർത്തനങ്ങളിലും ഘടനയിലും സാരമായ മാറ്റങ്ങൾ ഉണ്ടായി. അതിൻപ്രകാരം മുഖ്യക്ഷേത്രത്തിന്റെ വരുമാനത്തിന്റെ ഒരു വിഹിതം ഈ ക്ഷേത്രങ്ങളുടെ അഭിവൃദ്ധിക്കും പുനരുദ്ധാരണത്തിനുമായി നീക്കി വെച്ചു. ആഞ്ഞൂർ അയ്യപ്പൻകാവ്, കാവീട് കാർത്ത്യായനിക്ഷേത്രം, താമരയൂർ വിഷ്ണു-അയ്യപ്പക്ഷേത്രങ്ങൾ, തലക്കോട്ടുകര ശിവക്ഷേത്രം, നാരായണൻകുളങ്ങര ദേവീക്ഷേത്രം, നെന്മിനി ബലരാമ-അയ്യപ്പക്ഷേത്രങ്ങൾ, പുന്നത്തൂർ ശിവ-വിഷ്ണു-ഭഗവതി ക്ഷേത്രങ്ങൾ, പൂന്താനം (ഇടത്തുപുറം) മഹാവിഷ്ണു ക്ഷേത്രം, മാങ്ങൻചിറ ശ്രീകൃഷ്ണക്ഷേത്രം, വെർമാനൂർ ശിവക്ഷേത്രം എന്നീ കീഴേടങ്ങൾ മാത്രമാണ് ഇന്ന് ഗുരുവായൂർ ക്ഷേത്രത്തിന്റെ പ്രവർത്തനപരിധിയിൽ വരുന്നത്.

ഗുരുവായൂർ ക്ഷേത്രത്തിന്റെ വികാസപരിണാമങ്ങളിൽ ഈ കീഴേടങ്ങൾ വഹിച്ച പങ്ക് വിസ്മരിക്കാവുന്നതല്ല. പക്ഷേ, ഇവയുടെ ചരിത്രത്തെപ്പറ്റി, സമകാലികപ്രസക്തിയെപ്പറ്റി സമഗ്രപഠനങ്ങൾ നടന്നിട്ടില്ല.

## മറ്റു സ്ഥാപനങ്ങൾ

### പുന്നത്തൂർ ആനക്കോട്ട

ഗുരുവായൂർ ക്ഷേത്രത്തിലേക്ക് ഭക്തർ നടയ്ക്കിരുത്തുന്ന ആനകളെ സംരക്ഷിക്കുന്നതിനു ഗുരുവായൂർ ദേവസ്വം നടത്തുന്ന കേന്ദ്രമാണ് പുന്നത്തൂർ കോട്ട. ക്ഷേത്രത്തിൽ നിന്നും മൂന്നു കിലോമീറ്റർ വടക്കോട്ട് മാറിയാണ് ഈ ആനത്താവളം. 1975ലാണ് ഗുരുവായൂർ ദേവസ്വം ഈ 10 ഏക്കർ സ്ഥലം വാങ്ങിയത്. ഗുരുവായൂർ കേശവന്റെ നേതൃത്വത്തിൽ ഘോഷയാത്രയായി എല്ലാ ആനകളെയും പുന്നത്തൂർ കോട്ടയിലേക്ക് മാറ്റി. ഇവിടെ ഇപ്പോൾ ആനകളെ സംരക്ഷിക്കുന്നുണ്ട്. കർക്കടകമാസത്തിൽ ആനകൾക്ക് ഇവിടെ സുഖചികിത്സ നടത്തുന്നു.

### വൃന്ദാവനം എസ്റ്റേറ്റ്

മലപ്പുറം ജില്ലയിലെ വേങ്ങാട് ഗുരുവായൂർ ദേവസ്വത്തിന്റെ 100 ഏക്കറിലാണ് വൃന്ദാവനം എസ്റ്റേറ്റ്. പനയ്ക്ക് പുറമേ തെങ്ങ്, കശുവണ്ടി തുടങ്ങിയ മറ്റു കാർഷിക ഉൽപ്പന്നങ്ങളും ഇവിടെയുണ്ട്.

### ഗോകുലം

വൃന്ദാവനം എസ്റ്റേറ്റിനടുത്ത് 25 ഏക്കറിലാണ് ഗോകുലം. ഗുരുവായൂർ ക്ഷേത്രത്തിലേക്ക് ഭക്തർ സമർപ്പിക്കുന്ന പശുക്കളെ ഗോകുലത്തിലാണ് സംരക്ഷിക്കുന്നത്. ഇവിടെ ആയിരത്തോളം പശുക്കളെ സംരക്ഷിക്കുന്നു.

### മറ്റുള്ളവ

പുസ്തക വില്പനശാല, മത പുസ്തകശാല, ക്ഷേത്രകലപഠനശാല, ചുമർചിത്രപഠനശാല, മ്യൂസിയം, മെഡിക്കൽ സെന്റർ, മേൽപ്പുത്തൂർ സ്മാരക ആയുർവേദ ആസ്പത്രി, ശ്രീകൃഷ്ണ കോളേജ്, ശ്രീകൃഷ്ണ ഹയർ സെക്കന്ററി സ്കൂൾ, ഇംഗ്ലീഷ് മീഡിയം സ്കൂൾ, അമ്പാടി ഹൗസിങ് കോംപ്ലക്സ് എന്നിവയുമുണ്ട്.

## സമീപക്ഷേത്രങ്ങൾ

### മമ്മിയൂർ മഹാദേവക്ഷേത്രം

ഗുരുവായൂർ ക്ഷേത്രവുമായി ഏറ്റവുമധികം ബന്ധപ്പെട്ടു കിടക്കുന്ന ക്ഷേത്രമാണ് മമ്മിയൂർ മഹാദേവക്ഷേത്രം. ഗുരുവായൂർ ക്ഷേത്രത്തിൽ നിന്ന് ഒരു കിലോമീറ്റർ വടക്കുപടിഞ്ഞാറു മാറി കുന്നംകുളം റോഡിലാണ് ഈ ക്ഷേത്രം സ്ഥിതി ചെയ്യുന്നത് ഐതിഹ്യപ്രകാരം ഗുരുവായൂരപ്പപ്രതിഷ്ഠയ്ക്ക് സാക്ഷ്യം വഹിച്ച ശിവൻ തൊട്ടടുത്തുള്ള മമ്മിയൂരിൽ പാർവ്വതീസമേതനായി സ്വയംഭൂവായി അവതരിക്കുകയായിരുന്നു. അതിനാൽ, ഗുരുവായൂരിൽ പോകുന്ന എല്ലാ ഭക്തരും ഇവിടെയും തൊഴണം എന്നാണ് ആചാരം. അതിന് കഴിയാത്തവർ ഭഗവതിയെ

തൊഴുത് പ്രദക്ഷിണം വെയ്ക്കുമ്പോൾ വടക്കുപടിഞ്ഞാറു ഭാഗത്തേക്ക് നോക്കിത്തൊഴുന്നു. നൂറ്റെട്ട് ശിവാലയങ്ങളിലൊന്നായ ഇവിടെ പാർവ്വതീ സമേതനും സ്വയംഭൂവുമായ ശിവനാണ് മുഖ്യപ്രതിഷ്ഠയെങ്കിലും തുല്യപ്രാധാന്യത്തോടെ മഹാവിഷ്ണുവുമുണ്ട്. കൂടാതെ ഗണപതി, സുബ്രഹ്മണ്യൻ, അയ്യപ്പൻ, നാഗദൈവങ്ങൾ, ബ്രഹ്മരക്ഷസ്സ്, ഭദ്രകാളി എന്നീ ഉപദേവതകൾക്കും ഇവിടെ പ്രതിഷ്ഠയുണ്ട്. മൂന്ന് പൂജകളുള്ള ഈ ക്ഷേത്രത്തിന്റെ തന്ത്രാധികാരം ഗുരുവായൂർ തന്ത്രിമാരായ പുഴക്കര ചേന്നാസ് നമ്പൂതിരിമാർക്കുതന്നെയാണ്. മലബാർ ദേവസ്വം ബോർഡിന്റെ കീഴിലാണ് ഈ ക്ഷേത്രം.

## ഗുരുവായൂർ പാർത്ഥസാരഥിക്ഷേത്രം

ഗുരുവായൂർ ക്ഷേത്രവുമായി അടുത്ത് ബന്ധപ്പെട്ടുകിടക്കുന്ന മറ്റൊരു ക്ഷേത്രമാണ് ഗുരുവായൂർ ക്ഷേത്രത്തിന്റെ കിഴക്കുഭാഗത്ത് ഗുരുവായൂർ റെയിൽവേ സ്റ്റേഷനടുത്തുള്ള പാർത്ഥസാരഥിക്ഷേത്രം. പാർത്ഥസാരഥിയായ ശ്രീകൃഷ്ണനാണ് ഇവിടെ മുഖ്യപ്രതിഷ്ഠ. ആദിശങ്കരാചാര്യരാണ് ഈ ക്ഷേത്രത്തിലെ പ്രതിഷ്ഠ നടത്തിയതെന്ന് വിശ്വസിക്കുന്നു. ടിപ്പു സുൽത്താന്റെ ആക്രമണത്തിൽ തകർക്കപ്പെട്ട ഈ ക്ഷേത്രം ഒരുപാടു കാലം ആരാലും തിരിഞ്ഞുനോക്കപ്പെടാതെ കിടന്നു. ഒടുവിൽ, ഭാഗവത കുലപതി തിരുനാമാചാര്യൻ ആഞ്ഞം മാധവൻ നമ്പൂതിരിയാണ് ക്ഷേത്രം പുതുക്കിപ്പണിത് പുനഃപ്രതിഷ്ഠ നടത്തിയത്. ഇന്ന് ക്ഷേത്രം ഒരുപാടുപേരുടെ ശ്രദ്ധയാകർഷിച്ചുവരികയാണ്. തേരിന്റെ ആകൃതിയിലുള്ള ശ്രീകോവിലാണ് ഇവിടെയുള്ളത്. തേരിന്റെ ചക്രങ്ങളും കുതിരകളുമടക്കം അതേ പടി നിർമ്മിക്കപ്പെട്ടിട്ടുണ്ട്. പാർത്ഥസാരഥിയായ ഭഗവാൻ ഒരു കയ്യിൽ ചമ്മട്ടിയും മറ്റേ കയ്യിൽ ശംഖും ധരിച്ചിട്ടുണ്ട്. മൂന്നടിയോളം ഉയരം വരുന്ന വിഗ്രഹം കിഴക്കോട്ട് ദർശനമായി പ്രതിഷ്ഠിക്കപ്പെട്ടിരിക്കുന്നു. ഉപദേവതകളായി ഗണപതി, അയ്യപ്പൻ, നവഗ്രഹങ്ങൾ, ബ്രഹ്മരക്ഷസ്സ്, ആദിശങ്കരാചാര്യർ എന്നിവർ പ്രതിഷ്ഠിക്കപ്പെട്ടിരിക്കുന്നു. ഗുരുവായൂർ ഏകാദശിനാളിൽ ആറാട്ട് വരും വിധത്തിലാണ് ഇവിടെ ക്ഷേത്രോത്സവം. ഗീതാദിനം കൂടിയായ ഗുരുവായൂർ ഏകാദശി നാളിൽ ഉച്ചയ്ക്ക് ഗുരുവായൂർ ക്ഷേത്രത്തിൽ നിന്ന് ഈ ക്ഷേത്രത്തിലേക്ക് പഞ്ചവാദ്യത്തിന്റെ അകമ്പടിയോടെ എഴുന്നള്ളിപ്പുണ്ടാകും. വൈകുന്നേരം തിരിച്ച് രഥമെഴുന്നള്ളിപ്പും അഷ്ടമിരോഹിണി, ശങ്കരജയന്തി തുടങ്ങിയവയാണ് ക്ഷേത്രത്തിലെ മറ്റ് പ്രധാന ആഘോഷങ്ങൾ.

## ഗുരുവായൂർ തിരുവെങ്കടാചലപതിക്ഷേത്രം

ഗുരുവായൂരിലെ മറ്റൊരു പ്രധാന ക്ഷേത്രമാണ് 'കേരള തിരുപ്പതി' എന്നറിയപ്പെടുന്ന തിരുവെങ്കടാചലപതിക്ഷേത്രം. ഗുരുവായൂർ ക്ഷേത്രത്തിന്റെ കിഴക്കുഭാഗത്ത് ഗുരുവായൂർ റെയിൽവേ സ്റ്റേഷനും പാർത്ഥസാരഥിക്ഷേത്രത്തിനും തൊട്ടടുത്താണ് ഈ ക്ഷേത്രം. മഹാവിഷ്ണു

പ്രൊഫ. എസ്.എസ്. വാര്യർ

വിന്റെ മറ്റൊരു ഭാവമായ തിരുപ്പതി വെങ്കടാചലപതിയും ഭദ്രകാളിയു മാണ് ഈ ക്ഷേത്രത്തിലെ മുഖ്യപ്രതിഷ്ഠകൾ. ക്ഷേത്രമിരിക്കുന്ന സ്ഥല ത്തിന്റെ പേര് 'തിരുവെങ്കടം' (മലയാളത്തിൽ തെറ്റായി 'തിരുവെങ്കിടം' എന്നെഴുതിവരുന്നു) എന്നാണ്. ആ പേര് വരാൻ തന്നെ കാരണം ഈ ക്ഷേത്രമാണ്. ഭാരതീയ വൈഷ്ണവഭക്തിപ്രസ്ഥാനത്തിലെ ശുക്ര നക്ഷത്രമായ രാമാനുജാചാര്യർ പ്രതിഷ്ഠിച്ചതാണ് ഈ ക്ഷേത്രം എന്ന് വിശ്വസിച്ചുവരുന്നു. വെങ്കടാചലപതിപ്രതിഷ്ഠ കഴിഞ്ഞാണ് ഭദ്രകാളി പ്രതിഷ്ഠയുണ്ടായത്.

ടിപ്പു സുൽത്താന്റെ ആക്രമണത്തിൽ ക്ഷേത്രവും ഇവിടത്തെ മുൻ വിഗ്രഹവും തകർക്കപ്പെട്ടിരുന്നു. മുൻ വിഗ്രഹം തലയും വലതുകയ്യും നഷ്ടപ്പെട്ട നിലയിൽ വികൃതമായിക്കിടക്കുകയായിരുന്നു. അതിനാൽ, ആരുടെ വിഗ്രഹമാണ് അതെന്നുപോലും ആർക്കും പിടിയുണ്ടായിരുന്നില്ല. അക്കാലത്ത്, ഇതൊരു ഭഗവതിക്ഷേത്രമായി അറിയപ്പെട്ടു. 1974ൽ നടന്ന ദേവപ്രശ്നത്തിലാണ് ക്ഷേത്രത്തിലെ വെങ്കടാചലപതിസാന്നിദ്ധ്യം കണ്ടുപിടിച്ചത്. തുടർന്ന്, തിരുപ്പതിയിലെ പെരിയ ജീയർ സ്വാമികളുടെ അനുഗ്രഹാശിസ്സുകളോടെ ചതുർബാഹു വെങ്കടാചലപതിവിഗ്രഹം നിർമ്മിച്ച് 1977ൽ അന്നത്തെ ഗുരുവായൂർ വലിയ തന്ത്രി പുഴക്കര ചേന്നാസ് പരമേശ്വരൻ നമ്പൂതിരിപ്പാടിന്റെ കാർമ്മികത്വത്തിൽ വെങ്കടാചലപതി പ്രതിഷ്ഠ നടന്നു. ഇന്ന് വെങ്കടാചലപതിക്കും ഭഗവതിക്കും തുല്യ പ്രാധാന്യമാണ്. വെങ്കടാചലപതി കിഴക്കോട്ട് ദർശനമായും ഭഗവതി പടിഞ്ഞാട്ട് ദർശനമായും കുടികൊള്ളുന്നു. ഗണപതി, അയ്യപ്പൻ, സര സ്വതി, നാഗദൈവങ്ങൾ, രാമാനുജാചാര്യർ എന്നിവരാണ് ഉപദേവതകൾ. മേടമാസത്തിൽ നടക്കുന്ന ബ്രഹ്മോത്സവമാണ് ക്ഷേത്രത്തിലെ പ്രധാന ഉത്സവം. കൂടാതെ മകരച്ചൊവ്വ, നവരാത്രി, അയ്യപ്പൻ വിളക്ക് തുടങ്ങിയ വയും പ്രധാന ഉത്സവങ്ങളാണ്.

## ഗുരുവായൂർ ചാമുണ്ഡേശ്വരിക്ഷേത്രം

ഗുരുവായൂർ ക്ഷേത്രത്തിന്റെ വടക്കുഭാഗത്ത് കിടക്കുന്ന ക്ഷേത്രമാണ് ചാമുണ്ഡേശ്വരിക്ഷേത്രം. താരതമ്യേന പഴക്കം കുറഞ്ഞ ക്ഷേത്രമാണിത്. മൈസൂരിലെ പ്രസിദ്ധമായ ചാമുണ്ഡേശ്വരി ക്ഷേത്രത്തിലെ അതേ പ്രതിഷ്ഠയാണ് ഇവിടെയും. ചോറ്റാനിക്കരയിലേതുപോലെ ഇവിടെയും മേലേക്കാവും താഴേക്കാവുമുണ്ട്. രണ്ടിടത്തും ചാമുണ്ഡേശ്വരിപ്രതിഷ്ഠ തന്നെയാണ്. മേലേക്കാവിലെ ഭഗവതിക്ക് പഞ്ചലോഹവിഗ്രഹപ്രതിഷ്ഠ യാണെങ്കിൽ താഴേക്കാവിൽ ഒരു കരിങ്കൽപീഠം മാത്രമേയുള്ളൂ. രണ്ട് പ്രതിഷ്ഠകളും കിഴക്കോട്ട് ദർശനമായാണ്. ഉപദേവതകളായി ശിവൻ, ഗണപതി, അയ്യപ്പൻ, ദുർഗ്ഗാദേവി, നവഗ്രഹങ്ങൾ, നാഗദൈവങ്ങൾ, കരി ങ്കാളി, യക്ഷിയമ്മ, തമ്പുരാൻ എന്നിവർ പ്രതിഷ്ഠിക്കപ്പെട്ടിരിക്കുന്നു. നവരാത്രിയാണ് ക്ഷേത്രത്തിലെ പ്രധാന ഉത്സവം. ഒമ്പതുദിവസവും ക്ഷേത്രത്തിൽ പ്രധാനമാണ്.

## പെരുന്തട്ട മഹാദേവക്ഷേത്രം

ഗുരുവായൂർ ക്ഷേത്രത്തിന്റെ തെക്കുഭാഗത്ത് പാവറട്ടിയിലേക്ക് പോകുന്ന വഴിയിലാണ് പെരുന്തട്ട മഹാദേവക്ഷേത്രം. നൂറ്റെട്ട് ശിവാല യങ്ങളിൽ പെടുന്ന മറ്റൊരു ദേവാലയമാണിത്. മമ്മിയൂരിലേതുപോലെ ഇവിടെയും പാർവ്വതീസമേതനായ ശിവനാണ് പ്രതിഷ്ഠ. കൂടാതെ ഉപ ദേവതകളായി ഗണപതി, സുബ്രഹ്മണ്യൻ, അയ്യപ്പൻ, മഹാവിഷ്ണു, നാഗദൈവങ്ങൾ, ബ്രഹ്മരക്ഷസ്സ്, ഭദ്രകാളി തുടങ്ങിയവരുമുണ്ട്. ഒരു കാലത്ത് ഭക്തജനങ്ങൾ ധാരാളമുണ്ടായിരുന്ന ഈ ക്ഷേത്രവും ടിപ്പു സുൽത്താന്റെ ആക്രമണത്തിൽ തകർന്നിരുന്നു. തുടർന്ന് ഏറെക്കാലം അനാഥമായിക്കിടന്ന ഈ ക്ഷേത്രം പിന്നീട് ഭക്തജനങ്ങളുടെ നേതൃത്വ ത്തിൽ പുനർനിർമ്മിക്കുകയായിരുന്നു. ഇന്ന് ഗുരുവായൂരിൽ വരുന്ന ഭക്തർ ഇവിടെയും ധാരാളമായി വന്നുപോകുന്നുണ്ട്. ശിവരാത്രിയാണ് ക്ഷേത്ര ത്തിലെ പ്രധാന ആഘോഷം. അടുത്ത കാലത്ത് ശിവരാത്രിയോടനു ബന്ധിച്ച് തുടങ്ങിയ അതിരുദ്രമഹായജ്ഞം നിരവധി ഭക്തരെ ആകർ ഷിക്കുന്നുണ്ട്. കൂടാതെ ധനുമാസത്തിൽ തിരുവാതിരയും ക്ഷേത്രത്തിൽ പ്രധാന ദിവസമാണ്.

## ചൊവ്വല്ലൂർ ശിവക്ഷേത്രം

ഗുരുവായൂരിൽ നിന്ന് നാല് കിലോമീറ്റർ വടക്കുകിഴക്കുമാറി കണ്ടാണ ശ്ശേരി ഗ്രാമപഞ്ചായത്തിൽ സ്ഥിതിചെയ്യുന്ന ഒരു ക്ഷേത്രമാണ് ചൊവ്വ ല്ലൂർ ശിവക്ഷേത്രം. ശിവകുടുംബസാന്നിദ്ധ്യം കൊണ്ട് ധന്യമായ ഈ ക്ഷേത്രത്തിൽ മുഖ്യപ്രതിഷ്ഠകൾ ശിവനും പാർവ്വതിയുമാണ്. നൂറ്റെട്ട് ശിവാലയങ്ങളിൽ വരുന്ന ഈ ക്ഷേത്രത്തിൽ ഒരേ ശ്രീകോവിലിൽ പടി ഞ്ഞാട്ട് ദർശനമായി ശിവനും കിഴക്കോട്ട് ദർശനമായി പാർവ്വതിയും കുടി കൊള്ളുന്നു. കൂടാതെ ഉപദേവതകളായി ഗണപതി, സുബ്രഹ്മണ്യൻ, അയ്യപ്പൻ, ദക്ഷിണാമൂർത്തി, ഹനൂമാൻ, നാഗദൈവങ്ങൾ, ബ്രഹ്മരക്ഷസ്സ്, നവഗ്രഹങ്ങൾ, സിംഹോദരൻ, തിരുവമ്പാടി കൃഷ്ണൻ എന്നിവരും ക്ഷേത്രത്തിലുണ്ട്. ഇവിടെ പ്രധാന ആഘോഷങ്ങൾ ശിവരാത്രിയും തിരുവാതിരയുമാണ്. തിരുവാതിരയോടനുബന്ധിച്ച് പന്ത്രണ്ടുദിവസം പാർവ്വതീദേവിക്ക് പട്ടും താലിയും ചാർത്തൽ പ്രധാന വഴിപാടാണ്. കന്നിമാസത്തിൽ വിജയദശമി മുതൽ തിരുവാതിര വരെ നീളുന്ന ദശ ലക്ഷദീപോത്സവവും വളരെ പ്രധാനമാണ്.

## അരിയന്നൂർ ഹരികന്യകാ ക്ഷേത്രം

ഗുരുവായൂരിൽ നിന്ന് അഞ്ച് കിലോമീറ്റർ കിഴക്കുമാറി തൃശ്ശൂർ റോഡിൽ കണ്ടാണശ്ശേരി ഗ്രാമപഞ്ചായത്തിൽ തന്നെ സ്ഥിതി ചെയ്യുന്ന ഒരു ദേവീക്ഷേത്രമാണ് ശ്രീഹരികന്യകാക്ഷേത്രം. മഹാവിഷ്ണുവിന്റെ മോഹിനീരൂപമാണ് ഈ ക്ഷേത്രത്തിലെ മുഖ്യപ്രതിഷ്ഠ. ഐതിഹ്യ

പ്രൊഫ. എസ്.എസ്. വാര്യർ

പ്രകാരം പറയിപെറ്റ പന്തിരുകുലത്തിലെ ഉളിയന്നൂർ പെരുന്തച്ചനാണ് ഈ ക്ഷേത്രം നിർമ്മിച്ചത്. ക്ഷേത്രം സ്ഥിതി ചെയ്യുന്ന അരിയന്നൂർ ഗ്രാമത്തിന്റെ പേര് 'ഹരികന്യകാപുരം' ലോപിച്ചുണ്ടായതാണെന്ന് വിശ്വസിച്ചുവരുന്നു. പ്രധാന പ്രതിഷ്ഠയായ ശ്രീഹരികന്യകാദേവി കിഴക്കോട്ട് ദർശനമായി വാഴുന്നു. ഉപദേവതകളായി ഗണപതി, ശിവൻ, ശാസ്താവ്, ഭദ്രകാളി, നാഗദൈവങ്ങൾ എന്നിവരും കുടികൊള്ളുന്നു. മീനമാസത്തിലെ പൂരമാണ് പ്രധാന ഉത്സവം. ഇതിന് പിടിയാനകളേ പാടുള്ളൂ എന്നാണ് ചിട്ട.

ഗുരുവായൂരും പരിസരപ്രദേശങ്ങളും അത്രയേറെ അമ്പലങ്ങളാൽ പ്രശസ്തമാണെന്നതും ഗുരുവായൂരിന്റെ ചരിത്രപ്രാധാന്യത്തെ വെളിപ്പെടുത്തുന്നു.

# ക്ഷേത്രസമുച്ചയം

## ക്ഷേത്രനിർമ്മിതി

മധുരം, സൗമ്യം, ദീപ്തം എന്നു വിശേഷിപ്പിക്കാവുന്ന ലളിതവും സുന്ദരവും ചാരുതയാർന്നതുമായ ഒരു രൂപഘടനയാണ് ഗുരുവായൂർ ക്ഷേത്രത്തിനുള്ളത്. ഇരുവശങ്ങളിലും കിഴക്ക്-പടിഞ്ഞാറ് ഗോപുരങ്ങളോടുകൂടി ചുറ്റുമതിലാൽ ആവരണം തീർത്തതാണ് ഈ ക്ഷേത്രസമുച്ചയം, പ്രധാനമായും മൂന്നു അടുക്കുകളായി ക്ഷേത്രസമുച്ചയത്തെ വിഭജിക്കാം.

## ക്ഷേത്രത്തിലെ വാസ്തുവിശേഷങ്ങൾ

1. ശ്രീകോവിൽ, നമസ്കാര മുഖമണ്ഡപം, തിടപ്പിള്ളി, തുറക്കാഅറ, സരസ്വതിക്കെട്ട്, ഗണപതികോവിൽ, അനന്തശയനം, ചോർഅറ, രുദ്രകൂപമെന്ന മണിക്കിണർ, വാതിൽ/വിളക്കുമാടം എന്നിവയുൾപ്പെട്ട ഉൾവിഭാഗം.

2. നാലമ്പലം, ചുറ്റമ്പലം, ബലിക്കൽ, നാഴികമണി, കൊടിമരം, കൂത്തമ്പലം, ശാസ്താക്ഷേത്രം, പത്തായപ്പുര, അഗ്രശാല, ഭഗവതിയമ്പലം, തുലാഭാര കൗണ്ടർ, കൃഷ്ണാട്ടംശാല എന്നിവയുൾപ്പെട്ട പുറംഭാഗം. ഇവ നാല് മതിലുകൾക്കുള്ളിൽ സ്ഥിതി ചെയ്യുന്നു.

3. രുദ്രതീർത്ഥം, തെക്കുകിഴക്കേ കാര്യാലയഗണപതികോവിൽ, കൃഷ്ണനാട്ടം കളരി, കോവിലകം കൊട്ടാരം, സത്രം, ലൈബ്രറി, മേൽപ്പുത്തൂർ-പൂന്താനം-വൈജയന്തി ഓഡിറ്റോറിയങ്ങൾ, ഗുരുവായൂർ സത്യാഗ്രഹസ്മാരകം, നാഗക്കാവ്, ദേവസ്വം കാര്യാലയം, പാഞ്ചജന്യം, കൗസ്തുഭം, അതിഥിമന്ദിരങ്ങൾ, മരപ്രഭുശില്പം, ഗുരുവായൂർ കേശവന്റെ പ്രതിമ, മഞ്ജുളാൽ മുതലായവ ഉൾപ്പെട്ട മൂന്നാം ശ്രേണി സ്ഥിതി ചെയ്യുന്നു.

## ക്ഷേത്ര വാസ്തുവിദ്യ

തനതായ കേരളീയ വാസ്തുവിദ്യാ ശൈലിയിലാണ് ഗുരുവായൂർ ക്ഷേത്രം നിർമ്മിച്ചിരിക്കുന്നത്. ദേവശില്പിയായ വിശ്വകർമ്മാവ് ആണ് ഇവിടെ ആദ്യത്തെ ക്ഷേത്രം നിർമ്മിച്ചത് എന്നു വിശ്വസിക്കപ്പെടുന്നു.

വിഷുദിവസത്തിൽ സൂര്യന്റെ ആദ്യകിരണങ്ങൾ ഗുരുവായൂരിലെ വിഷ്ണു വിന്റെ കാൽക്കൽ വീഴുന്ന വിധത്തിലാണ് ക്ഷേത്രം നിർമ്മിച്ചിരിക്കുന്നത് (കിഴക്കോട്ട് ദർശനം). ഇങ്ങനെ സൂര്യൻ വിഷുദിവസത്തിൽ ആദ്യമായി വിഷ്ണുവിന് വന്ദനം അർപ്പിക്കുന്നു.

ക്ഷേത്രത്തിന് കിഴക്കുവശത്തും പടിഞ്ഞാറുവശത്തും ഓരോ കവാട ങ്ങളുണ്ട്. ഭഗവദ്ദർശനവശമായ കിഴക്കുവശത്തുള്ളതാണ് പ്രധാനം. തിരക്കി ല്ലാത്തപ്പോൾ അവിടെനിന്നുനോക്കിയാൽത്തന്നെ ഭഗവദ് വിഗ്രഹം കാണാൻ സാധിക്കും. പണ്ട് കിഴക്കേനടയിലെ മഞ്ജുളാലിൽ നിന്നുനോക്കി യാൽ പോലും വിഗ്രഹം കാണാമായിരുന്നുവത്രേ! ഇരുവശത്തും ഇരുനില ഗോപുരങ്ങൾ പണിതിട്ടുണ്ട്. കിഴക്കേ നടയിലെ ഗോപുരത്തേക്കാൾ ഉയരം കുറവാണ് പടിഞ്ഞാറേ നടയിലെ ഗോപുരത്തിന്. കിഴക്കേ ഗോപുരത്തിന് 33 അടിയും പടിഞ്ഞാറേ ഗോപുരത്തിന് 27 അടിയും ഉയരം വരും.

## ഉൾഭാഗസമുച്ചയം

ഏറെ പ്രത്യേകതയുള്ള ക്ഷേത്രവാസ്തുവിദ്യയാണ് ഗുരുവായൂർ ക്ഷേത്രത്തിലെ ഉൾഭാഗ സമുച്ചയത്തിലുള്ളത്.

## ശ്രീകോവിൽ

കരിങ്കൽ ഭിത്തികളാൽ ചുറ്റപ്പെട്ട്, രണ്ട് അറകളോടുകൂടിയതാണ് ശ്രീകോവിൽ. ഇതിൽ ഏറ്റവും ഉൾഭാഗത്തുള്ള ഗർഭഗൃഹത്തിലാണ് ഗുരു വായൂരപ്പന്റെ പ്രതിഷ്ഠ നിലകൊള്ളുന്നത്. ശ്രീകൃഷ്ണന്റെ ലീലാവിലാസ ങ്ങൾ ചിത്രികരിച്ച മ്യൂറൽ ചിത്രങ്ങൾ വട്ടശ്രീകോവിലിന്റെ പുറംഭിത്തി യിൽ കാണാവുന്നതാണ്. ശ്രീകോവിലിന്റെ വടക്കുവശത്തായി സ്ഥിതി ചെയ്യുന്ന പ്രാണാളത്തിലൂടെയാണ് അഭിഷേകജലം പുറത്തുവരുന്നത്. ശ്രീകോവിലിന്റെ മുൻപിലുള്ള പടികൾക്ക് സോപാനമെന്നു പറയുന്നു. ഇവയുടെ സമീപം നിന്നാണ് ക്ഷേത്രവാദ്യക്കാരനായ മാരാർ ഇടയ്ക്ക കൊട്ടി സോപാനസംഗീതം ആലപിക്കുന്നത്. ശ്രീകോവിലിന്റെ മുൻ വശത്തു നടവാതിലിന് ഇരുവശവുമായി ദ്വാരപാലകരുടെ പ്രതിമ കാണാം. ശ്രീകോവിലിന്റെ വാതിലുകളും സോപാനവും സ്വർണ്ണംപൂശിയവയാണ്. കോവിലിന്റെ നേരേ മുന്നിൽ നമസ്കാരമണ്ഡപം സ്ഥിതിചെയ്യുന്നു. സാധാരണയായി മണ്ഡപത്തിൽ ബ്രാഹ്മണർക്ക് മാത്രമേ പ്രവേശനമുള്ളൂ. ഈ നമസ്കാരമണ്ഡപത്തിന്റെ അടിത്തറയിൽ, വടക്കുവശത്തായി 283 മുക്കാൽ ഇഞ്ച് നീളമുള്ള കോൽ എന്നറിയപ്പെടുന്ന അളവുദണ്ഡ് കാണാം. ക്ഷേത്രനിർമ്മിതിക്കായി വിശ്വകർമ്മാവ് നിർമ്മിച്ചതാണ് ഈ ദണ്ഡ് എന്നാണ് വിശ്വാസം. ക്ഷേത്രം നിർമ്മിച്ച പെരുന്തച്ചന്റേതാവാം ഈ അളവുകോൽ. ഗർഭഗൃഹത്തിന്റെ തെക്കുകിഴക്കുഭാഗത്തായി പ്ര ധാന തിടപ്പിള്ളി സ്ഥിതി ചെയ്യുന്നു. ഭഗവാനുള്ള നിവേദ്യങ്ങൾ തയ്യാറാ ക്കുന്നത് ഇവിടെയാണ്.

ലക്ഷണമൊത്ത ചതുരാകൃതിയിലുള്ളതാണ് ഇവിടത്തെ ശ്രീകോവിൽ. രണ്ടുനിലകളോടുകൂടിയ ശ്രീകോവിലിന്റെ മേൽക്കൂര ചെമ്പുമേഞ്ഞ് സ്വർണ്ണം പൂശിയതാണ്. വടക്കുഭാഗത്ത് അഭിഷേകജലം ഒഴുകുന്ന ഓവ് സ്ഥിതിചെയ്യുന്നു. അകത്ത് മൂന്നു മുറികളുണ്ട്. അവയിൽ പടിഞ്ഞാറേ അറ്റത്താണ് വിഗ്രഹം പ്രതിഷ്ഠിച്ച ഗർഭഗൃഹം. പാതാളാഞ്ജനശിലയിൽ തീർത്ത മൂലവിഗ്രഹത്തെക്കൂടാതെ സ്വർണ്ണത്തിലും വെള്ളിയിലും തീർത്ത രണ്ട് വിഗ്രഹങ്ങൾ കൂടിയുണ്ട്. വെള്ളികൊണ്ടുള്ളതും പഴയതുമായ വിഗ്രഹമാണ് ശീവേലിക്കും മറ്റും എഴുന്നള്ളിക്കുന്നത്. ഉത്സവക്കാലത്തു മാത്രമേ സ്വർണ്ണവിഗ്രഹം എഴുന്നള്ളിക്കാറുള്ളൂ.

ചുവർച്ചിത്രങ്ങൾകൊണ്ടും ദാരുശില്പങ്ങൾകൊണ്ടും അതിമനോഹരമാക്കിയിട്ടുണ്ട് ഇവിടത്തെ ശ്രീകോവിൽ. ശിവൻ മോഹിനിയെ കണ്ട് മയങ്ങുന്നത്, പാലാഴിമഥനം, ശ്രീരാമപട്ടാഭിഷേകം, ഗണപതി അങ്ങനെ നീളുന്നു ആ നിര. ശ്രീകോവിലിന്റെ വാതിലുകൾ പിച്ചളയിൽ തീർത്ത് സ്വർണ്ണം പൂശിയവയാണ്. 101 മണികൾ ഈ വാതിലിലുണ്ട്. ശ്രീകോവിലിലേക്ക് കയറാനായുള്ള സോപാനപ്പടികൾ കരിങ്കല്ലിൽ തീർത്തവയാണ്. എന്നാൽ ഇപ്പോൾ അവയും സ്വർണ്ണം പൂശിയിട്ടുണ്ട്.

### അങ്കണം

ശ്രീകോവിലിനു ചുറ്റുമുള്ള മുറ്റം നടവഴിയും വാതിൽമാടങ്ങളും ചേർന്നതാണ്.

### വാതിൽമാടം

കിഴക്കുവശത്തുകൂടി അങ്കണത്തിലേക്ക് കടക്കുമ്പോൾ ഇരുവശത്തുമുള്ള ഉയർന്ന പ്ലാറ്റ്ഫോമുകളാണ് വാതിൽമാടം. തെക്കേ വാതിൽമാടത്തിന്റെ കിഴക്കേ തൂണിൽ ചാരിയിരുന്നാണ് നാരായണീയം രചിച്ചതെന്ന് വിശ്വസിക്കുന്നു. ഇന്ന് ആ സ്ഥലത്ത് അത് എഴുതിക്കാണിക്കുന്ന ഒരു ഫലകം സ്ഥാപിച്ചിട്ടുണ്ട്. പണ്ട് വടക്കേ വാതിൽമാടം പരദേശി ബ്രാഹ്മണന്മാർക്കുള്ളതായിരുന്നു. ഇന്ന് ഈ സ്ഥലങ്ങൾ പ്രത്യേകപരിപാടികൾക്കായി ഉപയോഗിക്കുന്നു. തെക്കേ വാതിൽമാടത്തിലാണ് നിത്യവും രാവിലെയുള്ള ഗണപതിഹോമം നടത്തുന്നത്.

### നമസ്കാരമണ്ഡപം

ദീർഘചതുരാകൃതിയിൽ ശ്രീകോവിലിനുമുന്നിൽ തീർത്തതാണ് നമസ്കാരമണ്ഡപം. ഇവിടെ സൂക്ഷിച്ചിട്ടുള്ള പെട്ടിയിൽനിന്നാണ് മേൽശാന്തിയെ നറുക്കെടുപ്പിലൂടെ തിരഞ്ഞെടുക്കുന്നത്. പഴയ മേൽശാന്തി സ്ഥാനമൊഴിയുമ്പോൾ തന്റെ സ്ഥാനചിഹ്നമായ താക്കോൽക്കൂട്ടം ഇവിടെ നിക്ഷേപിക്കുകയാണ് ചെയ്യുക. തുടർന്ന് ഓതിക്കൻ ഇത് പുതിയ മേൽശാന്തിക്ക് കൈമാറുന്നു.

### നാലമ്പലം

അങ്കണത്തിനു ചുറ്റും മേൽക്കൂരയോടുകൂറ്റിയതാണ് നാലമ്പലം. ഇതിനകത്ത് സ്ഥലം വളരെ കുറവാണ്. നാലമ്പലത്തിന്റെ നടുക്കായി ശ്രീകോവിൽ സ്ഥിതി ചെയ്യുന്നു. ചുറ്റുമുള്ള ബലിവട്ടത്തിൽ അങ്ങിങ്ങായി ബലിക്കല്ലുകൾ കാണാം. അഷ്ടദിക്പാലകർ (കിഴക്ക് ഇന്ദ്രൻ, തെക്കു കിഴക്ക് അഗ്നി, തെക്ക് യമൻ, തെക്കുപടിഞ്ഞാറ് നിരൃതി, പടിഞ്ഞാറ് വരുണൻ, വടക്കുപടിഞ്ഞാറ് വായു, വടക്ക് കുബേരൻ, വടക്കുകിഴക്ക് ഈശാനൻ), സപ്തമാതൃക്കൾ (ബ്രാഹ്മി/ബ്രഹ്മാണി, വൈഷ്ണവി, മഹേശ്വരി, കൗമാരി, വരാഹി, ഇന്ദ്രാണി, ചാമുണ്ഡി), വീരഭദ്രൻ, ഗണ പതി, ശാസ്താവ്, സുബ്രഹ്മണ്യൻ, ദുർഗ്ഗ, കുബേരൻ, ബ്രഹ്മാവ്, നിർമ്മാല്യമൂർത്തി (ഇവിടെ വിഷ്വക്സേനൻ) തുടങ്ങിയ ദേവന്റെ കാവൽ ക്കാരെയാണ് ഈ ബലിക്കല്ലുകൾ സൂചിപ്പിക്കുന്നത്. നിത്യശീവേലിക്ക് ഈ കല്ലുകളിലാണ് മേൽശാന്തി ബലി തൂകുന്നത്. ബലിക്കല്ലുകളിൽ ചവിട്ടാനോ തൊട്ട് തലയിൽ വെയ്ക്കാനോ പാടില്ല.

### തിടപ്പള്ളി

ഭഗവാനുള്ള നിവേദ്യം തയ്യാറാക്കുന്ന മുറിയാണ്. നാലമ്പലത്തി നകത്ത് തെക്കുകിഴക്കേമൂലയിൽ ശ്രീകോവിലിന് വലതുവശത്താണ് തിടപ്പള്ളി സ്ഥിതി ചെയ്യുന്നത്.

### പടക്കളം

ഭഗവാനു നിവേദിച്ച പടച്ചോറ് വിതരണം ചെയ്യുന്നതിവിടെയാണ്. ശ്രീകോവിലിന് വടക്കുപടിഞ്ഞാറുഭാഗത്ത് ഒരു പ്രത്യേക മുറിയിലാണ് സ്ഥാനം.

### തുറക്കാഅറ

തെക്കുപടിഞ്ഞാറുഭാഗത്തായി ഗണപതികോവിലിന്റെ കിഴക്ക് സ്ഥിതി ചെയ്യുന്നു പ്രഖ്യാതമായ തുറക്കാഅറ അഥവ രഹസ്യഅറ. നാലുഭാഗവും അടച്ചിരിക്കുന്നതിനാൽ ഇത് ആരാലും തുറക്കരുത് എന്നാണ് ജനവിശ്വാസം. ചില ദുശ്ശകുനങ്ങൾ കണ്ടതിനാൽ കോർട്ട് ഓഫ് വാർഡ്സിന്റെ കാലത്ത് ഈ അറ തുറക്കുവാനുണ്ടായ ശ്രമം ഉപേക്ഷിക്കേണ്ടിവന്നു. 1970-കളിൽ പുനരുദ്ധാരണ പ്രവർത്തികൾ നട ത്തിയപ്പോൾ ഈ അറയുടെ ചുവരുകൾ വെട്ടുകല്ലിനുപകരം കരിങ്കല്ലു കൊണ്ട് ബലപ്പെടുത്തുകയുണ്ടായി. ഈ അറയുടെ നിഗൂഢതയെപ്പറ്റി, അറയിലെ നിക്ഷേപത്തെപ്പറ്റി മൂന്നു സാദ്ധ്യതകളാണ് നിർദ്ദേശിക്കപ്പെ ട്ടിട്ടുള്ളത്.

ക്ഷേത്രത്തിലെ അപൂർവ്വനിധികൾ, സുക്ഷിച്ചിരിക്കുന്നതിവിടെ യാണെന്നാണ് അതിലൊരഭിപ്രായം. പുരാണപ്രസിദ്ധമായ സ്യമന്തക

രത്നം സൂക്ഷിച്ചിരിക്കുന്നതിവിടെയാണെന്നും പഞ്ചനാഗങ്ങൾ അവയെ സംരക്ഷിച്ചുവരുന്നുവെന്നുമാണ് ഐതിഹ്യം.

കുറച്ചുകൂടി വിശ്വാസയോഗ്യമായ മറ്റൊരു സാദ്ധ്യത ടിപ്പുവിന്റെ ആക്രമണകാലത്ത് ഉത്സവവിഗ്രഹം അമ്പലപ്പുഴയ്ക്കു കൊണ്ടുപോയപ്പോൾ ക്ഷേത്രത്തിലെ അമൂല്യവസ്തുകൾ - രത്നങ്ങളും ആഭരണങ്ങളും ഉൾപ്പടെ ഈ അറയിൽ സൂക്ഷിക്കപ്പെട്ടു. മാനവേദൻ സാമൂതിരി ഭഗവാനിൽനിന്നും കൈക്കലാക്കിയ മയിൽപ്പീലിത്തുണ്ട് സൂക്ഷിച്ചിരിക്കുന്നതും ഇവിടെയായിരുന്നുവത്രേ. പക്ഷേ, പിന്നീടുണ്ടായ അഗ്നിബാധയിൽ ഈ പീലി നശിച്ചുപോയതായും പറയപ്പെടുന്നു.

വില്വമംഗലം സ്വാമിയാർ സമാധിയിരുന്ന സ്ഥലമാണ് ഇവിടമെന്ന നിഗമനവും പരിഗണനാർഹമാണ്.

ഇഷ്ടദേവന്റെ സമീപം വിശുദ്ധ വ്യക്തികളുടെ ചിതാഭസ്മവും മറ്റും അടക്കം ചെയ്യുന്ന പതിവ് പുരാതന ഇന്ത്യയിൽ നിലവിലിരുന്നുവല്ലോ. ഇത്തരത്തിലുള്ള ഒന്നാണ് കൊടുങ്ങല്ലൂർക്ഷേത്രത്തിലെ നിഗൂഢ അറയെന്നും അവിടെയാണ് കണ്ണകിയുടെ ഭൗതികാവശിഷ്ടം സൂക്ഷിച്ചിരിക്കുന്നതെന്നും ഗവേഷകർ ചൂണ്ടിക്കാണിക്കുന്നു. ഇവയുടെയെല്ലാം ഒരു പൊതുസ്വഭാവം, ഈ അറകൾ സ്ഥാപിച്ചിട്ടുള്ളത് തെക്കുഭാഗത്ത്, തല തെക്കോട്ട് വരുന്ന വിധത്തിലാണ്. തെക്കോട്ടുപോവുക എന്നൊരു ശൈലിതന്നെ മലയാളത്തിൽ പ്രചാരത്തിലുണ്ട്. അതിനാൽ ഗുരുവായൂരെ നിഗൂഢഅറ വില്വമംഗലത്തെപ്പോലൊരു സന്ന്യാസി വര്യന്റെ ഭൗതികാവശിഷ്ടം സുക്ഷിക്കുന്ന സ്ഥലമായിക്കൂടെന്നില്ല. ബേലൂർ മഠത്തിലെ ക്ഷേത്രത്തിലാണല്ലോ ശ്രീരാമകൃഷ്ണന്റെയും ശാരദാദേവിയുടേയും വിവേകാനന്ദന്റേയും ഭൗതികാവശിഷ്ടം സൂക്ഷിച്ചിരിക്കുന്നത്. വില്വമംഗലം സമാധിയടഞ്ഞത് തൃശ്ശൂർ വെച്ചാണെന്നൊരു വാദഗതിയും നിലവിലുണ്ട്. അങ്ങനെയെങ്കിൽ പിൽക്കാലത്ത് അദ്ദേഹത്തിന്റെ ഭൗതികാവശിഷ്ടങ്ങൾ ഗുരുവായൂരിലേക്ക് മാറ്റിയതുമാവാം. കേരള ക്ഷേത്രങ്ങളിൽ പൊതുവെ മൃതദേഹം സംസ്കരിക്കാറില്ലെന്നതും ഇവിടെ ഓർക്കേണ്ടതാണ്. ഗുരുവായൂരിലാണെങ്കിൽ ശ്രീകോവിലിലേക്കും ഗർഭഗൃഹത്തിലേക്കും തിരിച്ചും അതുപോലെ രുദ്രതീർത്ഥത്തിലേക്കും ഈ അറവഴി ഒരു രഹസ്യമാർഗ്ഗമുണ്ടെന്നും പറയുന്നുണ്ട്.

## സരസ്വതി അറ

രഹസ്യഅറയുടെ പടിഞ്ഞാറുഭാഗത്തായി സ്ഥിതി ചെയ്യുന്നതാണ് സരസ്വതിക്കെട്ട്. നവരാത്രികാലങ്ങളിൽ സരസ്വതിയെ ആരാധിക്കുന്നത് ഇവിടെ വെച്ചായിരുന്നു. ഇതിനു തൊട്ടരികിലായി ഗണപതികോവിൽ സ്ഥിതി ചെയ്യുന്നു. ശ്രീകോവിലിന്റെ പടിഞ്ഞാറുഭാഗത്തായി നാലമ്പലത്തിൽ അനന്തശയനം എന്ന കലാസൃഷ്ടി കാണാം. മുൻപിവിടെ ഇതേ പേരിലുള്ള ചിത്രമായിരുന്നു.

ഗണപതിക്ഷേത്രത്തിന്റെ തൊട്ടുമുമ്പിലാണ് സരസ്വതി അറ. നവ രാത്രികാലത്ത് ഓലകൾ വെച്ചിരുന്ന സ്ഥലമാണ്. സ്ഥലക്കുറവുകാരണം ഇപ്പോഴത് കൂത്തമ്പലത്തിലേക്ക് മാറ്റി. എങ്കിലും സരസ്വതീദേവിയുടെ ശക്തമായ സാന്നിദ്ധ്യം ഇന്നും ഈ മുറിയിലുണ്ടെന്നാണ് വിശ്വാസം. അതിനാൽ, ഈ മുറി ഇതുവരെ പൊളിച്ചുമാറ്റിയിട്ടില്ല.

17-ാം നൂറ്റാണ്ടിൽ (1636-37) ഒരു ക്ഷേത്രജീവനക്കാരൻ കൊല്ല പ്പെട്ടതിനാൽ നാലമ്പലത്തിലെ പടിഞ്ഞാറുഭാഗത്തേക്കുള്ള വാതിൽ എന്നന്നേക്കുമായി അടച്ചിട്ടിരിക്കുകയാണ്. ഇവിടെ വെച്ച് മരണപ്പെട്ടതി നാൽ, മരണപ്പെട്ടയാൾ വിഷ്ണുലോകമായ വൈകുണ്ഠത്തിലേക്ക് പോയി എന്നാണ് സങ്കല്പം. അതിനാൽ വൈകുണ്ഠമെന്നും ഈ സ്ഥലം അറിയപ്പെടുന്നു.

## നൃത്തപ്പുര

ചോറ്ററയുടെ വടക്കുഭാഗത്താണ്. ഇവിടെ വെച്ചാണ് വില്വമംഗലത്തിന് ശ്രീകൃഷ്ണന്റെ നൃത്തം ദർശിക്കാനായത്. തന്മൂലം നൃത്തപ്പുര എന്ന പേരു വന്നു. കന്നി, കുംഭം എന്നീ മാസങ്ങളിലെ മകം നക്ഷത്രദിവസം ഈ മുറിയിൽവച്ചാണ് ശ്രാദ്ധച്ചടങ്ങുകൾ നടത്തുന്നത്. ഗുരുവായൂരപ്പ നിൽ സർവ്വവും സമർപ്പിച്ച രണ്ട് ഭക്തരുടെ ശ്രാദ്ധം ഗുരുവായൂരപ്പൻ തന്നെ ഊട്ടുന്നു എന്നതാണ് സങ്കല്പം.

## മുളയറ

നാലമ്പലത്തിനകത്ത് വടക്കുകിഴക്കുഭാഗത്താണ് മുളയറ. ഇവിടെ യാണ് ഉത്സവകാലത്ത് മണ്ണുനിറച്ച് വിവിധ ഇനം വിത്തുകൾ വിതച്ച കുടങ്ങൾ വെക്കുന്നത്. ഉത്സവകാലത്ത് കലശപൂജ, മുളപൂജ തുടങ്ങി യവ നടക്കുന്നതും ഇവിടെയാണ്. മുളപൂജ നടക്കുന്നതിനാൽ 'മുളയറ' എന്ന പേരുവന്നു.

## കോയ്മ അറ

നാലമ്പലത്തിനകത്ത് വടക്കുകിഴക്ക് ഭാഗത്ത് സ്ഥിതി ചെയ്യുന്നു. പഴയ ഭരണസംവിധാനത്തിൽ പൂജകളുടെ മേൽനോട്ടം വഹിച്ചിരുന്ന കോയ്മകളുടെ മുറി.

## മണിക്കിണർ അഥവാ രുദ്രകൂപം

ശ്രീകോവിലിന് വടക്കുകിഴക്കുഭാഗത്ത് സ്ഥിതിചെയ്യുന്ന കിണറാ ണിത്. ഈ കിണറ്റിലെ ജലമാണ് അഭിഷേകത്തിനും നിവേദ്യത്തിനും ഉപയോഗിക്കുന്നത്. ശീവേലിസമയത്ത് ഇവിടെയും ബലി തൂകാറുണ്ട്. ഇവിടെ വരുണസാന്നിദ്ധ്യമുണ്ടെന്ന് വിശ്വസിക്കപ്പെടുന്നു. ഇവിടത്തെ ജലത്തിന് വളരെയധികം പ്രത്യേകതകളുണ്ട്. കൊടിയ വേനലിലും

പെരുമഴയിലും മരം കോച്ചുന്ന തണുപ്പിലും ഇവിടത്തെ ജലം തുല്യ നിലയിൽത്തന്നെ നിൽക്കുന്നു. പരിസരപ്രദേശങ്ങളിലൊന്നുംതന്നെ ഇത്രയും ശുദ്ധമായ ജലം ലഭിക്കുന്നില്ല. സാളഗ്രാമാദി വിശിഷ്ട വസ്തുക്കൾ ഇവിടെയുണ്ടെന്ന് വിശ്വസിക്കപ്പെടുന്നു. അസുഖങ്ങൾ അകറ്റുവാനും ദഹനക്കേടു ശമിപ്പിക്കുവാനും ഈ കിണറിലെ ജലം വിശിഷ്ടമത്രേ. 2013ൽ നടന്ന പരിശോധനയിൽ ഇത് വ്യക്തമായി തെളിഞ്ഞിട്ടുണ്ട്. 1985ൽ മോഷണം പോയ തിരുവാഭരണങ്ങൾ 2014ൽ ലഭിച്ചത് ഈ കിണറിൽനിന്നാണ്.

## നടപ്പുര

### പുറംഭാഗ സമുച്ചയം

ക്ഷേത്രം നാലമ്പലത്തിനു ചുറ്റുമുള്ളതാണ് ബാഹ്യാങ്കണം അഥവാ പുറംഭാഗ സമുച്ചയം. ശീവേലി നടക്കുന്നതിവിടെയാണ്. കോൺക്രീറ്റ് മേൽക്കൂരയ്ക്ക് ശങ്കരാചാര്യരുടെ വീഴ്ച ഓർമ്മിക്കുന്നതിന്, ആചാര്യവന്ദനത്തിന് ഒരു ഭാഗം ഒഴിച്ചിട്ടിട്ടുണ്ട്.

കിഴക്കേഗോപുരമാണ് ശ്രീകോവിലിനുപുറമെയുള്ള പ്രധാന നിർമ്മിതി. രണ്ടുനിലകളുള്ള ഈ സമുച്ചയത്തിന്റെ വിസ്താരമേറിയ പ്രതലത്തിലാണ് (മുറ്റത്ത്) അടുത്തയിടവരെ ചോറൂണും മറ്റുപ്രധാന ചടങ്ങുകളായ ശ്രീഭൂതബലി, ശിവേലി എന്നിവയും നടത്തിവന്നിരുന്നത്. അന്നപ്രാശം എന്ന ചോറൂണ് വടക്കുവശത്തുള്ള അഗ്രശാലയിലെ ഒന്നാം നിലയിലേക്ക് 2013 മുതൽ മാറ്റിയിരിക്കുന്നു. ഗോപുരത്തിനനുബന്ധമായി പുറംമതിലിനോടുചേർന്നുള്ള കെട്ടിടത്തിലാണ് തുലാഭാരവും മറ്റും നടത്തുന്നത്. ക്ഷേത്രം മാനേജരുടെ ആസ്ഥാനവും ഗോപുരത്തിങ്കൽത്തന്നെയാണ്. കിഴക്കേ ഗോപുരനടയിലെ പ്രധാന ആകർഷണം ധ്വജസ്തംഭം - കൊടിമരം ആകുന്നു. ഗോപുരത്തിലൂടെ പുറത്തേക്കു നീണ്ടുയർന്നു നില്ക്കുന്ന ധ്വജസ്തംഭത്തിന് ആകർഷകമായൊരു ചരിത്രമുണ്ട്. 1840 എ.ഡിയിൽ സ്ഥാപിച്ച പഴയ കൊടിമരത്തിന് 110 അടി ഉയരമുണ്ടെന്ന് മലബാർ മാന്വൽ കർത്താവായ ലോഗൻ രേഖപ്പെടുത്തിയിട്ടുണ്ട്. 1952 ഫെബ്രുവരി 5ന് (1129 മകരം 22) ഉയർത്തിയ പുതിയ ധ്വജസ്തംഭത്തിനു 65 അടി ഉയരമുണ്ട്.

ധ്വജസ്തംഭത്തിനുസമീപം തന്നെയാണ് ബലിക്കല്ലും ദീപസ്തംഭവും സ്ഥിതി ചെയ്യുന്നത്. ഗുരുവായൂർ ക്ഷേത്രത്തിൽ നാലു ദീപസ്തംഭങ്ങൾ കാണാം. കിഴക്കേ നടയിൽ സ്ഥിതി ചെയ്യുന്ന എട്ടുമീറ്റർ ഉയരമുള്ള ദീപസ്തംഭമാണ് അവയിൽ മുഖ്യം. ഇത്ര ഉയരമുള്ള ദീപസ്തംഭം മറ്റൊരു കേരളക്ഷേത്രത്തിലുമില്ല. ക്ഷേത്രം മാനേജരായ കോന്തിമേനോന്റേയും സി. ശങ്കരൻനായരുടേയും കൂട്ടായ്മയുടെ സ്മാരകമെന്നപോൽ ഈ ദീപസ്തംഭം കിഴക്കേ നടയിൽ പ്രൗഢിയോടെ നിലകൊള്ളുന്നു. 13 തട്ടുകളും 327 വിളക്കുകളും ഈ ദീപസ്തംഭത്തിലുണ്ട്.

ആദ്യമായി ഇവിടെ ദീപം തെളിയിച്ചത് 1085 ചിങ്ങം ഒന്നിനാണ് (ആഗസ്റ്റ് 16,1909). അതും കേരളത്തിലെ പ്രാമാണികരായ കവികളുടേയും വിശിഷ്ടരായ വ്യക്തികളുടേയും സാന്നിദ്ധ്യത്തിൽ. ആ സന്ദർഭത്തിൽ 327 കവിതകൾ പ്രമുഖ കവികൾ രചിക്കുകയുണ്ടായി. ആ കവികളിൽ ഉള്ളൂർ, കൊടുങ്ങല്ലൂർ കുഞ്ഞിക്കുട്ടൻ തമ്പുരാൻ, കൊട്ടാരത്തിൽ ശങ്കുണ്ണി, പുന്നശ്ശേരി നമ്പി എന്നിവർ ഉൾപ്പെടുന്നു. ഈ സ്തംഭം സ്വർണ്ണം പൂശിയതായി ഭവിക്കട്ടെ എന്ന് പുന്നശ്ശേരി ആശംസിക്കുകയുണ്ടായി. കുടകിലെ രാജാവിന്റെ അധീനതയിൽനിന്നും മോചിതനായതിലുള്ള സന്തോഷാധിക്യത്തിൽ ബ്രിട്ടീഷ് ഈസ്റ്റ് ഇൻഡ്യാകമ്പനിയിലെ ഒരു ഉദ്യോഗസ്ഥനായ കൽപ്പള്ളി കരുണാകരമേനോൻ നന്ദിസൂചകമായി നടയ്ക്കൽ വഴിപാടായി സമർപ്പിച്ചതാണ് കിഴക്കേനടയിൽ വടക്കുഭാഗത്തായി നിലകൊള്ളുന്ന മറ്റൊരു ദീപസ്തംഭം ചുറ്റമ്പലത്തിനുപുറത്ത് തെക്കു-കിഴക്കേ ഭാഗത്തായി സ്ഥാപിച്ചിരിക്കുന്ന വലിയമണി ഗുരുവായൂർ ക്ഷേത്രത്തിന്റെ അടയാളമാണ് (Insignia). ഇതിപ്പോൾ ക്ഷേത്രത്തിന്റെ വടക്ക്-കിഴക്കു ഭാഗത്തേക്കു മാറ്റിയിരിക്കുന്നു.

## കൂത്തമ്പലം

തെക്കുകിഴക്കേ മൂലയിൽ തന്നെയാണ് മൂന്നുതാഴികക്കുടങ്ങളുമായി ഉയർന്നുനിൽക്കുന്ന കൂത്തമ്പലം. കൂത്തമ്പലത്തിനു തൊട്ടുപടിഞ്ഞാറു ഭാഗത്തായി പടിഞ്ഞാറുദർശനമായി ശാസ്താക്ഷേത്രം സ്ഥിതി ചെയ്യുന്നു. തെക്കുപടിഞ്ഞാറുഭാഗത്തായി പുതുക്കിപണിത പത്തായപ്പുരയും അതിനപ്പുറം പൂജാരിമാരുടെ താമസ സ്ഥലവും കാണാം. പടിഞ്ഞാറുഭാഗത്തായി സ്ഥിതി ചെയ്യുന്ന പടിഞ്ഞാറെ ഗോപുരം 1979-ൽ പുനർനിർമ്മിച്ചതാണ്. അവിടെ കാണുന്ന ഒരു ശിലാരേഖയിൽ എ.ഡി 1747/കെ.വ. 922ൽ ഇട്ടിരാരിശ്ശൻ കാര്യക്കാരുടെ നേതൃത്വത്തിലാണ് അത് നിർമ്മിച്ചതെന്നു രേഖപ്പെടുത്തിയിരിക്കുന്നു.

ചാക്യാർകൂത്ത്, കൂടിയാട്ടം എന്നിവ ഇവിടെ നടത്തുന്നു. അതിലെ തൂണുകളും മേൽക്കൂരയും കൊത്തുപണികളും ചിത്രപ്പണികളും ഉള്ളവയാണ്. ഇപ്പോൾ നവരാത്രിക്കാലത്ത് പൂജവെയ്ക്കുന്നതും ഇവിടെയാണ്. മണ്ഡലകാലത്ത് 41 ദിവസവും ഇവിടെ കൂത്തും കൂടിയാട്ടവും നടത്തപ്പെടുന്നു. ഇവിടെയും ഭഗവദ്സാന്നിദ്ധ്യമുള്ളതായി വിശ്വസിക്കപ്പെടുന്നു.

## ഊട്ടുപുര

ശ്രീകോവിലിന്റെ വടക്കു-പടിഞ്ഞാറായി അഗ്രശാല (ഊട്ടുപുര)യും അതിനോട് അനുബന്ധമായി കൃഷ്ണാട്ടം ശാലയും സ്ഥിതി ചെയ്യുന്നു. അഗ്രശാലയുടെ താഴത്തെ നിലയിലാണ് വഴിപാട്-പ്രസാദം കൗണ്ടറുകൾ. രുദ്രതീർത്ഥത്തിന്റെ തെക്കേക്കരയിൽ, അതായത് ക്ഷേത്രത്തിന്റെ വടക്കേവശത്തു പടുത്തുയർത്തിയിരിക്കുന്ന മനോഹരമായ കെട്ടിടസമുച്ചയത്തിലാണ് പല നിലകളിലായി അഗ്രശാല നിലകൊള്ളുന്നത്. വടക്കേ

തിരുമുറ്റത്തുള്ള പ്രദക്ഷിണവഴിയുടെ ഇരുവശങ്ങളിലുമായി ഉയർത്തിയിരിക്കുന്ന സ്തംഭങ്ങളിൽ ക്ഷേത്രത്തോടു ബന്ധപ്പെട്ട ഭക്തകവികളുടേയും മഹർഷിമാരുടെയും വിഷ്ണുവിന്റെ അവതാരങ്ങളുടെയും മനോഹരങ്ങളായ പ്രതിമകൾ സ്ഥാപിച്ചിട്ടുണ്ട്. വടക്കുകിഴക്കുഭാഗത്തായി രുദ്രതീർത്ഥത്തിലേക്കും തെക്കുഭാഗത്തായി ആറാട്ടുകുളത്തിലേക്കും പ്രവേശിക്കാനുള്ള പടികൾ കെട്ടിയിറക്കിയിരിക്കുന്നു. അതോടൊപ്പം വടക്ക്കിഴക്കുമൂലയിൽ സ്ഥിതി ചെയ്യുന്ന ഇടത്തരികത്തുകാവിലേക്കുള്ള പ്രവേശനമാർഗ്ഗവും കാണാം.

### രുദ്രതീർത്ഥം

ക്ഷേത്രമതിൽക്കെട്ടിന്റെ പുറത്തായി സ്ഥിതി ചെയ്യുന്ന സ്ഥാവര നിർമ്മിതികളിൽ പ്രധാനം രുദ്രതീർത്ഥം എന്ന് പുകൾപെറ്റ ക്ഷേത്രക്കുളമത്രേ. ക്ഷേത്രത്തിന്റെ വടക്കുഭാഗത്തായി സ്ഥിതി ചെയ്യുന്ന ഊട്ടുപുരയ്ക്കു പുറകിലുള്ള ഈ വിസ്തൃത ജലാശയം പണ്ടുകാലത്തു മമ്മിയൂർ വരെ നീണ്ടു കിടന്നിരുന്നുവത്രേ, പ്രചേതസ്സ് തപസ്സു ചെയ്തിരുന്ന സ്ഥലമായിരുന്നെന്നും ശിവന്റെ ആവാസകേന്ദ്രമായിരുന്നുവെന്നും വിശ്വസിക്കുന്നു. ജനമേയജരാജാവിന്റെ ത്വക്ക്രോഗം മാറിയതും മേൽപ്പുത്തൂരിന്റെ വാതരോഗശമനം വന്നതും ഇവിടെ സ്നാനം ചെയ്തതു കൊണ്ടാണെന്നാണ് വിശ്വാസം. കോകസന്ദേശകാരൻ ഈ തീർത്ഥത്തിന്റെ വിശുദ്ധിയെ പരാമർശിക്കുന്നുണ്ട്. മേൽപ്പുത്തൂരാകട്ടെ 'തദാഭവദ്തീർത്ഥമിദം' എന്ന് ഈ സ്നാനഘട്ടത്തെ വിശേഷിപ്പിച്ചിട്ടുണ്ട്. രോഗസംഹാരിയായ മിനറൽ ജലത്തിന്റെ സാന്നിദ്ധ്യം ഇവിടെ ഉണ്ടെന്ന് വിശ്വസിക്കുന്നു. ഈ തീർത്ഥക്കുളത്തിൽ തന്നെയാണ് പണ്ട് ഭഗവതിയുടെ ആറാട്ട് നടന്നിരുന്നത്; ഇപ്പോൾ ഭഗവന്റെ ആറാട്ട് നടക്കുന്നതും ഇവിടെ തന്നെ. ഈ തീർത്ഥക്കുളത്തിന്റെ മദ്ധ്യത്തിലായി സ്ഥാപിച്ചിട്ടുള്ള കാളിയമർദ്ദനം ശില്പം ഈ ജലനിധിയെ സാക്ഷാൽ കാളിന്ദിയാക്കുന്നു.

ക്ഷേത്രത്തിന്റെ വടക്കുഭാഗത്ത് ഊട്ടുപുരയ്ക്ക് പുറകിലുള്ള കുളമാണിത്. ഇവിടെയാണ് ആറാട്ട് നടക്കാറുള്ളത്. ഗുരുവും വായുവും കൂടി കൊണ്ടുവന്ന വിഗ്രഹം ശിവൻ പ്രതിഷ്ഠിക്കുന്നതിനുമുമ്പ് ആറാട്ടു നടത്തിയത് രുദ്രതീർത്ഥത്തിലാണ്. ഭജനമിരിക്കുന്ന ഭക്തർ, ശാന്തിക്കാർ, കഴകക്കാർ എന്നിവർ കുളിക്കാറുള്ളത് ഈ കുളത്തിലാണ്. ഇവിടെ എണ്ണ, സോപ്പ് മുതലയാവ തേച്ചുകുളിക്കുന്നതും നീന്തുന്നതും നിരോധിച്ചിട്ടുണ്ട്. മുമ്പ് ഈ കുളം ഒരു വൻ തടാകമായിരുന്നുവെന്നും അതിൽ നിറയെ താമരകളായിരുന്നുവെന്നും ശിവനും പ്രചേതസ്സുകളും വളരെക്കാലം ഇവിടെ തപസ്സുചെയ്തിരുന്നുവെന്നും ഐതിഹ്യമുണ്ട്. തന്മൂലം വളരെ പവിത്രമായി കണക്കാക്കപ്പെടുന്നു. സാളഗ്രാമം പോലുള്ള വിശിഷ്ട വസ്തുക്കൾ ഇവിടെയുള്ളതായി വിശ്വസിക്കപ്പെടുന്നു. എന്നാൽ ഇത് സ്ഥിരീകരിക്കപ്പെട്ടിട്ടില്ല.

## മഞ്ജുളാൽ

കിഴക്കുഭാഗത്തുള്ള വീഥി എത്തുന്നത് മഞ്ജുളാൽ തറയിലാണ്. അതിനു മേലാപ്പായി നിലകൊള്ളുന്ന, വിസ്തൃതചിറകുകൾ വിടർത്തി നിൽക്കുന്ന ഗരുഡപ്രതിമയും ഗുരുവായൂരിന്റെ ഗാംഭീര്യത്തെ വിളിച്ചോതുന്നു. മഞ്ജുള എന്ന അമ്പലവാസി പെൺകൊടിയുടെ ഗുരുവായൂരപ്പനോടുള്ള അകൈതവമായ ഭക്തി ആ അംഗനയെ മാത്രമല്ല, അവർ മാലയർപ്പിച്ച ആൽത്തറയേയും അനശ്വരമാക്കിയിരിക്കുന്നു. ഈ വാരസ്യാർയുവതി ഭഗവാനോടുള്ള അതിരറ്റ ഭക്തിയാൽ മനംമറന്ന് മോക്ഷം പ്രാപിച്ചുവെന്നാണ് ഐതിഹ്യം. പോയകാലത്ത് ഈ ആലിന്റെ പരിസരത്തുവെച്ചാണ് ഗുരുവായൂർ തേവർ പൂരാഘോഷത്തിനെത്തിയ ഭഗവതിമാരോട് വിട ചൊല്ലിയിരുന്നത്. ഇവിടെ വെച്ചുതന്നെയാണ് ചരിത്രപ്രസിദ്ധമായ ഗുരുവായൂർ സത്യാഗ്രഹം അരങ്ങേറിയതും മഹാത്മാഗാന്ധി, വല്ലഭായ് പട്ടേൽ, മന്നത്തു പദ്മനാഭൻ തുടങ്ങിയ നേതാക്കൾ സത്യാഗ്രഹികളെ അഭിസംബോധന ചെയ്തതും.

## ഗോപുരങ്ങൾ

കിഴക്കും പടിഞ്ഞാറും പ്രവേശന വഴികളിൽ പതിനാറാം നൂറ്റാണ്ടിലെ അപൂർവങ്ങളായ ചുമർചിത്രങ്ങളുള്ള രണ്ടുനില ഗോപുരങ്ങളുണ്ട്. 1970ലെ തീപ്പിടുത്തത്തിൽ നശിച്ച ചില ചിത്രങ്ങൾ പുനർനിർമിച്ചിട്ടുണ്ട്. മറ്റു ക്ഷേത്രങ്ങളിൽ നിന്നും വ്യത്യസ്തമായ ശൈലിയിലുള്ള ചുമർചിത്രങ്ങളാണിവിടെ. രണ്ടു ഗോപുരങ്ങൾക്കും മരംകൊണ്ട് നിർമ്മിച്ച കൂറ്റൻ വാതിലുകളുണ്ട്. അവയിൽ ദശാവതാരരൂപങ്ങൾ കൊത്തിവച്ചിരിക്കുന്നു. കാഴ്ചയിൽ രണ്ട് ഗോപുരങ്ങൾക്കും ഒരേ വലിപ്പം തോന്നിക്കുമെങ്കിലും കിഴക്കേ ഗോപുരമാണ് വലുതും പ്രാധാന്യമുള്ളതും. അതിലൂടെ കടക്കുന്നതിനായി കിഴക്കേ നടയിൽ ക്യൂ സൗകര്യം ഏർപ്പെടുത്തിയിട്ടുണ്ട്. എന്നാൽ രാവിലെ കിഴക്കേ ഗോപുരം തുറക്കാറില്ല. നിർമ്മാല്യ ദർശനവും അഭിഷേകവും വാകച്ചാർത്തും കഴിഞ്ഞേ കിഴക്കേ ഗോപുരം തുറക്കൂ.

## വിളക്കുമാടം

നാലമ്പലത്തിന് ചുറ്റും ചുമരിലുറപ്പിച്ചിട്ടുള്ള മരപ്പള്ളകളിൽ ഉറപ്പിച്ചിട്ടുള്ള 8000 പിച്ചള വിളക്കുകളുള്ളതാണ് വിളക്കുമാടം. സന്ധ്യയ്ക്ക് ദീപാരാധനസമയത്തും മറ്റും ഈ വിളക്കുകൾ തെളിയിക്കുന്നു.

## നടപ്പുര

കിഴക്കേഗോപുരം മുതൽ ബലിക്കൽപ്പുരവരെയുള്ള ഭാഗത്ത് മേൽക്കൂരയുള്ള ഭാഗമാണിത്. നടപ്പുരയുടെ വടക്കുഭാഗത്തുള്ള ഉയരംകൂടിയ ഭാഗമാണ് ആനപ്പന്തൽ.

## ധ്വജസ്തംഭം (കൊടിമരം)

കിഴക്കേ ബാഹ്യാങ്കണത്തിൽ നിൽക്കുന്ന ധ്വജസ്തംഭം അഥവാ കൊടിമരം 600 അടി ഉയരമുള്ളതും സ്വർണ്ണം പൊതിഞ്ഞതുമാണ്. ഉത്സവത്തിന് ഇതിൽ കയറ്റുന്ന കൊടി ആറാട്ടു ദിവസം വരെ ഉണ്ടായിരിക്കും. ഭഗവദ്വാഹനമായ ഗരുഡനെ ശിരസ്സിലേറ്റുന്ന ഈ കൊടിമരം കേരളത്തിലെ ഏറ്റവും വലിപ്പം കൂടിയ കൊടിമരങ്ങളിലൊന്നാണ്. ക്ഷേത്രത്തിലെത്തുന്ന ഭക്തജനങ്ങൾക്ക് ദൂരത്തുനിന്നുതന്നെ ദർശനപുണ്യം നൽകുന്ന ഈ കൊടിമരത്തിൽ ഇപ്പോൾ അലങ്കാരവിളക്കുകൾ സ്ഥാപിച്ചിട്ടുണ്ട്. സന്ധ്യയ്ക്കുശേഷം അവ കത്തിക്കുന്നു.

## വലിയ മണി

ബാഹ്യാങ്കണത്തിൽ വടക്കുകിഴക്കേമൂലയിലുള്ളതാണ് വലിയ മണി. ഇത് സമയം അറിയിക്കാൻ മുഴക്കുന്നതാണ്. നൂറുവർഷത്തിലധികം പഴക്കമുള്ള ഈ മണി ആദ്യം തെക്കുകിഴക്കേ മൂലയിലായിരുന്നു. പുതിയ തുലാഭാരക്കൗണ്ടർ പണിയുന്നതിന്റെ ഭാഗമായി 2007ൽ ഇപ്പോഴത്തെ സ്ഥാനത്തേക്ക് മാറ്റുകയായിരുന്നു. 125 കി.ഗ്രാം വരുന്ന പുതിയ മണി 2019 മെയ് 30ന് സ്ഥാപിച്ചു. (വാസ്കോഡിഗാമ സാമൂതിരിക്കു സമ്മാനിച്ചതാണ് പഴയ മണി. മണിയിൽ ഡച്ചു ഭാഷയിലെ അക്ഷരങ്ങളാണ് ആലേഖനം ചെയ്തിട്ടുള്ളത്.

## ദീപസ്തംഭം

ക്ഷേത്രത്തിനകത്ത് നാല് ദീപസ്തംഭങ്ങളുണ്ട്. ക്ഷേത്രത്തിനു മുന്നിലുള്ള കൂറ്റൻ ദീപസ്തംഭത്തിന് 24 അടി ഉയരം ഉണ്ട്. പാദം അടക്കം 13 തട്ടുകളുമുണ്ട്. കൂർമ്മപീഠത്തിൽ നിൽക്കുന്ന ഈ ദീപസ്തംഭത്തിന്റെ മുകളിൽ ഗരുഡരൂപമാണുള്ളത്. 1909 ഓഗസ്റ്റ് 17ന് സ്വാതന്ത്ര്യസമര സേനാനിയും കോൺഗ്രസ് പ്രസിഡന്റുമായിരുന്ന സർ സി. ശങ്കരൻ നായർ സമർപ്പിച്ചതാണ് ഈ ദീപസ്തംഭം. 327 തിരികൾ വെയ്ക്കാൻ സൗകര്യമുള്ള ഈ ദീപസ്തംഭത്തെക്കുറിച്ച് ധാരാളം കവിതകളുണ്ടായിട്ടുണ്ട്. 2014ൽ നടന്ന ചില പരിഷ്കാരങ്ങളുടെ ഭാഗമായി ഇത് പോളിഷ് ചെയ്ത് വൃത്തിയാക്കിയിരുന്നു. പടിഞ്ഞാറേ ഗോപുരത്തിനു മുന്നിലും ഒരു ദീപസ്തംഭമുണ്ട്. കിഴക്കേ നടയിലെ ദീപസ്തംഭത്തിന്റെ ഏതാണ്ട് അതേ രൂപമാണെങ്കിലും ഉയരം അല്പം കുറവാണ്. ദീപാരാധനാസമയത്ത് ഇവ കത്തിച്ചുവെയ്ക്കുന്നു.

## ഉപദേവതമാർ

### ശാസ്താവ്

നാലമ്പലത്തിനു പുറത്ത്, പ്രദക്ഷിണവഴിയിൽ തെക്കുകിഴക്കേ മൂലയിലാണ് ശാസ്താപ്രതിഷ്ഠ. പടിഞ്ഞാറോട്ടാണ് ദർശനം. നാലമ്പലത്തിനു പുറത്തുള്ള ഏക ഉപദേവനും ഇതാണ്. ഒരു മീറ്റർ ഉയരത്തിൽ കറുത്ത

കരിങ്കല്ലിൽ ഉണ്ടാക്കിയതാണ് പ്രതിഷ്ഠ. ശ്രീകോവിലിനു മുന്നിൽ നാളികേരം എറിഞ്ഞുടക്കുന്നതിന് ചെരിച്ചുവച്ച കരിങ്കല്ലും ചെറിയ ദീപസ്തംഭവുമുണ്ട്. ഇവിടെ എള്ളുതിരി കത്തിക്കൽ പ്രധാന വഴിപാടായിരുന്നു. എന്നാൽ 2007ലെ ദേവപ്രശ്നത്തെത്തുടർന്ന് വഴിപാട് നിർത്തിവച്ചു. ഇപ്പോൾ അത് പുനരാരംഭിക്കാനുള്ള പദ്ധതികൾ നടന്നുവരുന്നു. മണ്ഡലകാലത്ത് ഈ ശ്രീകോവിലിനുമുമ്പിലാണ് ശബരിമലയിലേക്ക് ദർശനം നടത്തുന്നവർ മാലയിടുന്നതും കെട്ടുനിറയ്ക്കുന്നതും.

## ഗണപതി

ക്ഷേത്രത്തിൽ ഉപദേവതകളായി ഗണപതി, ധർമശാസ്താവ്, ഇടത്തരികത്ത്കാവ് ദുർഗ്ഗാഭഗവതി, ഹനൂമാൻ, കാര്യാലയ ഗണപതി, നാഗദേവതകൾ എന്നിവരും കുടികൊള്ളുന്നു. മുരുകൻ, അനന്തപദ്മനാഭൻ എന്നിവരുടെ രൂപവും ഇവിടെ കൊത്തിവച്ചിട്ടുണ്ട്. പ്രതിഷ്ഠ ഇല്ലെങ്കിലും ശിവന്റെ സാന്നിധ്യവും ക്ഷേത്രത്തിലുണ്ട്.

കേരളത്തിലെ മിക്ക ക്ഷേത്രങ്ങളിലേതുംപോലെ ഇവിടെയും വിഘ്നേശ്വരനായ ഗണപതിയുടെ സാന്നിധ്യമുണ്ട്. നാലമ്പലത്തിനകത്ത് തെക്കുപടിഞ്ഞാറേ മൂലയിലാണ് ഗണപതി പ്രതിഷ്ഠ. ഏകദേശം ഒരടി മാത്രമേ ഉയരമുള്ളൂ. കിഴക്കോട്ടാണ് ദർശനം. മുമ്പ് ഇവിടെ പ്രദക്ഷിണം വെയ്ക്കാൻ സൗകര്യമുണ്ടായിരുന്നില്ല. തീപ്പിടുത്തത്തിനുശേഷം പുതുക്കിപണിതപ്പോൾ ഇവിടെ പ്രദക്ഷിണത്തിന് സൗകര്യമുണ്ടാക്കിയിട്ടുണ്ട്. എല്ലാ ദിവസവും രാവിലെ ഗണപതിപ്രീതിക്കായി ഗണപതിഹോമം നടത്താറുണ്ട്.

കിഴക്കേ നടയിൽ മേൽപ്പുത്തൂർ ഓഡിറ്റോറിയത്തിനു പിന്നിൽ പഴയ ദേവസ്വം ഓഫീസിന്റെ പരിസരത്തായി മറ്റൊരു ഗണപതിപ്രതിഷ്ഠയുണ്ട്. 'ഓഫീസ് ഗണപതി' എന്നാണ് ഈ പ്രതിഷ്ഠ അറിയപ്പെടുന്നത്. വനഗണപതിഭാവത്തിലാണ് പ്രതിഷ്ഠ. അതിനാൽ, ശ്രീകോവിലിന് മേൽക്കൂരയില്ല. മറ്റുള്ള ഗണപതിവിഗ്രഹങ്ങളിൽ നിന്ന് വ്യത്യസ്തമായി തുമ്പിക്കൈ ഇടതുഭാഗത്തേക്കാണ്. നേരത്തെ ഇവിടെയുണ്ടായിരുന്ന ആൽത്തറയിൽ പൂജിക്കാൻ വച്ചിരുന്ന ഗണപതിയെ പഴയ ദേവസ്വം ഓഫീസിലേക്ക് മാറ്റുകയും പിന്നീട് ഇന്നത്തെ സ്ഥലത്തെത്തിക്കുകയുമായിരുന്നു. കിഴക്കോട്ടാണ് ഈ ഗണപതിയുടെയും ദർശനം. നാളികേരമുടയ്ക്കലാണ് പ്രധാനവഴിപാട്. കിഴക്കുഭാഗത്തുനിന്നുവരുന്ന ഭൂരിപക്ഷം ഭക്തരും ഇവിടെ തൊഴുതിട്ടുമാത്രമാണ് ഗുരുവായൂരപ്പദർശനത്തിന് ചെല്ലുന്നത്. ഗണപതിയോടൊപ്പം ഇവിടെ ഭദ്രകാളി, നരസിംഹ ചൈതന്യങ്ങളുമുള്ളതായി വിശ്വസിച്ചുപോരുന്നു.

## അനന്തശയനം

ക്ഷേത്രശ്രീകോവിലിന് പുറകിൽ കിഴക്കോട്ട് ദർശനമായുള്ള കരിങ്കൽത്തൂണുകളിൽ പത്തെണ്ണത്തിൽ ഭഗവാന്റെ ദശാവതാരങ്ങളുടെ രൂപങ്ങൾ

കൊത്തിവെച്ചിരിക്കുന്നു. മത്സ്യം, കൂർമ്മം, വരാഹം എന്നിങ്ങനെ ക്രമത്തിൽ പത്ത് അവതാരങ്ങളാണ്. ശ്രീകോവിലിന് തൊട്ടുപുറകിൽ ഇവയുടെ നടുക്കായി അനന്തപദ്മനാഭസ്വാമിയുടെ ഒരു രൂപം കാണാം. തിരുവനന്തപുരം ശ്രീ അനന്തപദ്മനാഭസ്വാമിക്ഷേത്രത്തിലെ പ്രതിഷ്ഠയാണിത്. ഇവിടെ ഒരു അനന്തശയനചിത്രമായിരുന്നു ആദ്യമുണ്ടായിരുന്നത്. ഈ ചിത്രത്തിന്റെ വരവിനു പിന്നിലും ഒരു ഐതിഹ്യമുണ്ട്: പണ്ടുകാലത്ത് ശീവേലിക്ക് തിടമ്പ് എഴുന്നള്ളിച്ചിരുന്നത് മൂത്തതുമാരായിരുന്നു. കേരളത്തിലെ മിക്ക ക്ഷേത്രങ്ങളിലെയും സ്ഥിതി ഇതുതന്നെയായിരുന്നു.

ഒരിക്കൽ ക്ഷേത്രത്തിൽ ശീവേലിക്ക് വൈകിയ മൂത്തതിനെ മേൽശാന്തി ചീത്ത പറഞ്ഞു. മൂത്തത് മേൽശാന്തിയോട് ധിക്കാരത്തോടെ പെരുമാറി. ഇത് സഹിക്കാൻ വയ്യാതെ മേൽശാന്തി അയാളെ നാലമ്പലത്തിന്റെ പടിഞ്ഞാറേ വാതിൽ വഴി പുറത്താക്കി. പിന്നെ അയാൾ ആ പരിസരത്തുപോലും വന്നില്ല. തുടർന്ന് പടിഞ്ഞാറേ വാതിൽ എന്നെന്നേക്കുമായി അടച്ചു. ആ സ്ഥാനത്താണ് അനന്തശയനചിത്രം വച്ചത്. 1970ലുണ്ടായ തീപ്പിടുത്തത്തിൽ ഇത് പൂർണ്ണമായും കത്തിനശിച്ചു. തുടർന്നാണ് ഇന്നത്തെ കരിങ്കൽ ശില്പം നിർമ്മിച്ചത്.

പതിനെട്ടടി നീളം വരുന്ന ഭീമാകാരമായ രൂപമാണ്. രണ്ട് കൈകളേയുള്ളൂ ഇവിടെ വിഷ്ണുഭഗവാന്. പാൽക്കടലിൽ മഹാസർപ്പമായ അനന്തന് മുകളിൽ മഹാലക്ഷ്മീസമേതനായി പള്ളികൊള്ളുന്ന പരമാത്മാവായ വിഷ്ണുഭഗവാൻ, അദ്ദേഹത്തിന്റെ നാഭീകമലത്തിലുള്ള ബ്രഹ്മാവ്, വലതുകൈയ്ക്ക് താഴെയുള്ള ശിവലിംഗം, ഭഗവാനെ കണ്ടുതൊഴുന്ന നാരദൻ, പ്രഹ്ലാദൻ, മഹാബലി, വസിഷ്ഠൻ, വ്യാസൻ, കശ്യപൻ, വിഭീഷണൻ, ഉദ്ധവർ തുടങ്ങിയ ഭക്തോത്തമന്മാർ, ചുവട്ടിൽ ഭഗവാന് കാവലായി നിലകൊള്ളുന്ന ലക്ഷ്മീഭൂമീദേവിമാർ, ദ്വാരപാലകരായ ജയവിജയന്മാർ, ഭഗവദ്വാഹനമായ ഗരുഡൻ, കാവൽക്കാരനായ വിഷ്വക്സേനൻ, സൂര്യചന്ദ്രന്മാർ, ഗരുഡന്റെ ചിറകിൽ കാൽ ചവുട്ടി നിൽക്കുന്ന ശ്രീകൃഷ്ണൻ, യോഗനരസിംഹമൂർത്തി, ഗണപതി, അയ്യപ്പൻ, പട്ടാഭിഷിക്തരായ ശ്രീരാമസ്വാമിയും സീതാദേവിയും ഇരുവരെയും വന്ദിക്കുന്ന ഹനൂമാനും ലക്ഷ്മണനും ശ്രീഭൂമീസമേതനായി നിൽക്കുന്ന രൂപത്തിലുള്ള മഹാവിഷ്ണു ഇവരെല്ലാം ഈ പ്രതിഷ്ഠയിൽ ആവിഷ്കരിക്കപ്പെട്ടിരിക്കുന്നു. ദിവസവും ഈ ശില്പത്തിന് വിളക്കുവെയ്പുണ്ട്.

## ഹനൂമാൻ

നാലമ്പലത്തിനകത്ത് വടക്കേ നടവാതിലിന് സമീപത്തുള്ള തൂണിലാണ് ചിരഞ്ജീവിയും ശ്രീരാമദാസനുമായ ഹനൂമാൻ സ്വാമിയുടെ പ്രതിഷ്ഠ. ഭക്തഹനൂമാന്റെ രൂപത്തിലുള്ള വിഗ്രഹമാണിത്. തെക്കോട്ട്

ദർശനമായി രണ്ടുകൈകളും കൂപ്പിനിൽക്കുന്ന ഭാവത്തിലാണ് ഹനുമദ് വിഗ്രഹം. 1970ലുണ്ടായ തീപ്പിടുത്തതിനുശേഷമാണ് ഈ രൂപം പിറവിയെടുത്തത്. ഇന്ന് ക്ഷേത്രത്തിൽ വരുന്ന ഭക്തർ നാലമ്പലത്തിനകത്തെ ഈ ഹനൂമാനെയും തൊഴുതുപോരുന്നു. വെറ്റിലമാലയും കുങ്കുമവും ചാർത്തിയ രൂപത്തിലാണ് വിഗ്രഹം നിത്യേന കാണപ്പെടുന്നത്. ഈ ഹനൂമാനെ സ്തുതിച്ചതുകാരണം അത്ഭുതകാര്യസിദ്ധിയുണ്ടായതായി ചില ഭക്തർ വിശ്വസിച്ചുവരുന്നു.

## സുബ്രഹ്മണ്യൻ

നാലമ്പലത്തിനകത്ത് വടക്കുപടിഞ്ഞാറേമൂലയിലുള്ള ഒരു കരിങ്കൽത്തൂണിൽ സുബ്രഹ്മണ്യന്റെ രൂപം കൊത്തിവച്ചിട്ടുണ്ട്. കിഴക്കോട്ടാണ് ദർശനം. ഇവിടെ വിഗ്രഹപ്രതിഷ്ഠയില്ലെങ്കിലും ഭക്തർ ഇവിടെയും വന്ദിക്കാറുണ്ട്. ഭസ്മം, ചന്ദനം തുടങ്ങിയവ ചാർത്തി നാരങ്ങാമാല ധരിച്ചാണ് ഭഗവാന്റെ ഇരിപ്പ്. ദ്വിബാഹുവായ ബാലസുബ്രഹ്മണ്യനാണ് ഇവിടെയുള്ളത്. എന്നാൽ പഴനിയിലേതുപോലെ ആണ്ടിപ്പണ്ടാരമല്ല. വലതുകൈ കൊണ്ട് ഭക്തരെ അനുഗ്രഹിക്കുന്ന ഭഗവാൻ ഇടതുകൈ അരയിൽ കുത്തിവെച്ചിരിക്കുകയാണ്. വലതുചുമലിൽ വേലുമുണ്ട്. 1970ലുണ്ടായ തീപ്പിടുത്തത്തെത്തുടർന്ന് നവീകരിച്ചശേഷമാണ് ഈ രൂപം കൊത്തിവച്ചത്.

## ഇടത്തരികത്തുകാവ് ദുർഗ്ഗാഭഗവതി

ഗുരുവായൂർ ക്ഷേത്രത്തിനു പുറത്തായാണ് ഈ പ്രതിഷ്ഠയെ കാണുന്നത്. ക്ഷേത്രത്തിന്റെ വടക്ക്-കിഴക്കുഭാഗത്തായി ഇടത്തരികത്തുകാവു സ്ഥിതി ചെയ്യുന്നു. ക്ഷേത്രത്തിൽനിന്നു വീക്ഷിച്ചാൽ ക്ഷേത്രത്തിനു പുറത്തും പുറത്തുനിന്നു നോക്കിയാൽ ക്ഷേത്രമതിലിനകത്തും നിലകൊള്ളുന്ന ഒരപൂർവ്വ നിർമ്മിതി എന്ന പ്രത്യേകത ഈ കാവിനു മാത്രമുള്ളതത്രേ. ഇവിടെ വടക്ക് കിഴക്ക് ഭാഗത്തായാണ് മല്ലിശ്ശേരി മാളിക നിലനിന്നിരുന്നത്. ക്ഷേത്രത്തിന്റെ കിഴക്കും പടിഞ്ഞാറും തെക്കും ചുറ്റുമുള്ള വീഥികളുടെ വശങ്ങളിലായി മറ്റു പ്രധാന സ്ഥാപനങ്ങളായ ദേവസ്വം കാര്യാലയം, അതിഥിമന്ദിരങ്ങൾ, ലൈബ്രറി, സത്രം, തിയ്യർ അമ്പലം, കോവിലകം കൊട്ടാരം, ആനക്കൊട്ടിൽ മുതലായവ സ്ഥിതി ചെയ്യുന്നു. ആനത്താവളം പിന്നീട് പുന്നത്തൂർ കോട്ടയിലേക്ക് മാറ്റി സ്ഥാപിച്ചു. വനദുർഗ്ഗാഭാവത്തിലുള്ള പരാശക്തിയുടെ പ്രതിഷ്ഠയാണ് ഇത്. അതിനാൽ ശ്രീകോവിലിന് മേൽക്കൂരയില്ല. പടിഞ്ഞാറോട്ടാണ് ദർശനം. അഴൽ ആണ് പ്രധാന വഴിപാട്. ഇവിടെ സ്ഥിരം വെളിച്ചപ്പാടുണ്ട്. ധനു, മകരം മാസങ്ങളിലായി ഇവിടെ രണ്ടു തലപ്പൊലി ആഘോഷമായുണ്ട്. ഒന്ന് നാട്ടുകാരുടെ വകയാണ്; മറ്റേത് ദേവസ്വം വകയും. ദുർഗ്ഗാ സങ്കല്പമാണെങ്കിലും ലക്ഷ്മി, സരസ്വതി, പാർവ്വതി, ഭദ്രകാളി എന്നീ ഭാവങ്ങളിലും ജഗദംബയെ ആരാധിച്ചുവരുന്നുണ്ട്. ഇവിടത്തെ ദുർഗ്ഗാഭഗവതി ശ്രീകൃഷ്ണനുമുമ്പേ

ഇവിടെ സന്നിധാനം ചെയ്തിരുന്നുവെന്നും വിഷ്ണു വിഗ്രഹം കൊണ്ടു വന്നപ്പോൾ വടക്കുകിഴക്കോട്ട് മാറി സ്വയംഭൂവായി അവതരിച്ചുവെന്നു മാണ് വിശ്വാസം. അതിനാൽ, ഇവിടെ ആദ്യം ഭഗവതിയെ വന്ദിക്കണ മെന്നാണ് ആചാരം. എന്നാൽ ക്യൂവിൽ നിൽക്കുന്നവർക്ക് ഇത് സാധി ക്കാറില്ല.

### ശിവൻ

ക്ഷേത്രത്തിൽ പ്രതിഷ്ഠയില്ലെങ്കിലും ശിവന്റെ അദൃശ്യസാന്നിദ്ധ്യ മുള്ളതായി കാണപ്പെടുന്നു. ബൃഹസ്പതിയും വായുദേവനും കൊണ്ടു വന്ന വിഷ്ണുവിഗ്രഹം പ്രതിഷ്ഠിക്കാൻ അനുവാദം നൽകിയ ശിവൻ പാർവ്വതീഗണപതിസുബ്രഹ്മണ്യസമേതനായി മമ്മിയൂരിൽ അവതരിച്ചു എന്നാണ് കഥ. തന്മൂലം ഭഗവതിയെ തൊഴുത് വടക്കുകിഴക്കേമൂലയി ലെത്തുമ്പോൾ ഭക്തർ മമ്മിയൂർ ക്ഷേത്രത്തിന്റെ ദിശയിലേക്ക് (വടക്കു പടിഞ്ഞാറ്) നോക്കി ശിവനെ വന്ദിക്കുന്നു. ക്ഷേത്രനാലമ്പലത്തിനകത്ത് വടക്കുഭാഗത്തെ ഒരു കരിങ്കൽത്തൂണിൽ പാർവ്വതീസമേതനായ ശിവന്റെ രൂപം കൊത്തിവച്ചിട്ടുണ്ട്, പടിഞ്ഞാട്ട് ദർശനമായി. ഭക്തർ ഇവിടെയും വന്ദിക്കാറുണ്ട്.

### നാഗദൈവങ്ങൾ

ക്ഷേത്രത്തിന്റെ കിഴക്കേ നടയിൽ ദേവസ്വം വകയുള്ള സത്രത്തിന്റെ വളപ്പിലാണ് നാഗദൈവങ്ങളുടെ സ്ഥാനം. ആൽമരച്ചുവട്ടിൽ കിഴക്കോട്ട് ദർശനമായാണ് നാഗപ്രതിഷ്ഠ നടത്തിയിരിക്കുന്നത്. നാഗരാജാവായ അനന്തനും നാഗയക്ഷിയും നാഗചാമുണ്ഡിയുമാണ് പ്രതിഷ്ഠ. എല്ലാ മാസവും ആയില്യം നാളിൽ വിശേഷാൽ പൂജകളും കന്നിമാസത്തിലെ ആയില്യത്തിന് സർപ്പബലിയുമുണ്ടാകും. ക്ഷേത്രത്തിലെ പൂജകൾക്കും പ്രത്യേകതകൾ ഏറെയാണ്.

## ക്ഷേത്രത്തിലെ പൂജകൾ

### പള്ളിയുണർത്ത്

ക്ഷേത്രത്തിന്റെ ശ്രീകോവിൽനട തുറക്കുന്നത് പുലർച്ചെ മൂന്ന് മണിക്കാണ്. ആ സമയത്ത് മേൽപ്പുത്തൂർ നാരായണ ഭട്ടതിരിപ്പാട് രചിച്ച നാരായണീയവും എഴുത്തച്ഛൻ രചിച്ച ഹരിനാമകീർത്തവും പൂന്താനം നമ്പൂതിരി രചിച്ച ജ്ഞാനപ്പാനയും ശംഖനാദവും തകിലും നാദസ്വരവും കൊണ്ട് ഭഗവാൻ പള്ളിയുണർത്തപ്പെടുന്നു.

### നിർമാല്യ ദർശനം

തലേന്നു ചാർത്തിയ അലങ്കാരങ്ങളോടെ വിരാജിക്കുന്ന ഭഗവത് വിഗ്രഹം ദർശിച്ച് ഭക്തജനങ്ങൾ നിർവൃതി നേടുന്നു. ഈ ദർശനത്തിനെ

നിർമാല്യ ദർശനം എന്ന് പറയുന്നു. പുലർച്ചെ 3.00 മുതൽ 3.20 വരെയാണ് നിർമ്മല്യ ദർശനം.

### എണ്ണയഭിഷേകം

തലേ ദിവസത്തെ മാല്യങ്ങൾ മാറ്റിയ ശേഷം ബിംബത്തിൽ എള്ളെണ്ണ കൊണ്ട് അഭിഷേകം നടത്തുന്നു. ആടിയ ഈ എണ്ണ ഭക്തർക്ക് പ്രസാദമായി നൽകുന്നു. ഗുരുവായൂരപ്പന് ആടിയ എണ്ണ വാതരോഗശമനത്തിന് ഉത്തമമായി കണക്കാക്കപ്പെടുന്നു.

### വാകച്ചാർത്തും ശംഖാഭിഷേകവും

തുടർന്ന് എണ്ണയുടെ അംശം മുഴുവനും തുടച്ചുമാറ്റിയ ശേഷം ബിംബത്തിന്മേൽ നെന്മേനി വാകയുടെ പൊടി തൂകുന്നു. ഇതാണ് പ്രശസ്തമായ വാകച്ചാർത്ത്. ഓരോ ആരാധനയ്ക്കും അർച്ചനയ്ക്കും അതിന്റേതായ പ്രത്യേകതകളും പ്രാധാന്യവുമുണ്ട്. ഗുരുവായൂരിനുമാത്രം അവകാശപ്പെടുന്നതാണ് വാകച്ചാർത്ത്. വാകമരത്തിന്റെ തൊലികൊണ്ട് ബിംബംശുദ്ധീകരിക്കുന്നതാണ് വാകച്ചാർത്ത്. വാതം മുതലായ രോഗങ്ങളെ ശമിപ്പിക്കുന്ന ചില ഘടകങ്ങൾ വാകച്ചാർത്തിനുപയോഗിക്കുന്ന എണ്ണയിൽ അടങ്ങിയിട്ടുണ്ടെന്ന് അനുഭവസ്ഥർ പറയുന്നു. വിഗ്രഹത്തിൽ ചന്ദനം ചാർത്തിക്കഴിയുമ്പാൾ, മഹാവിഷ്ണുവിന്റെ വിഗ്രഹം ലീലാശുകൻ വിഭാവനം ചെയ്ത ഉണ്ണികൃഷ്ണനായി ഭക്തർക്കു പ്രത്യക്ഷീഭവിക്കുന്നു. ദീപാരാധനയ്ക്കുശേഷം വിഗ്രഹം സാക്ഷാൽ മഹാവിഷ്ണുവായി രൂപം കൊള്ളുന്നു. വാകച്ചാർത്തിനു ശേഷം ശംഖാഭിഷേകം നടത്തുന്നു. മന്ത്രപൂതമായ തീർത്ഥം ശംഖിൽ നിറച്ച് അഭിഷേകം നടത്തുന്നു. ഇതാണ് ശംഖാഭിഷേകം. പിന്നീട് സുവർണ്ണ കലശത്തിലെ ജലാഭിഷേകത്തോടെ അഭിഷേകച്ചടങ്ങുകൾ സമാപിക്കുന്നു. ഭഗവാന്റെ പള്ളിനീരാട്ടാണ് ഇത്. പിന്നെ മലർ നിവേദ്യമായി. മലർ,ശർക്കര,കദളിപ്പഴം എന്നിവയാണ് അപ്പോഴത്തെ നൈവേദ്യങ്ങൾ. രാവിലെ 3:20 തൊട്ട് 3:30 വരെയാണിത്.

### മലർനിവേദ്യവും വിഗ്രഹാലങ്കാരവും

അഭിഷേകത്തിനുശേഷം മലർ നിവേദ്യവും വിഗ്രഹാലങ്കാരവുമാണ്. ഇതിന് നട അടച്ചിരിക്കും. ഈ സമയത്ത് ദർശനം ഇല്ലെങ്കിലും നാലമ്പലത്തിനകത്ത് നിൽക്കാൻ ഭക്തന് അനുവാദമുണ്ട്.

### ഉഷഃപൂജ

മലർനിവേദ്യത്തെ തുടർന്ന് ഉഷഃപൂജയായി. ഇതിനു അടച്ചു പൂജയുണ്ട്. ധാരാളം ശർക്കര ചേർത്ത നെയ്പ്പായസം, വെണ്ണ, കദളിപ്പഴം, പഞ്ചസാര, വെള്ളനിവേദ്യം എന്നിവയാണ് ഉഷഃപൂജയുടെ നിവേദ്യങ്ങൾ.

4.15 മുതൽ 4.30 വരെയാണ് ഉഷഃപൂജ. അതിനു ശേഷം 5.45 വരെ ദർശന സമയമാണ്.

ഇതോടെ ആദ്യ പൂജ അവസാനിക്കുന്നു.

## എതിരേറ്റ് പൂജ

ഈ സമയമാകുമ്പോഴേക്കും സൂര്യോദയമാകും. ഈ പൂജയ്ക്കാണ് 'എതിരേറ്റ് പൂജ' എന്ന് പറയുന്നത്. ഉദയസൂര്യന്റെ കിരണങ്ങളെ എതിരേറ്റു നടത്തുന്നു എന്നതാണ് എതിരേറ്റുപൂജ എന്ന പേരിനു പിന്നിലുള്ള അർത്ഥം. എതിരേറ്റുപൂജ ലോപിച്ച് എതൃത്തപൂജയായി മാറി. ഇതിന് അടച്ചുപൂജയും നിവേദ്യവുമില്ല. ഈ പൂജയുടെ സമയത്ത് തിടപ്പള്ളി യിൽ ഗണപതിഹോമം നിർവഹിക്കപ്പെടുന്നു. ഗണപതിഹോമത്തിലെ അഗ്നികുണ്ഡത്തിൽ നിന്നുമെടുത്ത അഗ്നി കൊണ്ടായിരുന്നുവത്രെ പണ്ട് തിടപ്പള്ളിയിൽ തീ പിടിപ്പിച്ചിരുന്നത്.

ഈ സമയത്തു തന്നെ ക്ഷേത്രത്തിലെ ഉപദേവന്മാർക്ക് കീഴ്ശാന്തി മാർ പൂജ നടത്തുന്നു. അകത്ത് കന്നിമൂലയിൽ (തെക്കുപടിഞ്ഞാറേമൂല) ഗണപതി, പുറത്ത് തെക്കുഭാഗത്തെ പ്രദക്ഷിണവഴിയിൽ അയ്യപ്പൻ, വടക്കുകിഴക്കുഭാഗത്ത് ഇടത്തരികത്തുകാവിൽ വനദുർഗ്ഗാഭഗവതി എന്നിവരാണ് ഉപദേവതകൾ. ഗണപതിക്കും അയ്യപ്പനും വെള്ളനിവേദ്യ മാണ്. കദളിപ്പഴം, പഞ്ചസാര, ത്രിമധുരം എന്നിവ സാമാന്യമായി എല്ലാ ഉപദേവതകൾക്കും നിവേദിക്കപ്പെടുന്നു. രാവിലെ 7 മണി വരെ യാണിത്. അതിനു ശേഷം 20 മിനിട്ട് നേരം ദർശന സമയമായതിനാൽ പൂജകളില്ല.

## കാലത്തെ ശീവേലി

തന്റെ ഭൂതഗണങ്ങൾക്ക് നിവേദ്യം നൽകുന്നത് ഭഗവാൻ നേരിൽ കാണുകയാണ് ശീവേലിയുടെ ആന്തരാർത്ഥം. അവർക്ക് നൽകുന്ന ബലി യാണ് ശ്രീഭൂതബലിശീവേലി. ദ്വാരപാലകരും ഭൂതഗണങ്ങളും ഈ സമയത്ത് തങ്ങൾക്കുള്ള നിവേദ്യം സ്വീകരിക്കുന്നു എന്നാണ് വിശ്വാസം. ജലഗന്ധ പുഷ്പാദികളായി മേൽശാന്തിയും ഹവിസ്സിന്റെ പാലികയിൽ നിവേദ്യവുമായി കീഴ്ശാന്തിയും നടക്കുന്നു. ഭൂതഗണങ്ങളെ പ്രതിനിധീ കരിക്കുന്ന ബലിക്കല്ലുകളിന്മേലാണ് ബലി തൂവുക. ക്ഷേത്രത്തിന്റെ നാലമ്പലത്തിനു വെളിയിൽ എത്തുമ്പോൾ ഭഗവാന്റെ തിടമ്പുമായി കീഴ്ശാന്തി ആനപ്പുറത്ത് കയറുന്നു. തിടമ്പു പിടിക്കുന്ന കീഴ്ശാന്തിയെ ശാന്തിയേറ്റ നമ്പൂതിരി എന്നാണ് പറയുന്നത്. മുമ്പിൽ 12 കുത്തു വിളക്കുകളും വാദ്യഘോഷങ്ങളുടെയും ഭക്തരുടെ നാമജപങ്ങളുടെയും അകമ്പടിയുമായി ശ്രീഭൂതബലിയുടെ മേൽനോട്ടം വഹിച്ചുകൊണ്ട് ഭഗ വാൻ പ്രദക്ഷിണമായി നീങ്ങുന്നു. മൂന്ന് പ്രദക്ഷിണശേഷം ഉത്സവവിഗ്ര ഹവുമായി കീഴ്ശാന്തി ശ്രീലകത്തേക്ക് പോകുന്നു.

ശീവേലി, പാലഭിഷേകം, നവകാഭിഷേകം, പന്തീരടി പൂജ എന്നിവ 7.15 തൊട്ട് 9.00 വരെയാണ്.

## നവകാഭിഷേകം

ദിക്പാലകന്മാർക്കും സപ്തമാതക്കൾക്കും നല്കുന്ന ബലിതൂവൽ ഭഗവാൻ തന്റെ ആശ്രിതരെ എപ്രകാരം സംരക്ഷിക്കുന്നുവെന്നതിന്റെ സൂചകം കൂടിയാണ്. ധ്വജസ്തംഭത്തിനു വടക്കുവശത്തായി ഗുരുവിനും വായുവിനും ബലിക്കല്ലുള്ളതിനാൽ അവിടേയും ബലിതൂകുന്നുണ്ട്. ഈ ദേവകൾക്കു ബലിതൂകുന്ന ഒരേ ഒരു ക്ഷേത്രം, കേരളത്തിൽ ഗുരുവായൂർ മാത്രമാണ്.

ശീവേലിക്കുശേഷം രുദ്രതീർത്ഥത്തിൽ നിന്നും എടുക്കുന്ന ജലം കൊണ്ട് അഭിഷേകം നടത്തുന്നു. ഇളനീരും പശുവിൻപാലും പനിനീരും കൊണ്ടും വിഗ്രഹത്തിന്മേൽ അഭിഷേകം ചെയ്യുന്നുണ്ട്. തുടർന്ന് ഒൻപത് വെള്ളിക്കലശങ്ങളിൽ തീർത്ഥജലം നിറച്ച് മന്ത്രപൂർവ്വം അഭിഷേകം ചെയ്യുന്നതിനെയാണ് 'നവകാഭിഷേകം' എന്ന് പറയുന്നത്. ഈ പൂജ നടത്തുന്നത് ഓതിക്കന്മാരാണ്. തുടർന്ന് ബാലഗോപാല രൂപത്തിൽ കളഭം ചാർത്തുന്നു.

## പന്തീരടിപൂജ

നിഴലിനു പന്ത്രണ്ട് നീളം ഉണ്ടാകുന്ന സമയമാണ് പന്തീരടി. ഉദ്ദേശ്യം കാലത്ത് 8 മണിക്കും 9 മണിക്കും ഇടയ്ക്കായിരിക്കും ഇത്. ഈ സമയത്ത് നിർവഹിക്കപ്പെടുന്ന പൂജയായതിനാലാണ് ഇതിനെ 'പന്തീരടി പൂജ' എന്ന് വിശേഷിപ്പിക്കുന്നത്. മേൽശാന്തി ഈ സമയത്ത് വിശ്രമത്തിന് പോകുന്നതു കൊണ്ട് തന്ത്രിയോ ഓതിക്കനോ ആണ് ഈ പൂജ ചെയ്യുന്നത്. 8.10 മുതൽ 9.10 വരെ ദർശനമുണ്ടായിരിക്കും.

## ഉച്ചപൂജ

ഇത് നടയടച്ചുള്ള പൂജയാണ്. ദേവനും ഉപദേവതകൾക്കും നിവേദ്യം അർപ്പിക്കുന്ന പൂജയാണിത്. സാധാരണ മേൽശാന്തിയാണ് ഈ പൂജ നടത്തുന്നത്. ഉദയാസ്തമന പൂജ, മണ്ഡലകാലം, ഉത്സവം എന്നീ അവസരങ്ങളിൽ ഓതിക്കന്മാരും കലശം, പുത്തരി നിവേദ്യം എന്നീ ദിവസങ്ങളിൽ തന്ത്രിയും ഈ പൂജ ചെയ്യുന്നു. ഇടയ്ക്കയുടെ അകമ്പടിയോടെ ഈ സമയത്ത് 'അഷ്ടപദി' ആലപിക്കുന്നു. ഇടിച്ചുപിഴിഞ്ഞ പായസമാണ് നിവേദ്യം. ഉച്ചപൂജയ്ക്കു ശേഷം നട അടയ്ക്കുന്നു. ഉച്ചപൂജസമയത്ത് ദേവപ്രതിനിധി എന്ന സങ്കൽപ്പത്തിൽ ഒരു ബ്രാഹ്മണനെ ഊട്ടാറുണ്ട്. 11.30 മുതൽ 12.30 വരെയാണ് ഉച്ചപൂജ.

നിവേദ്യത്തിന് വെള്ളി ഉരുളിയിൽ വെള്ളനിവേദ്യം. നാലുകറികൾ, കൂടാതെ പാൽപ്പായസം, പഴം, തൈര്, വെണ്ണ, പാൽ, ശർക്കര,

നാളികേരം, കദളിപ്പഴം എന്നിവ വെള്ളി, സ്വർണ്ണം പാത്രങ്ങളിലായി ഉണ്ടാവും. ഇതിനു പുറമെ വഴിപാടായി പാൽപ്പായസം, ത്രിമധുരം, പാലട പ്രഥമൻ, ശർക്കരപ്പായസം, ഇരട്ടിപ്പായസം, വെള്ളനിവേദ്യം എന്നിവ വേറേയും. ഇതിനു ശേഷം നടയടച്ച് അലങ്കാരമാണ്. അതിനുശേഷം 12.30 ന് നടയടയ്ക്കും.

## വൈകീട്ടത്തെ ശീവേലി

വൈകുന്നേരം നാലര മണിക്ക് നട വീണ്ടും തുറക്കുന്നു (മണ്ഡല കാലത്ത് 3.30നു തന്നെ തുറക്കും). പിന്നീട് 4.45 വരെ ദർശനം. തുടർന്ന് ഉച്ചശ്ശീവേലിയായി. ദേവന്റെ തിടമ്പ് ആനപ്പുറത്തേറ്റി മൂന്ന് പ്രദക്ഷിണം ഉള്ള ഇതിനെ കാഴ്ചയ്ക്ക് ഹൃദ്യമായതിനാൽ കാഴ്ചശീവേലി എന്ന് വിശേഷിപ്പിക്കുന്നു. പിന്നെ ദീപാരാധനവരെ ദർശനമുണ്ട്.

നിത്യശ്ശീവേലിയുള്ള മറ്റു ക്ഷേത്രങ്ങളിൽ ഉച്ചപ്പൂജ കഴിഞ്ഞ ഉടനെ ശീവേലിയുണ്ടാകും. വിശേഷദിവസങ്ങളിൽ മാത്രമേ വൈകുന്നേരം കാഴ്ചശ്ശീവേലിയായി അത് നടത്താറുള്ളൂ. എന്നാൽ ഗുരുവായൂരിൽ മാത്രം നിത്യവും ഈ രീതിയിൽ നടത്തുന്നു. ഇതിനുപിന്നിൽ പറയുന്നത് ഉച്ചപ്പൂജ കഴിഞ്ഞാൽ ഭഗവാൻ അമ്പലപ്പുഴയിലായിരിക്കുമെന്നാണ്. തത്സൂചകമായി അമ്പലപ്പുഴയിൽ ഉച്ചപ്പൂജയ്ക്ക് പാൽപ്പായസം എഴുന്നള്ളിക്കുമ്പോൾ ഒരു കൃഷ്ണപ്പരുന്ത് ക്ഷേത്രത്തിന്റെ വടക്കേ നടയിൽ വട്ടമിട്ട് പറക്കാറുണ്ട്.

## ദീപാരാധന

സന്ധ്യയ്ക്ക് സൂര്യാസ്തമയസമയത്ത് നടയടച്ച് ദീപാരാധന നടത്തുന്നു. നാലമ്പലത്തിനുള്ളിലും പുറത്തുമുള്ള ദീപങ്ങൾ തെളിക്കപ്പെടുന്നു. ദീപസ്തംഭങ്ങളും അടിമുടി ദീപാലംകൃതങ്ങളാക്കുന്നു. ക്ഷേത്രം മുഴുവൻ സ്വർണ്ണപ്രഭയിൽ കുളിച്ചുനിൽക്കുന്നു. അതിമനോഹരമായ ഒരു കാഴ്ചയാണിത്. ദീപാരാധനയ്ക്ക് ഉപയോഗിക്കുന്ന വെള്ളിവിളക്കുകൾ കത്തിച്ചുകൊണ്ട് മേൽശാന്തി നട തുറക്കുന്നു. ദീപത്താലും കർപ്പൂരദീപത്താലും ഭഗവദ്വിഗ്രഹത്തെ ഉഴിഞ്ഞുകൊണ്ട് ദീപാരാധന നടത്തപ്പെടുന്നു. ഓരോ ദിവസത്തെയും സൂര്യാസ്തമയസമയമനുസരിച്ചാണ് ദീപാരാധന നടത്തുന്നത്. അതിനാൽ കൃത്യസമയം പറയാൻ കഴിയില്ല. എന്നാൽ ഒരിക്കലും അത് വൈകീട്ട് ആറുമണിക്കുമുമ്പോ ഏഴുമണിക്കുശേഷമോ ഉണ്ടാകാറില്ല. പിന്നെ 7.30 വരെ ദർശനമുണ്ട്.

## അത്താഴപൂജ

ദീപാരാധനയ്ക്കുശേഷം ഒരു മണിക്കൂർ കഴിഞ്ഞ് അത്താഴപ്പൂജ തുടങ്ങുകയായി. ഈ പൂജയ്ക്കുള്ള പ്രധാന നിവേദ്യങ്ങൾ ഉണ്ണിയപ്പം, ഇലയട, വെറ്റില, അടയ്ക്ക, പാലടപ്രഥമൻ, പാൽപ്പായസം എന്നിവയാണ്.

7.30 മുതൽ 7.45 വരെയാണ് അത്താഴപ്പൂജ നിവേദ്യത്തിന്റെ സമയം. തുടർന്ന് 8.15 വരെ അത്താഴപ്പൂജയും. അത്താഴപ്പൂജ കഴിഞ്ഞാൽ ഉത്സവ വിഗ്രഹവുമായി 'അത്താഴശ്ശീവേലി'ക്ക് തുടക്കം കുറിക്കും. 8.45 മുതൽ 9.00 വരെയാണ് ശീവേലി.

അത്താഴപ്പൂജയ്ക്ക് വെള്ളനിവേദ്യം, അവിൽ കുഴച്ചത്, പാൽപ്പായസം എന്നിവയും അടച്ചുപൂജയ്ക്ക് വെറ്റില, അടയ്ക്ക, അട, അപ്പം, കദളിപ്പഴം എന്നിവയും നിവേദിക്കും. അത്താഴപ്പൂജയ്ക്ക് അടയും അപ്പവും എത്ര യുണ്ടെങ്കിലും ശ്രീകോവിലിൽ കൊണ്ടുപോകും എന്ന പ്രത്യേകതയുണ്ട്.

## അത്താഴശ്ശീവേലി

അത്താഴപ്പൂജ കഴിഞ്ഞാൽ രാത്രിശീവേലി തുടങ്ങുന്നു. മൂന്ന് പ്രദക്ഷിണമാണ്. രണ്ടാമത്തെ പ്രദക്ഷിണം ഇടയ്ക്ക കൊട്ടിയുള്ളതാണ്. ചുറ്റു വിളക്കുള്ള ദിവസം നാലമ്പലത്തിൽ പ്രവേശനമില്ല. മറ്റിടങ്ങളിൽ നിന്ന് വ്യത്യസ്തമായി ഇവിടെ ദിവസവും മൂന്നു ശീവേലിക്കും ആനയെഴുന്നള്ളിപ്പുണ്ടാകും.

## തൃപ്പുകയും ഓലവായനയും

ശീവേലി കഴിഞ്ഞാൽ തൃപ്പുക എന്ന ചടങ്ങാണ്. ചന്ദനം, അഗരു, ഗുൽഗുലു തുടങ്ങിയ സുഗന്ധദ്രവ്യങ്ങൾ പൊടിച്ച് വെള്ളിപ്പാത്രത്തിൽ വെച്ചിട്ടുള്ള നവഗന്ധചൂർണ്ണമാണ് തൃപ്പുകയ്ക്ക് ഉപയോഗിക്കുന്നത്. സൗരഭ്യം നിറഞ്ഞ ധൂമം ശ്രീകോവിലിനകത്തേക്ക് പ്രവേശിക്കുന്നു. തൃപ്പുക നടത്തുന്നത് അന്നത്തെ ശാന്തിയേറ്റ നമ്പൂതിരിയായിരിക്കും. തൃപ്പുക കഴിഞ്ഞാൽ അന്നത്തെ വരവുചെലവു കണക്കുകൾ 'പത്തുകാരൻ' എന്ന സ്ഥാനപ്പേരുള്ള കഴകക്കാരൻ വാര്യർ ഓലയിൽ എഴുതി, വായിച്ചതിനു ശേഷം തൃപ്പടിമേൽ സമർപ്പിക്കുന്നു. 9.00 മുതൽ 9.15 വരെ യാണിത്. ശാന്തിയേറ്റ നമ്പൂതിരി നട അടച്ച് മേൽശാന്തിയുടെ ഉത്തരവാദിത്വത്തിൽ താഴിട്ടുപൂട്ടുന്നു.

അങ്ങനെ ഗുരുവായൂർ ക്ഷേത്രത്തിലെ ഒരു ദിവസത്തെ പൂജകൾ സമാപിക്കുന്നു. നിർമ്മാല്യം മുതൽ തൃപ്പുക വരെയുള്ള ഈ ചടങ്ങുകൾക്ക് 12 ദർശനങ്ങൾ, 12 ഭാവങ്ങൾ എന്നു പറയുന്നു. ഈ പന്ത്രണ്ട് ദർശനങ്ങളോടുകൂടിയാവണം ക്ഷേത്രത്തിലെ ഭജനമിരിക്കൽ.

വിശേഷദിവസങ്ങളിൽ ഇതിന് മാറ്റം വരും, വിശേഷിച്ച് വിഷു, ഉത്സവം, ഗുരുവായൂർ ഏകാദശി, അഷ്ടമിരോഹിണി, തിരുവോണം തുടങ്ങിയ ദിവസങ്ങളിൽ. ഉദയാസ്തമനപൂജ നടക്കുന്ന ദിവസവും മാറ്റങ്ങൾ വരും. 18 പൂജകൾ നടക്കുന്നതിനാൽ അർദ്ധരാത്രി മാത്രമേ അന്ന് നടയടയ്ക്കൂ. വിളക്കുള്ള ദിവസം അത് കഴിഞ്ഞേ തൃപ്പുക നടത്താറുള്ളൂ. സൂര്യചന്ദ്ര ഗ്രഹണങ്ങളുള്ള ദിവസങ്ങളിലും ഈ ചടങ്ങിനു മാറ്റം വരാറുണ്ട്.

## പൂജാക്രമങ്ങളും ആചാരാനുഷ്ഠാനങ്ങളും

ഗുരുവായൂർ അമ്പലത്തിലെ പൂജാക്രമങ്ങളും ആചാരാനുഷ്ഠാനങ്ങളും വളരെ പ്രാധാന്യവും പ്രത്യേകതയുമുള്ളതാണ്. താന്ത്രിക സമ്പ്രദായമനുസരിച്ചുള്ള ആരാധനക്രമമാണ് കേരളക്ഷേത്രങ്ങൾ പൊതുവിൽ അനുവർത്തിച്ചുവരുന്നത്. വേദമന്ത്രങ്ങളോടുകൂടിയ വൈദികവിധിയുടേയും താന്ത്രിക് ക്രമങ്ങളിലധിഷ്ഠിതമായ അവൈദിക വിധികളുടേയും ഒരു സമന്വയമാണ് കേരളീയക്ഷേത്രങ്ങളിലെ പൂജക്രമങ്ങളിൽ കാണപ്പെട്ടുവരുന്നത്. താന്ത്രികാരാധനയ്ക്ക് അല്പം മുൻതൂക്കമുണ്ടെന്നു മാത്രം. ഗുരുവായൂർ ക്ഷേത്രത്തിലെ പൂജാക്രമങ്ങൾ നിശ്ചയിച്ചത് ക്ഷേത്രം തന്ത്രിയായ ചേന്നോസ് നമ്പൂതിരിയാണ്. ക്ഷേത്രാരാധനാക്രമങ്ങളെപ്പറ്റി അദ്ദേഹം രചിച്ച തന്ത്രസമുച്ചയം എന്ന കൃതി ആധികാരികമായ ഒരു ഗ്രന്ഥമാണ്. ശൈവ-വൈഷ്ണവ ശാക്തിസമ്പ്രദായങ്ങളിലധിഷ്ഠിതമായ ആരാധനാക്രമങ്ങളെ പ്രതിപാദിക്കുന്ന ഈ കൃതി, ഇതിന്റെ അനുപൂരകമായ ശേഷസമുച്ചയത്തോടൊപ്പം കേരളീയ ക്ഷേത്രാചാരാനുഷ്ഠാനങ്ങളെക്കുറിച്ച് ആധികാരികമായും സമഗ്രമായും പ്രതിപാദിക്കുന്നു. ഗുരുവായൂർ ക്ഷേത്രാചാരങ്ങൾ ചിട്ടപ്പെടുത്തിയത് ശങ്കരാചാര്യർ ആണെന്ന മറ്റൊരഭിപ്രായവും നിലവിലുണ്ട്. അതനുസരിച്ച് മണ്ഡലവിളക്കാഘോഷങ്ങളിലെ നവമി-ദശമി-ഏകാദശി വിളക്കുകൾ നടത്തുവാനുള്ള ചുമതല യഥാക്രമം ക്ഷേത്രം തന്ത്രി, മേൽശാന്തി സാമൂതിരിരാജാ/ചിറളയം രാജാവ് എന്നിവർക്കായി നല്കി. ക്ഷേത്രത്തിനു ചുറ്റുമുള്ള പ്രദക്ഷിണവഴി, നാലുജാതികാർക്കും ഉപയോഗിക്കുവാൻ വേണ്ടി, നിർമ്മിച്ചത് ശങ്കരാചാര്യരായിരുന്നുവെന്ന് ആചാര്യപദ്ധതി എന്ന കൃതി സാക്ഷ്യപ്പെടുത്തുന്നു. ഈ നിഗമനങ്ങൾ ശരിയാവണമെങ്കിൽ ശങ്കരാചാര്യർ സാമൂതിരിയുടെയും ചിറളയം പ്രഭുവിന്റേയും സമകാലികനായിരിക്കണം. ഇതങ്ങനെയല്ലായിരുന്നുവെന്നതിന് തെളിവായി ചൂണ്ടിക്കാട്ടുന്ന വസ്തുത ചിറളയം രാജാവിനേയും സാമൂതിരിയേയും പറ്റിയുള്ള ആദ്യപരാമർശംപോലും ആചാര്യർക്കുശേഷം മൂന്നു നൂറ്റാണ്ടുകൾക്കുശേഷമാണെന്നതാണ്. ചരിത്രപരമായി ആദിശങ്കരാചാര്യർ ഗുരുവായൂർ ബന്ധത്തിന് സാധൂകരണമില്ലെങ്കിൽക്കൂടി ആചാര്യരുടെ ഒരു പിൻഗാമി ഗുരുവായൂർ ക്ഷേത്രത്തിലെ ആചാരാനുഷ്ഠാനങ്ങൾ പുനർക്രമീകരിച്ചിരിക്കാനുള്ള സാദ്ധ്യത നിലനിൽക്കുന്നു.

ഗുരുവായൂർ ക്ഷേത്രത്തിന്റെ ഏറ്റവും മേന്മയായി ചൂണ്ടിക്കാട്ടാറുള്ളത് അവിടത്തെ പൂജാക്രമങ്ങളും ആരാധനാനുഷ്ഠാനങ്ങളും തികച്ചും ശാസ്ത്രവിധികൾക്കനുസാരമായി, അണുവിട തെറ്റാതെ അനുഷ്ഠിച്ചുവരുന്നുണ്ടെന്നതാണ്. തിരുവനന്തപുരം പദ്മനാഭസ്വാമിക്ഷേത്രം ഒഴികെ മറ്റൊരു ക്ഷേത്രത്തിനും ഈ പ്രത്യേകത അവകാശപ്പെടാവുന്നതല്ല. സാകലബ്രഹ്മത്തിലല്ല ഗുരുവായൂർ പൂജകൾ അവസാനിക്കാറ്, അത്

നിഷ്കള ബ്രഹ്മത്തിലേക്ക് നീണ്ടുപോകാറുണ്ട്. ഇതും ഗുരുവായൂരിന്റെ മാത്രം പ്രത്യേകതയാണ്. സാധാരണ കേരളക്ഷേത്രങ്ങളിൽ മൂന്ന് പൂജകൾ മാത്രമുള്ളപ്പോൾ ഗുരുവായൂരിൽ അഞ്ച് പൂജകൾ നടത്താറുണ്ട്. പഞ്ചമഹാപൂജകൾ എന്നറിയപ്പെടുന്ന ഇവ യഥാക്രമം ഉഷഃപൂജ, എതിർത്ത പൂജ, പന്തീരടി, ഉച്ചപൂജ, അത്താഴപൂജ എന്നിവയാണ്. വിശേഷാവസരങ്ങളിൽ നിത്യപൂജയിൽനിന്നു വ്യത്യസ്തമായി നൈമിത്തികപൂജകളും നടത്താറുണ്ട്. പതിവായി നടത്താറുള്ള പൂജകളാണ് നിത്യപൂജയിൽ ഉൾപ്പെടുന്നതെങ്കിൽ, ഉത്സവാഘോഷങ്ങളോടും മറ്റും അനുബന്ധിച്ച് ക്ഷേത്രത്തിന്റെ ഐശ്വര്യവും ബിംബചൈതന്യവും വർദ്ധിപ്പിക്കാനുദ്ദേശിച്ചു ചെയ്യുന്നവയാണ് നൈമിത്തിക പൂജകൾ. നിത്യപൂജകളും നൈമിത്തിക പൂജകളും ഉദയാസ്തമനപൂജകളും അടങ്ങിയ 19 പൂജകൾ നടത്തുന്ന അപൂർവ്വം ക്ഷേത്രങ്ങളിലൊന്ന് ഗുരുവായൂരിലേതാണ്

ഈ ആരാധനാസമ്പ്രദായത്തിന് ശാസ്ത്രീയവും ആരോഗ്യപരവുമായ മറ്റൊരു തലം കൂടിയുണ്ട്. വിഗ്രഹത്തിന്റെ ഭൗതികപരമായ ശുദ്ധിയും വൃത്തിയും നിലനിർത്തുന്നതിനുള്ള ഒരു ഉപാധികൂടിയാണ് വിവിധ വസ്തുക്കൾകൊണ്ടുള്ള അഭിഷേകവും വാകച്ചാർത്തും. പാല്, തൈര്, കരിക്കിൻ വെള്ളം, ചന്ദനം എന്നിവകൊണ്ടുള്ള പ്രയോഗം ശിലാ വിഗ്രഹങ്ങളെ ശുദ്ധീകരിക്കുമെന്നാണ് വിദഗ്ധാഭിപ്രായം. തൃപ്പുകയാകട്ടെ ക്ഷുദ്രകീടങ്ങളെ അകറ്റിനിർത്തുന്നു. വിഗ്രഹത്തെ പീഠത്തിലുറപ്പിക്കുവാൻ ഒരു ചാലകവസ്തുവായി അഷ്ടഗന്ധം ഉപയോഗപ്പെടുന്നു. വിഗ്രഹത്തിലെ എണ്ണയാടൽ അവയുടെ ദീർഘകാല നിലനിൽപ്പിന്, പരിരക്ഷയ്ക്ക് അനിവാര്യമാണ്. പലവിധ നിവേദ്യങ്ങളാകട്ടെ പോഷക സമൃദ്ധവും ആരോഗ്യപ്രദായകവുമാകുന്നു.

## പൂജാസമയം

| | |
|---|---|
| The Temple Opens at 3.00 am - | അമ്പലം തുറക്കുന്ന സമയം 3.00 മണി |
| 3.00 am to 3.30 am | - Nirmalyam, Oilabhishekam, Vakacharthu, Sankhabhishekam - നിർമ്മാല്യം, എണ്ണഅഭിഷേകം, വാകച്ചാർത്ത്, ശംഖാഭിഷേകം |
| 3.30 am to 4.15 am | - Malar Nivedyam, Alankaram - മലർ നിവേദ്യം, അലങ്കാരം |
| 4.15 am to 4.30 am | - Usha Nivedyam - ഉഷഃനിവേദ്യം |
| 4.30 am to 6.15 am | - Ethirettu pooja followed by Usha pooja - എതിരേറ്റുപൂജയ്ക്കു ശേഷം ഉഷഃപൂജ |

| | |
|---|---|
| 7.15 am to 9.00 am | - Seeveli, Palabhishekam, Navakabhishekam, Pantheeradi Nivedyam, and Pooja - ശീവേലി, പാലഭിഷേകം, നവകാഭിഷേകം, പന്തീരടി നിവേദ്യം, പൂജ |
| 11.30 am to 12.30 pm | - Ucha pooja (the noon pooja) - ഉച്ച പ്പൂജ |

Temple will be closed between 1.30 pm and 4.30 and Reopens at 4.30 pm അമ്പലം ഉച്ചയ്ക്ക് 1.30 മുതൽ 4.30 വരെ അടയ്ക്കും. 4.30ന് വീണ്ടും തുറക്കും.

| | |
|---|---|
| 4.30 pm to 5.00 pm | - Seeveli - ശീവേലി |
| 6.00 pm to 6.45 pm | - Deeparadhana - ദീപാരാധന |
| 7.30 pm to 7.45 pm | - Athazha pooja Nivedyam - അത്താഴ പ്പൂജ നിവേദ്യം |
| 7.45 pm to 8.15 pm | - Athazha pooja - അത്താഴപ്പൂജ |
| 8.45 pm to 9.00 pm | - Athazha seeveli - അത്താഴശ്ശീവേലി |
| 9.00 pm to 9.15 pm | - Thrippuka, Olavayana - തൃപ്പുക, ഓലവായന |

9.15pm - The Sreekovil will be closed. On the day of Special Illuminations called "Vilakku" the Thripuka is performed after that. The Sreekovil will be closed after Thripuka. Then the Krishnanattam, a colourful traditional dance-drama on Lord Krishna's life is enacted inside the Temple on specified days.

9.15ന് ശ്രീകോവിൽ അടയ്ക്കും. അതിനുശേഷം പ്രത്യേക ദീപാല ങ്കാരത്തെ വിളക്ക് എന്നു വിളിക്കും. അതിനുശേഷം തൃപ്പുക. തൃപ്പുക യ്ക്കുശേഷം ശ്രീകോവിൽ അടയ്ക്കും. ചില പ്രത്യേകദിവസങ്ങളിൽ കൃഷ്ണനാട്ടം, പരമ്പരാഗത നൃത്തം, നാടകം, കൃഷ്ണാവതാരലീലകൾ എന്നിവയും അരങ്ങേറും.

*The timings given are approximate. It may vary if there is Udayasthamana pooja or on certain special occasions.

*ഉദയാസ്തമനപൂജയോ വിശേഷവസരങ്ങളിലോ പൂജാസമയങ്ങൾക്ക് മാറ്റമുണ്ടായിരിക്കും.

## വിശേഷദിവസങ്ങൾ

### ഗുരുവായൂർ ഉത്സവത്തിന്റെ സവിശേഷതകൾ:

ആനയോട്ടത്തോടെ സമാരംഭിക്കുന്ന ഉത്സവം പത്തുദിവസം നീണ്ടുനിൽക്കുന്നു. ഗുരുവിനും വായുവിനും ദിക്പാലകർക്കും പക്ഷിമൃഗാദികൾക്കും ഗ്രാമദേവതകൾക്കും ബലി നൽകുന്നതും ഇക്കാലത്താണ്. പള്ളിവേട്ടയ്ക്കായി പുറത്തേക്കെഴുന്നെള്ളുന്ന ദേവൻ പ്രദക്ഷിണശേഷം നമസ്ക്കാര മണ്ഡപത്തിലാണ് പള്ളിക്കുറുപ്പ് നടത്തുക. നമസ്ക്കാര മണ്ഡപത്തിൽ ശയ്യാപത്മമിട്ട് പട്ടും തലയിണയും പാവുമുണ്ടും കരിമ്പടവും വിരിച്ച് വെള്ളിക്കട്ടിലിൽ ഭഗവാൻ പള്ളിയുറങ്ങുന്നു. ദേവന്റെ ഉറക്കത്തിന് ഭംഗം വരാതിരിക്കാനായി ദേവസന്നിദ്ധി പരിപൂർണ്ണ നിശ്ശബ്ദമാവും. നാഴിക മണി ശബ്ദിക്കില്ല, പരിചാരകരുടെ കാലൊച്ചപോലും കേൾക്കുകയില്ല. പള്ളിവേട്ട, ആറാട്ട് ദിവസങ്ങളിൽ കൊടിമരത്തിനുസമീപത്തുള്ള പൊൻപഴുക്കാ മണ്ഡപത്തിൽവെച്ച് കീഴ്ശാന്തിമാരാണ് ഭഗവാന് ദീപാരാധന നടത്തുന്നത്.

### ഉത്സവങ്ങൾ

ഗുരുവായൂരിലെ പ്രധാന ആഘോഷങ്ങൾ ഏകാദശിയും, ആറാട്ടുമാണ്. അതോടൊപ്പം മണ്ഡലക്കാലവും വൈശാഖകാലവും നവരാത്രിയും ഏകാദശിയും പ്രാധാന്യത്തോടെ ആഘോഷിക്കുന്നു. മേടവിഷുവും അഷ്ടമിരോഹിണിയും തുല്യപ്രാധാന്യത്തോടെ കൊണ്ടാടുന്നു. കുചേല ദിനം, നാരായണീയ ദിനം, ഗീതാദിനം, ധ്വജപ്രതിഷ്ഠാദിനം എന്നിവയും സുദിനങ്ങളാണിവിടെ. കൃഷിയാരംഭസൂചകമായ വിളയിറക്കലും കൃഷിഫലപ്രദമാവുന്ന വിളവെടുപ്പും തിറ, പുത്തരി എന്നിങ്ങനെ ആഘോഷിക്കുന്നു. എല്ലാ മുപ്പട്ട് വ്യാഴാഴ്ച്ചകളും മാസസംക്രാന്തിയും മലയാള മാസം ഒന്നാം തീയ്യതിയും ഗുരുവായൂരിൽ പ്രധാനമാണ്. 1956 മുതൽ നാരായണീയദിനവും ഗീതദിനവും പൂന്താനം സാഹിത്യോത്സവവും ഇവിടെ ആഘോഷിക്കാറുണ്ട്.

### മണ്ഡലകാലം

വൃശ്ചികം ഒന്നിനാരംഭിച്ച് ധനു 11-ന് അവസാനിക്കുന്ന മണ്ഡലക്കാലം ഏറെ വിശിഷ്ടമാണ്. ഈ 41 ദിവസങ്ങളിലും ഭഗവാന് പഞ്ചഗവ്യം അഭിഷേകവും 41-ാം ദിവസം കളഭാഭിഷേകവും നടത്തുന്നു. പതിവുള്ള 3 പ്രദക്ഷിണശിവേലിക്കുപകരം അഞ്ചുനടശീവേലിയും ഇവയിൽ നാലാമത്തേത് ഇടയ്ക്കമേളത്തോടെയും ഈ ദിവസങ്ങളിൽ നടത്തപ്പെടുന്നു. കാര്യങ്ങൾ സാമൂതിരിപ്പാടാണ് നിർവ്വഹിച്ചു പോന്നിരുന്നത്. 1916നുശേഷം ദേവസ്വത്തിനാണിതിന്റെ നടത്തിപ്പ് ചുമതല.

## വൈശാഖകാലം

മേടമാസത്തിലെ വെളുത്തവാവുവരെ നീണ്ടുനില്ക്കുന്ന വൈശാഖ കാലം ഗുരുവായൂരപ്പനെ ഭജിക്കുവാൻ ഏറ്റവും പുണ്യമായ കാലമായാണ് കരുതിപ്പോരുന്നത്. വൈശാഖാഘോഷം നിരവധി ഭക്തരെ ഗുരുവായൂരി ലേക്കാകർഷിക്കുന്നു. ഇക്കാലത്ത് എല്ലാവഴിയും ഗുരുവായൂർക്കു നയി ക്കുന്നു എന്നു പറയാം.

## നവരാത്രികാലം

നവരാത്രികാലവും ഗുരുവായൂരിന് വിശേഷപ്പെട്ടതുതന്നെ. ഇക്കാല ത്താണ് പഴയ താളിയോലകൾ പുനഃപരിശോധിക്കുന്നതും കേടുവന്നവ പുതുക്കി എഴുതുന്നതും. നവരാത്രിദിനങ്ങളിൽ സരസ്വതിക്ക് പ്രത്യേക പൂജകൾ കഴിക്കാറുണ്ട്.

## ഏകാദശികാലം

കുംഭമാസത്തിലെ പൂയം നക്ഷത്രത്തിലാരംഭിച്ച് അനിഴം വരെ 10 ദിവസം നീണ്ടു നിൽക്കുന്ന ഉത്സവമാണ് ഗുരുവായൂരിലെ മറ്റൊരു പ്രധാന ആഘോഷം. ഗുരുവായൂർ ആഘോഷങ്ങളിൽ ഏറെ ജനശ്രദ്ധ യാകർഷിച്ചിട്ടുള്ളതും ജനപ്രീതിനേടിയിട്ടുള്ളതും ഏകാദശിമഹോത്സവ മാണ്. ശബരിമലയിലെ മകരവിളക്കുപോലെ ചോറ്റാനിക്കരയിലെ മകംപോലെ ഗുരുവായൂർ ഏകാദശി അഖില ഭാരതപ്രശസ്തിയുള്ളതാണ്. ശ്രീകൃഷ്ണൻ ഗോവർദ്ധനോദ്ധാരണം നടത്തിയതും ഗീതോപദേശം നല്കിയതും ഈ ദിവസമാണെന്നാണ് വിശ്വാസം. ഈ ദിനം ഗുരുവാ യൂരിന് സവിശേഷ പ്രാധാന്യം നല്കുന്നു. ഈ ദിനത്തിൽ എല്ലാ പുണ്യ തീർത്ഥങ്ങളും ഗുരുവായൂരിൽ സംഗമിക്കുന്നു എന്നാണ് ഭക്തരുടെ വിശ്വാസം. ഗുരുവായൂർ ക്ഷേത്രത്തിൽ പ്രത്യേക ആചാരനുഷ്ഠാനങ്ങൾ ശ്രീശങ്കരൻ ഏർപ്പെടുത്തിയത് ഈ ദിവസമത്രേ! മേൽപ്പുത്തൂർ ഭട്ടതിരിക്ക് ഭഗവാന്റെ വിശ്വരൂപദർശനം ലഭിച്ചതും ചെമ്പൈ വൈദ്യനാഥഭാഗവതർ അദ്ദേഹത്തിന്റെ കച്ചേരികൾ ഗുരുവായൂരിൽ നടത്തിയിരുന്നതും ഗുരു വായൂർ കേശവൻ എന്ന ഭഗവാന്റെ പ്രിയപ്പെട്ട ഗജരാജൻ ചെരിഞ്ഞതും അന്നു തന്നെയാണ്. അവർണ്ണ ജാതിക്കാരായ ഭക്തജനങ്ങൾക്ക് ഗുരു വായൂരപ്പൻ തിയ്യർ അമ്പലം വരെ വന്ന് ദർശനം നല്കിയിരുന്നതും ഈ ദിവസം തന്നെ. ക്ഷേത്രപ്രവേശനത്തിനുമുൻപ് ഈ ഒരു ദിവസം മാത്രമേ അവർണ്ണജാതിക്കാർക്ക് ക്ഷേത്രത്തിൽ പ്രവേശിക്കുവാൻ അർഹതയു ണ്ടായിരുന്നുള്ളൂ.

ക്ഷേത്രം അധികാരിയായ മല്ലിശ്ശേരി കൂറയും പവിത്രവും തന്ത്രിക്ക് കൈമാറുന്നതോടെ ഉത്സവം സമാരംഭിക്കുകയായി. കൂറ എന്നറിയപ്പെടുന്ന ഇണവസ്ത്രവും പവിത്രമോതിരവും ക്ഷേത്ര ഊരാളൻ മല്ലിശ്ശേരി

പ്രൊഫ. എസ്.എസ്. വാര്യർ

തന്ത്രിക്ക് കൈമാറുന്ന ചടങ്ങാണിത്. ഉത്സവത്തിന്റെ മൊത്തം താന്ത്രിക ഉത്തരവാദിത്വം തന്ത്രിയിൽ നിക്ഷിപ്തമാണ്. ഉത്സവത്തിന്റെ അനുഷ്ഠാനങ്ങളും ആചാരങ്ങളും യഥാവിധി നടത്തുന്നതും തന്ത്രിയാണ്. ശ്രീകോവിലിന് സമീപത്തെ മുളഅറയിൽ വിവിധങ്ങളായ 12 ധാന്യങ്ങൾ വിതച്ച് മുളയിടൽ ചടങ്ങ് നടത്തുന്നു. ധ്വജസ്തംഭത്തെ തന്ത്രി ആരാധിച്ചതിനുശേഷം സപ്തവർണ്ണക്കൊടിയിലേക്ക് ദേവചൈതന്യം സന്നിവേശിപ്പിച്ച് സ്വർണ്ണക്കൊടിമരത്തിൽ തന്ത്രി കൊടി ഉയർത്തുന്നു. വൈകീട്ടാണ് കൊടിയേറ്റം തന്ത്രിയെ ഉത്സവയജ്ഞാചാര്യനായി വരിക്കുന്ന ചടങ്ങാണ് ആചാര്യവരണം. ഇത് ദീപാരാധനയ്ക്കു ശേഷം നടക്കുന്നു. പിന്നെ മുളയിടൽ. അതിനുശേഷം കൊടിപ്പുറത്ത് വിളക്ക്. പത്ത് ദിവസത്തെ ഉത്സവം പഴയകാലത്ത് ഊരാളും ഗണമാണ് നടത്തിയിരുന്നതെങ്കിൽ ഇപ്പോൾ (ഒന്ന്, ഒൻപത്, പത്ത് ദിവസത്തെയൊഴിച്ചുള്ളവ) ദേവസ്വത്തിന്റെ ആഭിമുഖ്യത്തിലാണ് നടത്തുന്നത്.

ഉത്സവത്തിന്റെ ഒന്നാം ദിവസം മുതൽ ആഘോഷങ്ങളാണ്. ആനയെഴുന്നള്ളിപ്പും മേളവും സംഗീതക്കച്ചേരിയും നൃത്തനൃത്യങ്ങളും മറ്റും. ഒന്നാം ദിവസം കൊടിപ്പുറത്ത് വിളക്ക്, ആനയില്ലാശീവേലി, ആനയോട്ടം, രണ്ടാം ദിവസം സഹസ്രകലാശാഭിഷേകം; എട്ടാമത്തെ ദിവസം ശ്രീഭൂതബലിയാണ്. അന്ന് ദേവനും പക്ഷിമൃഗാദികൾക്കും അർച്ചന നടത്തുന്നു. ഒമ്പതാം ദിവസം ദേവഗണങ്ങളെയും തന്ത്രി പ്രീതിപ്പെടുത്തുന്നു. ഈ ദിവസം ഗ്രാമദേവതയ്ക്ക് തന്ത്രി ഗ്രാമബലി അർപ്പിക്കുന്നു. ഒമ്പതാം ദിവസം തന്നെയാണ് പള്ളിവേട്ട. ഇതിനായി ദേവൻ തന്നെ പുറത്തേക്ക് എഴുന്നെള്ളുന്നു എന്നാണ് സങ്കൽപം. ഇതോടൊപ്പം പന്നിവേട്ടയും ഉണ്ടാകും. ഭക്തർ പന്നിയുടെ മുഖംമൂടിയണിഞ്ഞ് ഇതിൽ പങ്കെടുക്കുന്നു. ദേവൻ തന്റെ കുടിയാന്മാരുടെ ക്ഷേമകാര്യങ്ങൾ അന്വേഷിക്കുന്നതിനെ സൂചിപ്പിക്കുകയാവാം ഈ വേട്ടകൊണ്ട് ഉദ്ദേശിക്കുന്നത്. ഉത്സവത്തിന്റെ അവസാനദിവസമായ ആറാട്ടുദിനത്തിൽ ദേവൻ ക്ഷേത്രമതിൽക്കകം വിട്ട് ഗ്രാമപ്രദക്ഷിണത്തിനായി പുറത്തേക്ക് എഴുന്നെള്ളുന്നു. അത്താണിയിൽ ഉപവിഷ്ടനായി ഭക്തരുടെ പരാതികൾ കേൾക്കുകയും ചെയ്യും. അവരുടെ പരാതി പരിഹരിച്ചതിനുശേഷം രുദ്രതീർത്ഥത്തിൽ വെച്ച് ആറാട്ട് നടത്തുന്നു. അതിനുശേഷം വിഗ്രഹത്തെ തിരിച്ചെഴുന്നെള്ളിച്ച് ഓട്ടപ്രദക്ഷിണത്തിനുശേഷം ശ്രീകോവിലേക്ക് തിരിച്ചു കൊണ്ടു പോകുന്നു. പത്തുകാർ വാര്യർ ഭക്തരിൽ നിന്ന് പരാതികൾ ഉണ്ടോ എന്ന് തിരക്കുകയും അതിനുശേഷം മാത്രം കൊടിമരത്തിൽ നിന്നും കൊടി ഇറക്കുകയും ചെയ്യുന്നു. അവസാനമായി ഉത്സവദക്ഷിണ സമർപ്പണ ചടങ്ങ് നടക്കും. അതോടെ ബ്രഹ്മോത്സവത്തിന് തിരശ്ശീല വിഴുകയും ചെയ്യുന്നു.

## ആനയോട്ടം

ഈ ഉത്സവത്തിലെ പ്രധാന ആകർഷണം ആനയോട്ടമാണ്. ഒന്നാം ദിവസം ഉച്ചകഴിഞ്ഞ് മൂന്നു മണിയോടെ കൊടിയേറ്റത്തിന്റെ തൊട്ടുമുൻപായി ആരംഭിക്കുന്നു ആനയോട്ടം. മഞ്ജുളാൽ മുതൽ കിഴക്കേ ഗോപുരനട (കൊടിമരം) വരെ ഒന്നര കിലോമീറ്ററോളം ദൂരം ദേവസ്വത്തിലെ ആനകൾ (48) മത്സരിച്ച് ഓടുന്നു. കിഴക്കേ നടയിൽ ഓടിയെത്തി ഗജസ്തംഭത്തിൽ ആദ്യം തൊടുന്ന ആനയെ വിജയിയായി പ്രഖ്യാപിക്കുന്നു. ഉത്സവവേളയിൽ ഭഗവാന്റെ തിടമ്പേറ്റുവാൻ ഈ ആനയ്ക്ക് മാത്രമാണ് അവകാശം. ഉത്സവദിനങ്ങളിൽ (10 ദിവസം) എഴുന്നെള്ളിപ്പിന് കേന്ദ്രസ്ഥാനം വഹിക്കുവാനും ഭഗവാന്റെ കോലം ഏറ്റുവാനും എല്ലാ എഴുന്നെള്ളിപ്പുകളിലും പങ്കെടുക്കുവാനും ഉള്ള അവകാശം ഈ ഗണേശനുമാത്രം. ഉത്സവദിനങ്ങളിൽ ക്ഷേത്രമതിൽ ക്കെട്ടിനകത്ത് തങ്ങുവാനുള്ള അനുവാദവും ഈ ആനയ്ക്ക് സ്വന്തം.

ഗുരുവായൂരിന്റെ മാത്രം പ്രത്യേകതയായ ആനയോട്ടത്തിന് ചരിത്ര പരമായി ഒരു പശ്ചാത്തലമുണ്ട്. ഒരിക്കൽ ഗുരുവായൂർ ഉത്സവത്തിന് എഴുന്നെള്ളിക്കുവാൻ ആനകളെ ലഭിക്കാതെ വന്നപ്പോൾ തൃക്കണാ മതിലകത്ത് ഉത്സവത്തിന് എഴുന്നെള്ളിച്ച് നിർത്തിയിരുന്ന നെറ്റിപ്പട്ടം കെട്ടിയ ആനകളിലൊന്ന് എല്ലാ ചമയങ്ങളോടും കൂടി ചങ്ങല വിടു വിച്ച് ഗുരുവായൂരിലേക്ക് ഓടിയെത്തി എഴുന്നള്ളിപ്പിന് തയ്യാറായി നിന്നുവത്രേ. ഈ സംഭവത്തിന് ഓർമ്മ പുതുക്കലായാണ് ഗുരുവായൂരിൽ ആനയോട്ടം എന്ന ചടങ്ങ് ആരംഭിച്ചത്. ഗുരുവായൂർ എന്ന കീഴേട ത്തിന്റെ മേലേടമായ തൃക്കുണാമതിലകം ഗുരുവായൂർ ഉത്സവത്തിന് ആനകളെ അയയ്ക്കാറുണ്ടായിരുന്നു എന്ന് പ്രൊഫസർ കൃഷ്ണയ്യർ ചൂണ്ടിക്കാട്ടുന്നു. ഏതോ തെറ്റിന് ഗുരുവായൂർ കീഴേടത്തെ ശിക്ഷി ക്കുവാൻ നിശ്ചയിച്ചുകൊണ്ട് മതിലകം ഉത്സവത്തിന് ആനകളെ അയച്ചു കൊടുക്കാതിരുന്നുപോൽ. തൃക്കുണവായ് ഉത്സവത്തിന്റെ പരിസമാ പ്തിക്ക് ശേഷം രണ്ട് ദിവസം കഴിഞ്ഞ് മാത്രമേ ഗുരുവായൂർ ഉത്സവം സമാരംഭിക്കാറുള്ളൂവെന്നത് മേൽപ്പറഞ്ഞ വാദഗതിയെ സാധൂകരി ക്കുന്നു.

മറ്റൊരു വ്യാഖ്യാനമനുസരിച്ച് കൊച്ചി രാജാവാണ് ഗുരുവായൂർക്ക് ആനകളെ ഉത്സവത്തിന് അയച്ചു കൊടുത്തിരുന്നത്. ഒരിക്കൽ അദ്ദേഹ ത്തിന് അത് സാധിക്കാതെ വന്നപ്പോൾ ദേവസ്വം അധികാരികൾ ഉത്സവം നടത്താനാകാതെ വിഷണ്ണരായി. അപ്പോൾ അവിചാരിതമായി കൂടൽമാണിക്യക്ഷേത്രത്തിൽനിന്ന് രണ്ട് ആനകൾ ഗുരുവായൂരിലേക്ക് ഓടിവരികയും കിഴക്കേഗോപുരംതാണ്ടി ശ്രീകോവിലിനെ ഏഴു പ്രാവശ്യം വലംവെച്ച് ധ്വജസ്തംഭത്തെ തൊട്ടുകൊണ്ട് നിലയുറപ്പിക്കുകയും ചെയ്തു.

ആധുനിക കാലഘട്ടത്തിൽ ദീപാലങ്കാരവും ഉദയാസ്തമനപൂജകളും ചെമ്പൈ സംഗീതോത്സവവും പഞ്ചരത്നകീർത്തനാലാപനവും ഈ ദിവസം തന്നെയാണ് ഏർപ്പെടുത്തിയിട്ടുള്ളത്. ഏകാദശിക്ക് മുന്നോടിയായിട്ടുള്ള ദിവസങ്ങളിൽ വിളക്കാഘോഷം വിവിധ വ്യക്തികൾ, സ്ഥാപനങ്ങൾ എന്നിവർ നടത്തിവരുന്നു. നെന്മിനിമനക്കാർ വെളിച്ചെണ്ണ ഉപയോഗിച്ച് നടത്തുന്ന സപ്തതി വിളക്ക്, പുളിക്കീഴെ വാര്യത്തുകാർ നടത്തുന്ന അഷ്ടമി വിളക്ക്, അതാതുകാലത്തെ മേൽശാന്തിമാർ നടത്തിവന്നിരുന്നതും പിന്നീട് കൊളാടി കുടുംബക്കാർ 100 വർഷമായി നടത്തുന്നതുമായ നവമി മുതലുള്ള നെയ്യ്വിളക്ക്, ഗുരുവായൂരപ്പൻ സങ്കീർത്തന ട്രസ്റ്റ് നടത്തുന്ന ദശമി വിളക്ക് ദേവസ്വം നേരിട്ട് നടത്തുന്ന ഏകാദശി വിളക്ക് വിവിധ ബാങ്കുകളും മറ്റ് സ്ഥാപനങ്ങളും വ്യക്തികളും നടത്തുന്ന വിളക്കുകൾ ഗുരുവായൂർ ഏകാദശി ഉത്സവത്തിന് മാറ്റ് കൂട്ടുന്നു. ത്രയോദശി ഊട്ടോടെ ഏകാദശി ചടങ്ങുകൾ പൂർത്തിയാകുന്നു.

## ഇല്ലം നിറ

പുതിയ കതിർക്കറ്റകൾ അഴീക്ക്യൽ മനയം കുടുംബക്കാർ ക്ഷേത്ര മതിൽക്കെട്ടിനു പുറത്തെത്തിക്കും. അന്നത്തെ ശാന്തിയേറ്റ നമ്പൂതിരിയുടെ നേതൃത്വത്തിൽ ശംഖനാദവും ചെണ്ടയുമായി അമ്പലം പ്രദക്ഷിണം ചെയ്ത് നമസ്കാരമണ്ഡപത്തിൽ വെയ്ക്കുന്നു. മേൽശാന്തി പൂജിച്ച ശേഷം നെൽക്കതിരുകൾ ശ്രീകോവിലുകളിലും തിടപ്പള്ളിയിലും വെയ്ക്കുന്നു. തുടർന്ന് ബാക്കി ഭക്തർക്ക് വിതരണം ചെയ്യുന്നു.

## പുത്തരി നിവേദ്യം

പുതിയതായി കൊയ്ത നെല്ലിനെ അരിയാക്കി, അതുകൊണ്ട് നിവേദ്യങ്ങൾ ഉണ്ടാക്കി, നല്ല മുഹൂർത്തത്തിൽ ഭഗവാന് നിവേദിക്കുന്നതാണിത്. മണിക്കിണറിനരികിൽ ഗണപതിക്ക് പുതിയ അരി നിവേദിച്ചതിനു ശേഷം അരിഅളക്കലുണ്ടാകും. ആ അരികൊണ്ട് ഇടിച്ചുപിഴിഞ്ഞ പായസമുണ്ടാക്കി ഉച്ചപൂജയ്ക്ക് ഭഗവാന് നിവേദിക്കും. അന്ന് പതിവു വിഭവങ്ങൾക്ക് പുറമെ അപ്പം, പഴം നുറുക്ക്, ഉപ്പുമാങ്ങ, ഇലക്കറികൾ എന്നിവയുമുണ്ടാകും. അന്നു മാത്രമേ ഉച്ചപൂജയ്ക്ക് അപ്പം നിവേദിക്കുകയുള്ളൂ.

## ദ്വാദശിപ്പണം വെയ്ക്കൽ

ഏകാദശി കഴിഞ്ഞ് ദ്വാദശി ദിവസം കൂത്തമ്പലത്തിൽ നടക്കുന്ന ചടങ്ങാണിത്. ശുകപുരം, പെരുവനം, ഇരിഞ്ഞാലക്കുട ഗ്രാമങ്ങളിലെ അഗ്നിഹോത്രികളായ ബ്രാഹ്മണർക്ക് ഭക്തർ പണക്കിഴികൾ സമർപ്പിക്കുന്നതാണ് ഈ ചടങ്ങ്. ഗുരുവായൂരപ്പൻ തന്നെ ഈ ചടങ്ങിലെ

ആദ്യത്തെ പണക്കിഴി സമർപ്പിക്കുന്നതായി വിശ്വസിച്ചുവരുന്നു. അതിനാൽ ആദ്യത്തെ പണക്കിഴി ഭഗവദ്പ്രതിനിധിയായി മേൽശാന്തി തന്നെയാണ് സമർപ്പിക്കുന്നത്. തുടർന്ന് ഭക്തർ ഓരോരുത്തരായി പണക്കിഴികളുമായി വരിനിൽക്കുകയും തങ്ങളാലാകുന്ന തുക സമർപ്പിക്കുകയും ചെയ്യുന്നു. രാവിലെ നടയടയ്ക്കുന്നതുവരെ സമർപ്പണം തുടരുന്നു. അന്ന് കാലത്ത് 9.00 ന് നടയടച്ചാൽ 3.30 നെ തുറക്കുകയുള്ളൂ.

## ചെമ്പൈ സംഗീതോത്സവം

സംഗീതസമ്രാട്ടും ഗുരുവായൂരപ്പന്റെ പരമഭക്തനുമായിരുന്ന ചെമ്പൈ വൈദ്യനാഥ ഭാഗവതരുടെ സ്മരണയ്ക്കായി ഗുരുവായൂർ ദേവസ്വം 1974 മുതൽ എല്ലാ വർഷവും നടത്തുന്ന സംഗീതസദസ്സാണ് ഇത്. ഏകാദശിയോട് അനുബന്ധിച്ച് പതിനഞ്ച് ദിവസങ്ങളിലായി ഈ ഉത്സവം നടത്തപ്പെടുന്നു. ക്ഷേത്രത്തിനു പുറത്ത് മേൽപ്പുത്തൂർ ഓഡിറ്റോറിയത്തിൽ പ്രത്യേകം തയ്യാറാക്കിയ സംഗീതമണ്ഡപമാണ് ഇതിന്റെ വേദി. പ്രശസ്ത സംഗീത വിദ്വാന്മാരും സംഗീത വിദ്യാർത്ഥികളും ഇതിൽ പങ്കെടുക്കുന്നു. ഇതിൽ പഞ്ചരത്ന കീർത്തനാലാപനമാണ് ഏറ്റവും പ്രധാനം. ഏകാദശി ദിവസം രാത്രി ശ്രീരാഗത്തിലുള്ള 'കരുണ ചെയ്വാനെന്തു താമസം കൃഷ്ണാ' എന്ന സങ്കീർത്തനത്തോടെ സംഗീതോത്സവം സമാപിക്കുന്നു.

## മണ്ഡലപൂജ/വിശേഷാൽ കളഭാഭിഷേകം

വൃശ്ചികം ഒന്നിനാണ് മണ്ഡലകാലം ആരംഭിക്കുന്നത്. ഈ ദിവസങ്ങളിൽ പഞ്ചഗവ്യ അഭിഷേകം ഗുരുവായൂരപ്പനു നടത്തപ്പെടുന്നു. മൂന്നു നേരം കാഴ്ചശീവേലി ഈ ദിവസങ്ങളുടെ പ്രത്യേകതയാണ്. മണ്ഡലകാലത്തിന്റെ അവസാന ദിവസം ഗുരുവായൂരപ്പന് കളഭം ആടുന്നു (അഭിഷേകം നടത്തുന്നു) . ഏകാദശി, നാരായണീയദിനം, മേല്പത്തൂർ പ്രതിമാസ്ഥാപനം ഇവ മണ്ഡലകാലത്തുള്ള വിശേഷദിവസങ്ങളിൽ പെടുന്നു. ശബരിമലയ്ക്കു പോകുന്ന നിരവധി തീർത്ഥാടകർ മണ്ഡലകാലത്ത് ഗുരുവായൂരിലെത്താറുണ്ട്.

## അഷ്ടമിരോഹിണി

ചിങ്ങമാസത്തിൽ കറുത്തപക്ഷത്തിലെ അഷ്ടമിയും രോഹിണി നക്ഷത്രവും കൂടിയ ദിവസമാണ് ശ്രീകൃഷ്ണാവതാരസുദിനമായ അഷ്ടമിരോഹിണി. ഭഗവാന്റെ ജന്മദിനം വളരെ വിപുലമായി ഗുരുവായൂർ ദേവസ്വം ആഘോഷിക്കുന്നു. ഭഗവാന്റെ പ്രിയപ്പെട്ട അപ്പം വഴിപാട് ഏകദേശം ഒരു ലക്ഷം രൂപയ്ക്ക് മുകളിൽ ശീട്ടാക്കാറുണ്ട്.

ഗുരുവായൂർ ദേവസ്വം നടത്തുന്ന ഭാഗവതസപ്താഹയജ്ഞത്തിലെ ശ്രീകൃഷ്ണാവതാരപാരായണം ഈ ദിവസമാണ്. അന്നത്തെ പ്രസാദ ഊട്ടിന് പിറന്നാൾ സദ്യയാണ് നൽകുന്നത്. ഇപ്പോൾ ദേവസ്വം വക ശോഭായാത്ര, ഉറിയടി മത്സരം തുടങ്ങിയവയും നടന്നുവരുന്നുണ്ട്. കുട്ടികൾ ഉണ്ണിക്കണ്ണന്റെയും രാധയുടെയും വേഷം കെട്ടി നഗരപ്രദക്ഷിണം നടത്തുന്ന കാഴ്ച കണ്ണിന് കൗതുകമുണർത്തുന്നു. അന്നേ ദിവസം അടുത്തുള്ള നെന്മിനി ബലരാമക്ഷേത്രത്തിൽ നിന്ന് ബലരാമനും ക്ഷേത്രത്തിലെത്തുന്നു. അനുജനായ ശ്രീകൃഷ്ണന്റെ ജന്മദിനത്തിൽ പങ്കെടുക്കാനാണ് ആദിശേഷാവതാരമായ ബലരാമൻ ക്ഷേത്രത്തിലെത്തുന്നത്. ഇരുവരും ഒന്നിച്ചുള്ള എഴുന്നള്ളത്ത് അന്ന് വിശേഷമാണ്.

## നാരായണീയദിനം

മേൽപ്പുത്തൂർ നാരായണഭട്ടതിരിപ്പാട് നാരായണീയം എഴുതി തീർന്ന ദിവസമായ വൃശ്ചികത്തിലെ ദിവസമാണ് നാരായണീയദിനമായി ആഘോഷിക്കുന്നത്. കടുത്ത വാതരോഗം മൂലം ഭജനമിരുന്ന മേൽപ്പുത്തൂരിന് ഗുരുവായൂരപ്പന്റെ ദർശനം കിട്ടിയതും ഈ ദിവസം തന്നെ. തുടർന്ന് വാതരോഗവിമുക്തനായ അദ്ദേഹം 86 വയസ്സുവരെ ജീവിച്ചിരുന്നതായി വിശ്വസിക്കപ്പെടുന്നു. ഇത് പ്രമാണിച്ച് ഏഴുദിവസം നാരായണീയ സപ്താഹമുണ്ടാകാറുണ്ട്.

## പൂന്താനദിനം

കുംഭമാസത്തിലെ അശ്വതി നക്ഷത്രത്തിലാണ് പൂന്താനദിനം ആഘോഷിക്കുന്നത്. ജ്ഞാനപ്പാനയിലെ 'കുംഭമാസത്തിലാകുന്നു നമ്മുടെ ജന്മനക്ഷത്രം അശ്വതിനാളെന്നും' എന്ന വരികളാണ് മേല് പറഞ്ഞ ആഘോഷത്തിനു കാരണം. ഗുരുവായൂർ ദേവസ്വം ഈ ദിവസത്തോടനുബന്ധിച്ച് ജ്ഞാനപ്പാന പുരസ്കാരം നൽകിവരുന്നുണ്ട്. മലപ്പുറം കീഴാറ്റൂരിലെ പൂന്താനം ഇല്ലവളപ്പിലും അന്ന് ആഘോഷങ്ങളുണ്ട്.

## കൃഷ്ണഗീതിദിനം

ക്ഷേത്രത്തിലെ പ്രസിദ്ധ കലാരൂപമായ കൃഷ്ണനാട്ടം അവലംബിക്കുന്ന 'കൃഷ്ണഗീതി' എന്ന കൃതി സാമൂതിരി മാനവേദരാജ എഴുതി ഗുരുവായൂരപ്പന് സമർപ്പിച്ചത് ഒരു തുലാം 30നാണ്. അതിന്റെ ഓർമ്മയ്ക്കായി 1985 മുതൽ എല്ലാ വർഷവും തുലാം 30 കൃഷ്ണഗീതിദിനമായി ആചരിച്ചുവരുന്നു.

## കുചേലദിനം

ധനുമാസത്തിലെ ആദ്യത്തെ ബുധനാഴ്ച കുചേലദിനമായി ആഘോഷിക്കപ്പെടുന്നു. ദാരിദ്ര്യത്താൽ ഉഴഞ്ഞ കുചേലൻ ഒരു പിടി അവിലുമായി ശ്രീകൃഷ്ണനെ ദ്വാരകയിൽ കാണാൻ വന്നതിന്റെ ഓർമ്മയ്കായാണ് ഈ ദിനം ആഘോഷിക്കുന്നത്. ഈ ദിവസം അനേകായിരം ഭക്തന്മാർ തങ്ങളുടെ ദാരിദ്രനിർമ്മാർജ്ജനത്തിനായി അവിലുമായി ഗുരുവായൂരപ്പനെ ദർശിക്കാനെത്തുന്നു.

## അക്ഷയതൃതീയ

വൈശാഖത്തിലെ വെളുത്ത തൃതീയദിനം 'അക്ഷയതൃതീയ' എന്ന പേരിൽ ആഘോഷിക്കപ്പെടുന്നു. ഈ ദിവസം നടത്തുന്ന ശുഭകർമ്മങ്ങൾക്ക് ക്ഷയം സംഭവിക്കില്ല എന്നാണ് വിശ്വാസം. ഈ ആഘോഷത്തിന്റെ പേരുതന്നെ ആ വിശ്വാസവുമായി ബന്ധപ്പെട്ടിരിക്കുന്നു. ഈ ദിവസം ശ്രീകൃഷ്ണഭഗവാന്റെ ജ്യേഷ്ഠനും ആദിശേഷാവതാരവുമായ ബലരാമന്റെ ജന്മദിനം കൂടിയാണെന്ന് പറയപ്പെടുന്നു. അതിനാൽ 'ബലരാമജയന്തി'യായും ആചരിച്ചുവരുന്നു. ഈയടുത്ത കാലത്ത് ഈ ദിവസം സ്വർണ്ണാഭരണങ്ങളുടെയും ഗൃഹോപകരണങ്ങളുടെയും വില്പനയ്ക്കും പേരുകേട്ടതാണ്.

ഗുരുവായൂർ ക്ഷേത്രത്തിൽ ഈ ദിവസം വളരെ വിശേഷമായി ആചരിച്ചുവരുന്നു. ലക്ഷ്മീസമേതഭാവത്തിലാണ് അന്ന് ദർശനം. നിരവധി സ്വർണ്ണനാണയങ്ങൾ ഈ ദിവസം ഭഗവാന് സമർപ്പണമായെത്താറുണ്ട്. അന്നേദിവസം കഴകക്കാരുടെ വക ചുറ്റുവിളക്കും പഞ്ചാരിമേളത്തിന്റെ അകമ്പടിയോടെ ശീവേലിയും നടത്തിവരുന്നു. കൂടാതെ ഗുരുവായൂരമ്പലത്തിന്റെ കീഴേടമായ നെന്മിനി ബലരാമക്ഷേത്രത്തിലും ബലരാമജയന്തിയായാണ് ആഘോഷിച്ചുവരുന്നത്. അഷ്ടമിരോഹിണി നാളിൽ ഗുരുവായൂരമ്പലത്തിൽ ആചരിച്ചുവരുന്ന എല്ലാ ചടങ്ങുകളും അന്നേദിവസം അവിടെയും നടത്തിവരുന്നു. അന്നും സഹോദരസംഗമമുണ്ട്.

## മേടവിഷു

വിഷുദിനത്തിൽ ഭഗവാനെ കണികാണാൻ ആയിരങ്ങൾ എത്തുന്നു. എല്ലാദിവസവും മൂന്നു മണിക്കു തുറക്കുന്ന ഗുരുവായൂർ ക്ഷേത്രം വിഷുദിനത്തിൽ രണ്ടരയ്ക്ക് തുറക്കും. അതിനു മുമ്പായി മേൽശാന്തിയും കീഴ്ശാന്തിക്കാരും മറ്റും രുദ്രതീർത്ഥത്തിൽ കുളിച്ച് വന്ന് കണിക്കുള്ള ഒരുക്കങ്ങൾ തുടങ്ങും.

ശ്രീകോവിലിന്റെ മുഖമണ്ഡപത്തിൽ അഞ്ചുവെള്ളിക്കവര വിളക്കുകൾ കത്തുന്നതിന്റെ തെക്കുവശത്തായിട്ടാണ് കണി ഒരുക്കുന്നത്. സ്വർണ്ണ

സിംഹാസനത്തിൽ ആനത്തലേക്കെട്ടുവച്ച് അതിന്മേൽ സ്വർണ്ണത്തിടമ്പ് എഴുന്നെള്ളിച്ചു വെയ്ക്കുന്നു. അതിനു മുന്നിലായി ഒരു ഉരുളിയിലാണ് കണി ഒരുക്കുന്നത്. ഉരുളിയിൽ അക്ഷതം (ഉണങ്ങല്ലരിയും നെല്ലും). അതിനുമുകളിൽ അലക്കിയ മുണ്ട്, ഗ്രന്ഥം, വാൽക്കണ്ണാടി, കണിവെള്ളരി, കണിക്കൊന്ന, ചക്ക, മാങ്ങ, നാളികേരം, ഉടച്ച രണ്ടു മുറി നാളികേരത്തിൽ നെയ് നിറച്ച് തിരിയിട്ട് കത്തിച്ചു വെച്ചത് എന്നിവയാണ് കണിക്കോപ്പുകൾ.

കണി സമയത്തിനു മുമ്പ് മേൽശാന്തിയും കൂട്ടരും ശ്രീലകത്ത് പ്രവേശിച്ച് നെയ്‌വിളക്കുകളെല്ലാം കത്തിച്ചുവെയ്ക്കും. സോപാനത്തും അഞ്ചു തിരിയിട്ട വിളക്ക് കത്തിച്ചുവെച്ചിട്ടുണ്ടാവും. മേൽശാന്തി ആദ്യം ഗുരുവായൂരപ്പനെ കണികാണിച്ച ശേഷം രണ്ടരയ്ക്കു തന്നെ ശ്രീകോവിലിന്റെ നട ഭക്തർക്ക് കണികാണാനായി തുറന്നുകൊടുക്കും. കണ്ണടച്ചും കണ്ണു കെട്ടിയും നിൽക്കുന്ന ഭക്തർ ശ്രീകോവിലിനു മുന്നിലെത്തി കണ്ണു തുറന്ന് കണികണ്ട് കാണിക്കയർപ്പിക്കും. നാലമ്പലത്തിനകത്ത് പ്രദക്ഷിണം വച്ച്, ഗണപതിയെ വണങ്ങി, ആദ്യമെത്തുന്ന കുറച്ചുപേർക്ക് മേൽശാന്തിയിൽ നിന്ന് കൈനീട്ടം കിട്ടും. നാലമ്പലത്തിനകത്തുനിന്നും പുറത്തുകടന്ന് ഭഗവതിയേയും അയ്യപ്പനേയും തൊഴുത് പ്രദക്ഷിണമായി പുറത്തുകടന്നാൽ കണിദർശനം മുഴുവനാകും.

### വൈശാഖം

മേടമാസത്തിലെ കറുത്തവാവ് കഴിഞ്ഞാൽ 'വൈശാഖ പുണ്യകാലം' ആരംഭിക്കുന്നു. ഈ സമയത്ത് ഗുരുവായൂർ ക്ഷേത്രത്തിൽ വമ്പിച്ച ഭക്ത ജനത്തിരക്ക് അനുഭവപ്പെടുന്നു. വൈശാഖ കാലം മുഴുവൻ ക്ഷേത്രം ഊട്ടുപുരയിൽ വച്ച് 'ഭാഗവത സപ്താഹപാരായണം' നടത്തപ്പെടുന്നു. വൈശാഖത്തിലെ വെളുത്തപക്ഷത്തിലെ തൃതീയ (അക്ഷയതൃതീയ) 'ബലരാമ ജയന്തി' എന്ന പേരിൽ ആചരിക്കപ്പെടുന്നു. നരസിംഹ ജയന്തി വരുന്നതും ഈ മാസത്തിൽ തന്നെയാണ്.

### അക്ഷരശ്ലോകമത്സരം

ഗുരുവായൂർ ഏകാദശിയോടനുബന്ധിച്ചു അക്ഷരശ്ലോക മത്സരം നടത്താറുണ്ട്. കേരളത്തിന്റെ എല്ലാ ഭാഗത്തുനിന്നും ആളുകൾ ഇതിൽ പങ്കെടുക്കാൻ വരാറുണ്ട്. ഒന്നും രണ്ടും മൂന്നും സ്ഥാനങ്ങൾ കരസ്ഥമാക്കുന്നവർക്ക് സ്വർണപ്പതക്കങ്ങൾ സമ്മാനിക്കും.

### ഗീതാദിനം

ഏകാദശി ദിവസം ഗീതാദിനമായി ആഘോഷിക്കുന്നു. രാവിലെ ഏഴു മണിമുതൽ കൂത്തമ്പലത്തിൽ ഗീത പാരായണം നടത്താറുണ്ട്.

## ശ്രീമദ്ഭാഗവതസപ്താഹം

ശ്രീമദ് ഭാഗവതം ഏഴു ദിവസകൊണ്ട് പാരായണം ചെയ്തു വിശദീകരിക്കുന്ന യജ്ഞമാണ് ഭഗവത സപ്താഹം. 1159ൽ ഊട്ടുപുരയിലാണ് ഗുരുവായൂരിലെ ആദ്യത്തെ സപ്താഹം തുടങ്ങിയത്. പിന്നീട് എല്ലാ വർഷവും ക്ഷേത്രത്തിൽ സപ്താഹം നടത്തുന്നുണ്ട്. അഷ്ടമിരോഹിണി ദിവസം ശ്രീകൃഷ്ണാവതാരം വരുന്ന വിധത്തിലാണ് സപ്താഹം.

## ശ്രീമന്നാരായണീയ സപ്താഹം

നാരായണീയദിനത്തോടനുബന്ധിച്ചാണ് ക്ഷേത്രത്തിൽ നാരായണീയ സപ്താഹം നടത്തുന്നത്. നാരായണീയ ദിനത്തിന് ഏഴു ദിവസം മുൻപ് തുടങ്ങി നാരായണീയ ദിനത്തിന്റെ അന്ന് വൈകുന്നേരത്തോടെ അവസാനിക്കുന്നു. ക്ഷേത്രം ആദ്ധ്യാത്മിക ഹാളിലാണ് നാരായണീയ സപ്താഹം നടക്കാറ്.

## സംക്രമസന്ധ്യ

എല്ലാ മാസാവസാനവും (സംക്രമ ദിവസം) അത്താഴപ്പൂജയ്ക്ക് ശേഷം പ്രഭാഷണങ്ങളും സാംസ്കാരിക പരിപാടികളും മേൽപ്പുത്തൂർ ഓഡിറ്റോറിയത്തിൽ നടത്താറുണ്ട്.

## ഉപദേവതകളുടെ കലശം

മിഥുനമാസത്തിൽ ക്ഷേത്രത്തിൽ ഉപദേവതകളായ ഗണപതി, അയ്യപ്പൻ, ഭഗവതി എന്നിവർക്ക് കലശാഭിഷേകം നടത്തുന്നു. കുംഭമാസത്തിലെ ഉത്സവത്തിന് ഉപദേവതകൾക്ക് കലശമില്ലാത്തതിനാൽ അതിന് പകരമാണ് മിഥുനമാസത്തിൽ കലശം. ഉത്സവകാലത്തെ കലശത്തോടനുബന്ധിച്ചുള്ള എല്ലാ ചടങ്ങുകളും ഇതിനും നടത്തിവരുന്നുണ്ട്. ആദ്യദിവസം അയ്യപ്പനും അടുത്ത ദിവസം ഗണപതിക്കും അവസാന ദിവസം ഭഗവതിക്കും കലശമാടും. 108 വീതം കലശമാണ് പതിവ്.

തീർത്തും വ്യത്യസ്തവും ആകർഷണീയവും ഭക്തിപ്രധാനവുമാണ് ഗുരുവായൂരമ്പലത്തിലെ പൂജാക്രമങ്ങളും അനുഷ്ഠാനങ്ങളും. ഭക്തപ്രവാഹം ദിനംതോറും വർദ്ധിച്ചുകൊണ്ടിരിക്കുന്ന ക്ഷേത്രത്തിന്റെ മാഹാത്മ്യം വാക്കുകൾക്കതീതമാണ്. വർത്തമാന കാലദേവനായ ഗുരുവായൂരപ്പന്റെ അനുഗ്രഹാശിസ്സുകൾ ഭക്തർക്ക് എന്നും അനുഗ്രഹം നൽകിക്കൊണ്ടിരിക്കുന്നു.

# ഗുരുവായൂർ സാമൂഹിക-സാമ്പത്തികസ്ഥിതി

**കേ**രളത്തിന്റെ സാമൂഹിക-സാമ്പത്തിക മേഖലകളിൽ ഗുരുവായൂർ ക്ഷേത്രം സ്വന്തമായൊരു കൈയ്യൊപ്പ് പതിപ്പിച്ചിട്ടുണ്ട്. ഉത്പാദകനും ഉപഭോക്താവും തൊഴിൽദാതാവും മാത്രമല്ല ശരണാഗതർക്ക് ആശ്വാസദായകനും സമൂഹത്തിന് പ്രയോജകനും പ്രയോക്താവും കൂടിയാണ് ഗുരുവായൂർ വാഴും ദേവൻ. കലാ-സാംസ്കാരിക മേഖല കളിലും ഗുരുവായൂർക്ഷേത്രം കീർത്തി പരത്തിയിട്ടുണ്ട്. കേരളീയ സാമൂഹിക-സാമ്പത്തിക ജീവിതത്തിന്റെ ഒരു പരിച്ഛേദമാണ് ഗുരുവായൂർ.

ഗുരുവായൂർ ക്ഷേത്രം ഒരു പ്രധാന ഉപഭോക്താവാണ്. ഏറ്റവും അധികം ഉപഭോഗവസ്തുക്കൾ ദൈനംദിനാവശ്യങ്ങൾക്ക് ഉപയോഗി ക്കുന്ന ഒരു മഹാസ്ഥാപനമാണ് ഗുരുവായൂർ ക്ഷേത്രം. ആചാരനുഷ്ഠാന ങ്ങളുടെ ആധിക്യവും വഴിപാടുകളുടെ ബാഹുല്യവും ക്രയവിക്രയ സാധനങ്ങളുടെ അനുസ്യൂതമായ ഉപയോഗത്തിന് ക്ഷേത്രത്തെ നിർബന്ധമാക്കുന്നു. നെല്ല്, ഗോതമ്പ്, മുതലായ ധാന്യങ്ങൾ പാൽ, വെണ്ണ, നെയ്യ്, പുഷ്പങ്ങൾ, ഫലങ്ങൾ, കർപ്പൂരാദി സുഗന്ധദ്രവ്യങ്ങൾ മുതലായവ വലിയൊരളവിൽ ക്ഷേത്രത്തിലെ നിത്യനിദാന ചെലവു കൾക്ക് ആവശ്യമാണ്. ഉദാഹരണത്തിന് ഏകദേശം 4000 ത്തോളം കദളിപ്പഴം ക്ഷേത്രത്തിലെ ഒരു ദിവസത്തെ ചടങ്ങുകൾക്ക് ആവശ്യമുണ്ട്. ക്ഷേത്രോത്സവങ്ങൾക്കും പ്രസാദ ഊട്ടിനും മറ്റുമായി നിരവധി പലചരക്ക് സാധനങ്ങൾ ആവശ്യമാണ്. വിളക്കാവശ്യത്തിനും മറ്റുമായി വിവിധ തരത്തിലുള്ള എണ്ണകളും വലിയ അളവിൽ ആവശ്യമുള്ള സ്ഥാപനമാണ് ക്ഷേത്രം.

നല്ലൊരു ഉപഭോക്താവ് മാത്രമല്ല മറ്റൊരു വിധത്തിൽ വലിയൊരു തൊഴിൽദാതാവും കൂടിയാണ് ഗുരുവായൂർ ക്ഷേത്രം. ഇപ്പോഴത്തെ കണക്കനുസരിച്ച് ദേവസ്വത്തിൽ 2000ൽ പരം സ്ഥിരം ജീവനക്കാരും അതിനിരട്ടിയോളം അനുബന്ധജീവനക്കാരുമുണ്ട്. ഭരണപരവും സാംസ്കാരികവും അദ്ധ്യാത്മികവും മതപരവുമായ മേഖലകളിൽ

ക്ഷേത്രത്തോട് ബന്ധപ്പെട്ട് നിരവധിപേർ പ്രവർത്തിക്കുന്നു. അനുബന്ധ സ്ഥാപനങ്ങളായ ആശുപത്രി, കലാലയം, പാഠശാല എന്നിവയിലുമായി നിരവധി പേർ ജോലിയെടുക്കുന്നു. ആനത്താവളത്തിലും ഗോകുല ത്തിലും ഭരണകേന്ദ്രത്തിലുമായി ദേവസ്വത്തിന്റെ കീഴിൽ വലിയൊരു സമൂഹം പ്രവർത്തിക്കുന്നു. ഇവരുടെയെല്ലാം പ്രവർത്തനമേഖല ക്ഷേത്രം തന്നെയാണ്. ഇവ കൂടാതെ ക്ഷേത്രത്തിനു ചുറ്റുമായി വളർന്നു വരുന്ന ക്ഷേത്രനഗരിയിലെ വിവിധ സ്ഥാപനങ്ങളിൽ - ബാങ്കുകൾ, വ്യാപാര സ്ഥാപനങ്ങൾ, ഹോട്ടലുകൾ, ലോഡ്ജുകൾ, ഫ്ളാറ്റുകൾ എന്നി വയിൽ നിരവധി പേർ തങ്ങളുടെ ജീവനത്തിനുവേണ്ടി പ്രവർത്തി യെടുക്കുന്നു. ഇവരെക്കൂടാതെ പ്രാരബ്ധക്കാരും അർദ്ധപട്ടിണി ക്കാരും അഗതികളും ആലംബഹീനരും വൃദ്ധജനങ്ങളും അസുഖ ക്കാരും ഭിക്ഷാടകരും ഇടനിലക്കാരും തെമ്മാടികളും ചോരന്മാരും പോക്കറ്റടിക്കാരും അഭിസാരികകളും ഒരു ഇടത്താവളമായി, അഭയ കേന്ദ്രമായി ക്ഷേത്രത്തെ ഉപയോഗിക്കുന്നു. അഗതികൾക്ക് ആശ്രയം കൊടുക്കുന്നവനാണല്ലോ ഗുരുവായൂരപ്പൻ.

ഈയടുത്തകാലത്ത് നടത്തിയ ഒരു പഠനത്തിൽ നിന്ന് ജോലിക്ക് മുൻഗണന നൽകികൊണ്ടുള്ള ഒരു സേവന വിഭാഗത്തെയാണ് ഗുരുവായൂർ പ്രതിനിധീകരിക്കുന്നത് എന്നത്രെ. ഈ പഠനമനുസരിച്ച് 53% പേർ സേവനവിഭാഗത്തിലും 14% പേർ വ്യവസായ വിഭാഗത്തിലും ബാക്കി 33% മാത്രം ഗ്രാമീണമേഖലയിലും ജോലി ചെയ്യുന്നു. ക്ഷേത്രാ വശ്യത്തിന് കദളിപ്പഴം വലിയൊരളവിൽ ആവശ്യമുള്ളതിനാൽ വ്യാവസാ യികമായി കദളിവാഴ കൃഷി ചെയ്യുവാൻ ഇവിടെ ശ്രമമുണ്ടായിട്ടുണ്ട്. ഗുരുവായൂർ പപ്പടത്തിന്റെ നിർമ്മാണ കേന്ദ്രമാണ് നഗരപ്രാന്തത്തിലുള്ള ചിറ്റാട്ടുകര ഗ്രാമം.

ദക്ഷിണേന്ത്യയിലെ ഏറ്റവും സമ്പന്നമായ ക്ഷേത്രങ്ങളിലൊന്ന് ഗുരുവായൂരിലേതാണ്. നാലുകോടിയിലേറെയാണ് ഒരു മാസത്തെ ക്ഷേത്ര ഭണ്ഡാരവരവ് എന്ന് കണക്കാക്കുന്നു. ഇത് കാലാകാലങ്ങളായി വർദ്ധിച്ചുകൊണ്ടിരിക്കുന്നു.

ഗുരുവായൂർ ക്ഷേത്രം വലിയൊരു ഭൂവുടമയായിരുന്നു. പഴയ ബ്രിട്ടീഷ് മലബാർ ജില്ലയിലെ ഒമ്പതിലഞ്ചു താലൂക്കുകളിലും പിന്നെ കൊച്ചിയിലുമായി വ്യാപിച്ചു കിടന്നിരുന്നു ദേവസ്വം ഭൂമി. വർഷത്തിൽ അറുപതിനായിരം പറ നെല്ലും 20 ലക്ഷം ഉറുപ്പികയും പാട്ടമായി ദേവസ്വത്തിന് ലഭിച്ചിരുന്നുവെന്ന് ക്ഷേത്രരേഖകളുണ്ട്. കാർഷിക മേഖലയിലെ ഒരു പ്രമുഖ തൊഴിൽദാതാവെന്ന ഖ്യാതി ദേവനുണ്ടാ യിരുന്നു. പക്ഷേ, 1964ലെ കേരള കാർഷിക പരിഷ്ക്കരണ നിയമ ങ്ങളിലൂടെ ദേവസ്വത്തിനുണ്ടായിരുന്ന ഈ പദവി നഷ്ടപ്പെട്ടു. 1971ലെ ദേവസ്വം നിയമത്തോടെ ശേഷിച്ച അവകാശങ്ങൾ സർക്കാരിൽ നിക്ഷി പ്തമായി.

ഗുരുവായൂർ ക്ഷേത്രം ഒരു ആതുര ശുശ്രൂഷകേന്ദ്രം കൂടിയാണ്. തങ്ങളുടെ മാനസികവും ശാരീരികവുമായ അസുഖങ്ങൾ ഭേദപ്പെടുത്തുന്നതിന് കൂടിയാണ് നിരവധി ഭക്തജനങ്ങൾ ഗുരുവായൂരിലേക്ക് പ്രവഹിക്കുന്നതെന്നതിനു ഐതിഹ്യവും പുരാവൃത്തവും ചരിത്രവും സമകാലിക സംഭവങ്ങളും സാക്ഷിയാണ്. പുരാണങ്ങളും സന്ദേശകാവ്യങ്ങളും ഒരു രോഗശമനകേന്ദ്രമായി ഗുരുവായൂർ ക്ഷേത്രത്തെ കാണുന്നു. ഭ്രമര സന്ദേശത്തിൽ വാതശമനഹരനായിട്ടാണ് ഗുരുവായൂരേശനെ വർണ്ണിക്കുന്നത്.

യസ്മിൻ ദേവഃ സ്വയമപി മഹാപാവനഃ
പാവനാ നാമാതങ്കാതമുപശമയിതാ
ഭാസതേ വാസുദേവ (ഭാഗം1, ശ്ലോകം 76)

ചകോരസന്ദേശത്തിലാകട്ടെ വാതരോഗികൾ രോഗശമനാർത്ഥം ഗുരുവായൂരിലേക്ക് ഗമിക്കുന്നതായി സൂചിപ്പിക്കുന്നു. മേൽപ്പുത്തൂർ ഗുരുവായൂർ ക്ഷേത്രത്തെ വാതരോഗശമനകേന്ദ്രമായി ഇങ്ങനെ വിശേഷിപ്പിക്കുന്നു. 'വാതോത്ഭവാൻ മമ ഗതാൻ കിമുനോധുനോഷി' (നാരായണീയം 43-10), ഇരയിമ്മൻ തമ്പിയുടെ 'കരുണ ചെയ്വാൻ എന്തു താമസം കൃഷ്ണ' എന്ന ഗാനത്തിലും ഗുരുവായൂർ വാഴും ദേവനെ വാതരോഗശമനകാരനായി ചിത്രീകരിച്ചിരിക്കുന്നു. മേൽപ്പുത്തൂർ ഭട്ടതിരി, തൈക്കാട് സ്വാമിയാർ, ഉരിയമഠം, സാമൂതിരി കോവിലകത്തെ കുഞ്ഞനുജത്തി തമ്പുരാട്ടി മുതലായ പുണ്യാത്മാക്കളും കേരളവർമ്മ വലിയ കോയിത്തമ്പുരാൻ, മാടശ്ശേരി മാധവവാര്യർ മുതലായ പുണ്യകവിപുംഗവന്മാരും ചെമ്പൈ വൈദ്യനാഥ ഭാഗവതർ തുടങ്ങിയ ഗാനപ്രവീണരും പുരാണ കഥാഖ്യാതാക്കളായ കുഞ്ഞിക്കാവ് മള്ളിയൂർ എന്നിവരും ആയുസ്സും ആരോഗ്യവും സൗഖ്യവും നേടിയത് ഗുരുവായൂരിൽ വെച്ചാണെന്നത് പ്രസിദ്ധമാണല്ലോ. ക്ഷേത്രത്തിൽ ഭജനമിരിക്കുന്നത് വാതശമനത്തിനു ഉത്തമമാണെന്ന് വിശ്വസിക്കുന്ന ഭക്തർ ഏറെയാണ്.

ഗുരുവായൂർ ക്ഷേത്രത്തിലെ ആചാരനുഷ്ഠാനങ്ങൾക്കും ഉത്സവാഘോഷങ്ങൾക്കും ഒരു സാമൂഹിക പ്രസക്തിയുണ്ട് ക്ഷേത്രത്തിൽ പോകാതെ തന്നെ ഒരുവന്റെ ജീവിതത്തിലെ പ്രധാനകർമ്മങ്ങളായ അന്നപ്രാശം, വിവാഹം, ശവദാഹം എന്നിവ നടത്തുവാൻ ഹിന്ദുമതം അനുവദിക്കുന്നുണ്ട്. ചില സാമൂഹികാചാരങ്ങൾ ക്ഷേത്രത്തിൽ പ്രവേശിക്കുന്നതിൽനിന്ന് അവനെ വിലക്കുന്നുണ്ടെങ്കിലും ക്ഷേത്രാചാരങ്ങൾ പാലിക്കാതെ തന്നെ ഒരുവന് പരിപൂർണ്ണ ഹിന്ദുമതസ്ഥനായി തുടരാമെന്ന പ്രത്യേകതയുമുണ്ട്. ഈയടുത്തകാലത്ത് ഈ ചിന്താഗതിക്ക് സാരമായ മാറ്റങ്ങൾ വന്നിട്ടുണ്ട്. ഇക്കാര്യത്തിൽ ഗുരുവായൂർ ക്ഷേത്രം ശക്തമായ സ്വാധീനം ചെലുത്തിയതായി കാണാം. നടേ പരാമർശിച്ച ചോറൂണ്, വിവാഹം മുതലായവ വിപുലമായ രീതിയിൽ ഗുരുവായൂരിൽ

വെച്ച് നടത്തപ്പെടുന്നു. സമൂഹത്തിന്റെ ഒരഭിനിവേശം/നൊസ്റ്റാൾജി യയായി മാറിയിരിക്കുകയാണ് ഈവിധ ചടങ്ങുകൾ ഗുരുവായൂർ ക്ഷേത്രത്തിൽ വെച്ച് തന്നെ നടത്തുക എന്നത്.

ഭക്തസഹസ്രങ്ങൾക്ക് ആരാധനയ്ക്കായി ഒരു വേദി ഒരുക്കുക എന്നതാണല്ലോ ക്ഷേത്രങ്ങളുടെ ആദ്ധ്യാത്മികവും മതപരവുമായ കർത്തവ്യം. ആഗമികരീതിയിലുള്ള ആരാധന സമ്പ്രദായമാണ് ഗുരുവായൂരിൽ നിലവിലുള്ളത്. പൗരാണിക ഹിന്ദുമതത്തിന്റെ ആത്മീയ സത്യങ്ങൾ പ്രചരിപ്പിക്കുന്ന ഒരു ആദ്ധ്യാത്മികകേന്ദ്രം കൂടിയാണ് ഈ ക്ഷേത്രം. ഉണ്ണികൃഷ്ണാരാധനാസമ്പ്രദായത്തിനു പ്രാധാന്യം നൽകിവരുന്ന അപൂർവ്വം ക്ഷേത്രങ്ങളിലൊന്ന് ഗുരുവായൂർ തന്നെ.

## വഴിപാടുകൾ

ഒരു ബാലനെയോ, വൃദ്ധനെയോ, സന്ന്യാസിയെയോ, ദൈവ ത്തെയോ വെറും കൈയ്യോടെ സമീപിക്കരുതെന്നാണ് പഴമൊഴി. ഭക്തർ ഗുരുവായൂർ ദേവനെ സമീപിക്കുന്നതും ചില ആനുകൂല്യങ്ങൾ പ്രതീ ക്ഷിച്ചും അനുഗ്രഹങ്ങൾ തേടിയുമാണ്. കൃതാർത്ഥഭരിതരായി, നന്ദി സൂചകമായി ഭക്തർ യഥാശക്തി പലവിധ വഴിപാടുകളും ഭഗവാന് നേരുന്നു. തുളസീദളം മുതൽ സ്വർണ്ണഹാരം വരെ, മഞ്ചാടിക്കുരു മുതൽ ആനകളും വാഹനങ്ങളുംവരെ (വളരെ വിലപിടിപ്പുള്ള വസ്തുക്കൾ) അവർ ഭഗവത്കാണിക്കയായി സമർപ്പിക്കുന്നു. സാധാരണ പുഷ്പാഞ്ജ ലിയിൽ തുടങ്ങി വളരെ ചിലവേറിയ ഉദയാസ്തമന പൂജയിൽ വരെ ഈ വഴിപാടുകൾ എത്തി നിൽക്കുന്നു. ഗുരുവായൂരെ വഴിപാടുകളുടെ ഒരു പ്രത്യേകത ഗുരുവായൂർ ദേവനെ കുസൃതിക്കുട്ടനായി, കുട്ടിക്കുറുമ്പ നായി, കളിക്കൂട്ടുകാരനായി കണ്ടുകൊണ്ടുള്ള വഴിപാടുകൾ ആണെന്ന താണ്.

വഴിപാടുകൾ വിവിധതരത്തിലാവാം. അവ മതപരമായ പൂജ കളാകാം, ആദ്ധ്യാത്മിക പ്രഭാഷണങ്ങളാകാം. ഭൗതികവസ്തു സമർപ്പ ണമാകാം. സാംസ്ക്കാരിക സപര്യകളാകാം, കലാസൃഷ്ടികളാകാം. മതപരമായ വഴിപാടുകളിൽ പ്രധാനം ഭജനയാണ്. രോഗശാന്തിക്കായി ആതുര ഭജനം, സുഖപ്രസവത്തിനു ഗർഭകാലഭജനം, ആയുരാരോഗ്യ സൗഖ്യത്തിന് നിത്യഭജനം എന്നിവ. മേൽപ്പുത്തൂരിന് വാതരോഗശമനം സിദ്ധിച്ചത് ആതുരഭജനം മൂലമത്രെ. നിത്യഭജനത്തിന് ഭജനക്കാരൻ ദിവസം മുഴുവൻ ക്ഷേത്രത്തിൽ കഴിയുകയും 12 ദർശനങ്ങളിലും പൂജ കളിലും ഭാഗഭാക്കാകുകയും വേണം. ഇവ കൂടാതെ തിങ്കൾ ഭജനവും മണ്ഡല ഭജനവും ശയനപ്രദക്ഷിണവുമുണ്ട്.

ഭൗതിക വസ്തുക്കളായി സമർപ്പിക്കുന്ന വഴിപാടുകളിൽ പ്രധാനം പുഷ്പംകൊണ്ടും തുടർന്ന് മന്ത്രങ്ങൾ കൊണ്ടും ഭഗവാനുള്ള അർച്ചന യാണ്. കൂടാതെ പാൽ, പനിനീർ, ഇളനീർ, കളഭം, പഞ്ചഗവ്യം മുത ലായവകൊണ്ട് ഭഗവാന് അഭിഷേകം നടത്താറുണ്ട്. ചന്ദനം ചാർത്തിയും

മാലകൾ അണിയിച്ചും ആഭരണങ്ങൾ നൽകിയും ഭഗവാനെ ആരാധിക്കാം. ഈ മൂന്നു വിധത്തിലുള്ള ആരാധനയും - അർച്ചന, അഭിഷേകം, അലങ്കാരം - ഭക്തരെ പ്രതിനിധീകരിച്ച് മേൽശാന്തിയാണ് ചെയ്യുക. ഭഗവാന് ഭൗതിക ആഡംബരവസ്തുക്കൾ സമർപ്പിക്കുക എന്നതാണ് മറ്റൊരു വഴിപാട്. പലവിധ ചിത്രങ്ങൾ, പെയിന്റിംഗുകൾ മുതലായവ ഭഗവാന് ഭക്തർ സമർപ്പിക്കാറുണ്ട്. സ്വർണ്ണം, വെള്ളി, പിച്ചള, ഓട് വിളക്കുകൾ, ആനക്കുടകൾ, സംഗീതോപകരണങ്ങളായ വീണ, വേണു, മൃദംഗം, ശംഖ്, തംബുരു എന്നിവ ഇവയിൽ ചിലതു മാത്രം.

കൊച്ചി നഗരമദ്ധ്യത്തിലുള്ള 10 കോടിയിലെറെ വിലമതിക്കുന്ന പതിന്നാലര സെന്റ് സ്ഥലം 1954ൽ ഗുരുവായൂർ ഭക്തനായ പരമേശ്വര അയ്യരും ഭാര്യ വല്ലമ്മാളും എഴുതിവെച്ച വിൽപ്പത്രത്തിൽ ദേവന് സമർപ്പിച്ചിട്ടുള്ളതാണ്. പശു, കുതിര, മയിൽ, ആന മുതലായ ജീവവസ്തുക്കളും വഴിപാടു ഗണത്തിൽപെടുന്നു. ഉദ്ദിഷ്ടകാര്യസിദ്ധിക്കായി വെള്ളിയിൽ തീർത്ത ആൾരൂപങ്ങളും അവയവ/അംഗമാതൃകകളും വഴിപാടുവസ്തുക്കളാണ്. പലവിധത്തിലുള്ള നിവേദ്യങ്ങൾ, പാൽ, പഞ്ചസാര, ശർക്കര, നെയ്യ് എന്നിവയിൽ തയ്യാറാക്കപ്പെട്ടവ ഭക്തർക്ക് ശീട്ടാക്കാം, അഷ്ടമിരോഹിണി നാളിൽ അമ്പതിനായിരത്തിൽപ്പരം നെയ്യപ്പമാണ് വഴിപാടായി ശ്രീലകത്തെത്തുക. ശ്രീലകം നെയ്യപ്പം കൊണ്ട് നിറയുന്ന അത്യപൂർവ്വ കാഴ്ചയാണത്. 2012 സെപ്തംബർ 8ന് അഷ്ടമിരാഹിണി നാളിൽ 2,63800 രൂപയ്ക്ക് അപ്പം വഴിപാടിന് ശീട്ടാക്കിയതായി ദേവസ്വം രേഖയിൽ കാണുന്നു. അതുപോലെ 2013 ആഗസ്റ്റ് 28ന് അഷ്ടമിരോഹിണി നാളിൽ 7,47,7100 (7 ലക്ഷം) രൂപയ്ക്കാണ് പാൽപായസം ശീട്ടാക്കിയത്.

ഭഗവാന് വഴിപാടായി സമർപ്പിച്ച വസ്തുക്കളുടെ വൈവിധ്യം രസാവഹമാണ്. പോലീസുതൊപ്പി മുതൽ വലംപിരിശംഖ് വരെ, മഞ്ചാടിക്കുരു മുതൽ ആനയും മോട്ടോർ വാഹനവും വരെ ഗുരുവായൂരിൽ വഴിപാടായി ലഭിച്ചിട്ടുണ്ട്. താൻസാനിയയിൽ നിന്ന് അരമീറ്റർ നീളവും ഒരു ലിറ്റർ വെള്ളം കൊള്ളുന്നതുമായ ഒരു വലംപിരിശംഖ് ഭഗവാന് വഴിപാടായി ലഭിച്ചിട്ടുണ്ട്. ലോകത്തിലെ തന്നെ ഇത്തരത്തിലുള്ളതിൽ ഏറ്റവും വലിപ്പമേറിയ വലംപിരിശംഖും ഭഗവാന് പ്രിയപ്പെട്ടതുതന്നെ. മാപ്പിളകലാപത്തിൽ നിന്നും രക്ഷ നേടിയതിന് അന്നത്തെ നിലമ്പൂർ രാജാവ് ഭഗവാന് സമർപ്പിച്ചതാണ് (1927) ഗുരുവായൂർ കേശവൻ എന്ന പ്രഖ്യാതനായ ഗജരാജശ്രേഷ്ഠനെ. കർക്കിടപ്പുലരിയിൽ കണ്ണനു കാണിക്കയായി 6 തട്ടുകൾ വീതമുള്ള 7 കി.ഗ്രാം തൂക്കം വരുന്ന വെള്ളി മാലവിളക്കുകളും (നാലര ലക്ഷം) കണ്ണന് വഴിപാടായി ലഭിച്ചിട്ടുണ്ട്. ക്ഷേത്രനടപ്പുര പുനർനിർമ്മാണവും ശ്രീകോവിൽ സ്വർണ്ണം പൂശലും അന്നദാനഹാളിൽ ഉപയോഗിക്കുന്ന ഉപകരണങ്ങൾ വരെ വഴിപാടായി നടത്തുന്നു. ചുരുക്കത്തിൽ എന്തും ഏതും സർവ്വസ്വവും ഭക്തർക്ക് ഭഗവാന് സമർപ്പിക്കാം.

കൃഷ്ണാട്ടം കളിയും നാരായണീയ ഭാരത-ഭാഗവത പുരാണപരായണവും സാംസ്ക്കാരിക/ ആദ്ധ്യാത്മിക തലത്തിലുള്ള വഴിപാടുകളായി കണക്കാക്കാം. പ്രശസ്ത കലാകാരന്മാർ തങ്ങളുടെ കലാപ്രകടനങ്ങൾ താളം, വാദ്യം, നൃത്തം ആലാപനം - വഴിപാടായി ഭഗവാന് സമർപ്പിക്കാറുണ്ട്. സേവ എന്ന പേരിലാണ് അവ അറിയപ്പെടുന്നത്. ചെമ്പൈ ഭാഗവതർ ഏകാദശിദിനത്തിൽ തന്റെ കച്ചേരി ഭഗവാന് വഴിപാടായി നടത്തിയിരുന്നു. ചെമ്പൈസംഗീതോത്സവത്തിലെ ആലാപനങ്ങളും ഭഗവാങ്കൽ സമർപ്പിക്കുന്ന കാണിക്കയാണ്. പല കലാകാരികളും വ്യക്തികളും തങ്ങളുടെ അരങ്ങേറ്റം ഗുരുവായൂർ നടയിൽ വഴിപാടായി അവതരിപ്പിക്കാറുണ്ട്.

ഗുരുവായൂരെ ഏറ്റവും ജനകീയമായ വഴിപാടായി കരുതാവുന്നത് വിവാഹവും ചോറൂണും തുലാഭാരവുമാണ്. ഭാവിയിലുണ്ടായേക്കാവുന്ന പട്ടിണിയിൽ നിന്ന് മോചനം ലഭിക്കുവാൻ വേണ്ടിയാണ് കുട്ടികളുടെ അന്നപ്രാശം ക്ഷേത്രത്തിൽ വഴിപാടായി നടത്താറുള്ളത്. 1120ൽപരം ചോറൂണ് ക്ഷേത്രത്തിൽ ഒരുദിവസം നടന്നിട്ടുണ്ടെന്ന് ക്ഷേത്രരേഖകൾ സാക്ഷ്യപ്പെടുത്തുന്നു. സെപ്തംബർ 8, 2013 ഞായറാഴ്ച 1180 ചോറൂണും 140 വിവാഹങ്ങളും ക്ഷേത്രത്തിൽ നടന്നു. സൗകര്യാർത്ഥം ഇപ്പോൾ ഇവ വടക്കേ അഗ്രശാലയിലാണ് നടത്തുന്നത്. നിരവധി വിവാഹങ്ങൾക്ക് ഗുരുവായൂർ കിഴക്കേനട വേദിയാകാറുണ്ട്. ഒരു ദിവസം 264 വിവാഹങ്ങൾവരെ (2013) നടത്തിയതായി അധികൃതർ സാക്ഷ്യപ്പെടുത്തുന്നു. പക്ഷേ ഗുരുവായൂർ വിവാഹങ്ങൾക്ക് നിയമപ്രാബല്യമില്ല. നഗരസഭയിൽ രജിസറ്റർ ചെയ്താൽ മാത്രമേ അവയ്ക്ക് നിയമസാദ്ധ്യതയുള്ളൂവെന്ന കാര്യം ചിന്തനീയമാണ്. വിവാഹം ഓൺലൈനായി രജിസ്റ്റർ ചെയ്യാനുള്ള സൗകര്യം 19/07/2012 മുതൽ നഗരസഭ ഒരുക്കിയിട്ടുണ്ട്.

മറ്റൊരു പ്രധാന വഴിപാടായ തുലഭാരം നടത്തുമ്പോൾ ഭക്തർക്ക് തുല്യഭാരമുള്ള വസ്തുക്കൾ - ശർക്കര, പഞ്ചസാര, പഴം, വെണ്ണ - തുലാഭാരത്തട്ടിൽവെച്ച് ഭഗവാന് സമർപ്പിക്കാം. ഈ വഴിപാടിന്റെ ആധിക്യം മൂലം കിഴക്കേ ഗോപുരത്തിന് സമീപവശത്തായി തുലാഭാര കൗണ്ടർ ദേവസ്വം സ്ഥാപിച്ചിട്ടുണ്ട്. കൊച്ചുകുട്ടികളെ നടതള്ളൽ എന്ന പ്രകിയവഴി ഭഗവാന് സമർപ്പിക്കുന്നതും വഴിപാടുകളുടെ ഗണത്തിൽപ്പെടുത്താം.

വഴിപാടുകൾ ദേവസ്വത്തിന്റെ ഭൗതികസ്വത്ത് വർദ്ധിപ്പിക്കുക മാത്രമല്ല ക്ഷേത്രപ്രശസ്തിയും പ്രഭാവവും ബിംബതേജസ്സും അധികരിപ്പിക്കുകകൂടി ചെയ്യുന്നു. താലികെട്ട്, ചോറൂണ് മുതലായ വഴിപാടുകൾ സാമൂഹികക്കൂട്ടായ്മയക്ക് വഴിയൊരുക്കുന്നു. ആ അർത്ഥത്തിൽ അവ പ്രധാനവുമാണ്. കൃഷ്ണാട്ടംകളി, പുരാണപരായണം മുതലായവ നമ്മുടെ സാംസ്ക്കാരിക പാരമ്പര്യത്തെ ഉയർത്തിപ്പിടിക്കുന്നു. വഴിപാടു സാമഗ്രികളായ ആൾരൂപങ്ങൾ, ലോക്കറ്റുകൾ, ചിത്രങ്ങൾ എന്നിവ അനുബന്ധകലകളെ പ്രോത്സാഹിപ്പിക്കുന്നു. കാര്യസാദ്ധ്യത്തിനു ഭഗവാന് നൽകുന്ന കൈക്കൂലിയായിട്ടല്ല ഉദ്ദിഷ്ട

കാര്യത്തിനുള്ള ഉപകാരസ്മരണയായിട്ടല്ല ഈ വഴിപാടുകളെ നാം കാണേണ്ടത്. പ്രത്യുത ഭക്തർ തങ്ങൾക്ക് അമൂല്യമായി കരുതുന്ന വസ്തുക്കൾ തികഞ്ഞ ആത്മാർത്ഥതയോടെ പരിശുദ്ധിയോടെ, ഭക്തിപുരസ്സരം ഭഗവാന് കാണിക്കയായി സമർപ്പിക്കുകയാണ്. ഏതു രീതിയിൽ വീക്ഷിച്ചാലും ആധുനിക കാലഘട്ടത്തിൽ സാമൂഹ്യ-സാമ്പത്തിക കലാ-സാംസ്ക്കാരികരംഗങ്ങളിൽ ഗുരുവായൂർ വഹിക്കുന്ന ശുഭസൂചകമായ പങ്കിനെയാണ് അവ വിളംബരം ചെയ്യുന്നത്.

## വഴിപാടുകൾ

| | |
|---|---|
| Palpayasam - പാൽപായസം | 45.00 (1/4 ltr), 180.00(1 ltr) |
| Neipayasam - നെയ്പായസം | 60.00 (1/4 ltr), 240.00(1 ltr) |
| Sarkarapayasam - ശർക്കരപായസം | 60.00 (1/4 ltr), 240.00(1 ltr) |
| VellaNivedyam - വെള്ളനിവേദ്യം | 30.00 (1 unit) |
| Appam - അപ്പം | 30.00 (2 nos) |
| Ada - അട | 30.00 (2 nos) |
| Avil - അവിൽ | 20.00 |
| Thirumadhuram - തിരുമധുരം | 20.00 |
| Butter Nivedyam - നെയ്യ് നിവേദ്യം | 20.00 |
| Sugar Plantain - പഞ്ചസാര നിവേദ്യം | 20.00 |
| Undamala - ഉണ്ടമാല | 90.00 |
| Thirumudimala - തിരുമുടിമാല | 30.00 |
| Niramala - നിറമാല | 200.00 |
| Valiya Niramala - വലിയ നിറമാല | 7000.00 |
| Annaprasam (Chorun) - ചോറൂണ് | 100.00 |
| Bhagavathy Azhal - ഭഗവതി ഉഴിച്ചിൽ | 30.00 |
| Butter after Japam - ജപിച്ച നെയ്യ് | 10.00 |
| Kelikkayyu - കേളിക്കയ്യ് | 10.00 |
| Purusha sooktham - പുരുഷസൂക്തം | 10.00 |
| Ashtotharam Archana - അഷ്ടോത്തരം അർച്ചന | 10.00 |
| Sahasra namam Archana - സഹസ്രനാമ അർച്ചന | 10.00 |
| Alankaram with Kalabham (6 Balls) - 6 കളഭം | 9000.00 |
| Kalabham 1 Ball - 1 കളഭം | 1500.00 |
| Kalabham 1 Packet - ഒരു പാക്കറ്റ് കളഭം | 50.00 |

| | |
|---|---|
| Ghee Lamp - നെയ്വിളക്ക് | 10.00 |
| Ghee Lamp in Sreekovil - ശ്രീകോവിലിൽ നെയ്വിളക്ക് | 3000.00 |
| Ghee Lamp in Sreekovil - ശ്രീകോവിലിൽ നെയ്വിളക്ക് | 4500.00 |
| Ghee Lamp in Sreekovil - ശ്രീകോവിലിൽ നെയ്വിളക്ക് | 500.00 |
| Thali pooja - താലിപൂജ | 100.00 |
| Oil Abhishekam (250ml) - എണ്ണ അഭിഷേകം | 200.00 |
| Malar Nivedyam - മലർ നിവേദ്യം | 10.00 |
| Marriage - വിവാഹം | 500.00 |
| Ashtapathi (One Chapter) - അഷ്ടപദി (ഒരു അദ്ധ്യായം) | 10.00 |
| Geetha ( One Chapter) - ഗീത (ഒരു അദ്ധ്യായം) | 10.00 |
| Bhagavatham (One Chapter) - ഭാഗവതം (ഒരു അദ്ധ്യായം) | 10.00 |
| Bhagavatha Sapthaham - ഭാഗവത സപ്താഹം | 1000.00 |
| Narayaneeyam (One Dasakam) - നാരായണീയം (ഒരു ദശകം) | 10.00 |
| Ganapathy Archana - ഗണപതി അർച്ചന | 10.00 |
| Sastha Archana - ശാസ്താ അർച്ചന | 10.00 |
| Lalitha Sahasra nama Archana - ലളിത സഹസ്രനാമ അർച്ചന | 10.00 |
| Palada Pradhaman - പാലടപ്രഥമൻ | 200.00 (1 ltr) |
| Eratti Payasam - ഇരട്ടി പായസം | 200.00 (1 ltr) |
| Namaskaram (Approximate) - നമസ്കാരം | 13000.00 |
| Nalambalam Vilakku Veypu - നാലമ്പല വിളക്കുവെപ്പ് | 10000.00 |
| Athazham (Approximate) - അത്താഴം (ഏകദേശം) | 15000.00 |
| Palakapuram - പലകപ്പുറം | 6000.00 |
| Ahassu - അഹസ്സ് | 3000.00 |
| Malayidal ( Sabarimala) - മാലയിടൽ | 10.00 |
| Kettu Nira ( Sabarimala) - കെട്ടുനിറ | 20.00 |
| Thulabharam Thattil Panam (Cost of Items extra) - തുലാഭാരം (തട്ടിൽ പണം, മറ്റ് വസ്തുക്കൾ ഒഴികെ) | 100.00 |
| Anayoottu - ആനയൂട്ട് | 12000.00 |
| Go-pooja - ഗോപൂജ | 250.00 |

| | |
|---|---:|
| Go-Preethi - ഗോപ്രീതി | 10.00 |
| Maintenance of Elephants - ആനസംരക്ഷണം | Any amount |
| Alroopam - ആൾപ്പൂരം | Any amount |
| Prasada oottu - പ്രസാദ ഊട്ട് | Any amount |
| Vahana pooja (Heav Vehicles) - വാഹനപൂജ (ബസ്, ലോറി) | 500.00 |
| Vahana Pooja Car, Jeep etc - വാഹനപൂജ (കാറ്, ജീപ്പ്) | 300.00 |
| Vahana Pooja Auto rikshaw, Motor cycle etc - വാഹനപൂജ (ഓട്ടോറിക്ഷ, മോട്ടോർസൈക്കിൾ) | 100.00 |
| Vidyarambham - വിദ്യാരംഭം | 50.00 |
| Saptha Sudhi Abhishekam - സപ്തശുദ്ധി അഭിഷേകം | 400.00 |
| Saptha Sudhi Abhishekam (Minimum) - സപ്തശുദ്ധി അഭിഷേകം – കുറഞ്ഞത് | 20.00 |
| Veda Parayanam - വേദപാരായണം | 1500.00 |
| Milk Abhishekam - പാലഭിഷേകം | 20.00 |
| Chuttambalam - ചുറ്റമ്പലം | 20000.00 |
| Chandanam Urula - ചന്ദനം ഉരുള | 850.00 |
| East Deepasthambham - കിഴക്ക് ദീപസ്തംഭം തെളിയിക്കൽ | 6000.00 |
| West Deepasthambham - പടിഞ്ഞാറ് ദീപസ്തംഭം തെളിയിക്കൽ | 6000.00 |
| Bhagavathy Chuttuvilakku - ഭഗവതിക്ക് ചുറ്റുവിളക്ക് | 5000.00 |
| Nivedyakooru - നിവേദ്യക്കൂറ് | 10.00 |
| Kadali - കദളി നിവേദ്യം | 10.00 |
| Vettila Adakka - വെറ്റില അടയ്ക്ക | 2.00 |
| Gayathry NeyJapam - ഗായത്രി നെയ്ജപം | 10.00 |
| Avatharam - അവതാരം | 3000.00 |
| Kaliamardhanam - കാളിമർദ്ദനം | 3000.00 |
| Rasakreeda - രാസക്രീഡ | 3000.00 |
| Kamsavadham - കംസവധം | 3000.00 |
| Swayamvaram - സ്വയംവരം | 3000.00 |
| Bhanayudham - ബാണയുദ്ധം | 3000.00 |

ഗുരുവായൂർപെരുമ: ക്ഷേത്രവും സംസ്കാരവും

| | |
|---|---:|
| Vividhavadham - വിവിധവധം | 3000.00 |
| Swargarohanam - സ്വർഗ്ഗാരോഹണം | 3300.00 |
| Chuttuvilakku (2025 Onwards) * - ചുറ്റുവിളക്ക് | 40000.00 |
| Sastha Chuttuvilakku - ശാസ്താചുറ്റുവിളക്ക് | 10000.00 |
| Chuttambalam Theliyikkal - ചുറ്റമ്പലം തെളിക്കൽ | 13000.00 |
| Prasada Kit - പ്രസാദ കിറ്റ് | 200.00 |
| Prathyaksha Ganapathy Homam (On Every Muppattu Friday) - പ്രത്യക്ഷ ഗണപതിഹോമം - എല്ലാ മുപ്പട്ട് വെള്ളിയാഴ്ച | 25000.00 |
| Prasada Oottu Morning - പ്രസാദ ഊട്ട് രാവിലെ | 15000.00 |
| Prasada Oottu Evening - പ്രസാദ ഊട്ട് വൈകുന്നേരം | 15000.00 |
| Prasada Oottu One day - പ്രസാദ ഊട്ട് ഒരു ദിവസം | 130000.00 |
| SreeKovil GheeLamp - ശ്രീകോവിൽ നെയ്‌വിളക്ക് | 1000.00 |
| Special Neypayasam (Container) - പ്രത്യേക നെയ്പായസം | 90.00 |

* കാലാകാലങ്ങളിൽ വഴിപാട് തുകയിൽ മാറ്റങ്ങളുണ്ടാകാം.

# ഗുരുവായൂർ
# സാഹിത്യം/കല

**സാ**ഹിത്യപരവും കലാപരവുമായ കേരളത്തിന്റെ സാംസ്കാരിക പൈതൃകത്തിന് ഗുരുവായൂർ ക്ഷേത്രത്തിന്റ സംഭാവനകൾ വിലമതിക്കാനാകാത്തതാണ്. കേരളത്തിലെ മറ്റൊരു ക്ഷേത്രവും നമ്മുടെ സാംസ്കാരിക പൈതൃകത്തെ, സാഹിത്യത്തെ, കലയെ ഇത്രമാത്രം സമ്പന്നമാക്കിയിട്ടുണ്ടാവില്ല. ഗുരുവായൂരിന്റെ കീർത്തിധാവള്യം സാഹിത്യാദി കലകളിലൂടെയാണ് അനാവരണം ചെയ്യപ്പെട്ടിട്ടുള്ളത്. മലയാളം, തമിഴ്, സംസ്കൃത ഭാഷകളിലൂടെ, കവിത, നാടകം, നോവൽ, ചെറുകഥ ഇത്യാദിസാഹിത്യശാഖകളിലൂടെ ഗുരുവായൂർ അതിന്റേതായ കൈയൊപ്പ് ചാർത്തിക്കഴിഞ്ഞു. ഗുരുവായൂർ രേഖകളും ലിഖിതങ്ങളും ചരിത്രശാഖയെ സമ്പന്നമാക്കുന്നു. മേൽപ്പുത്തൂർ, പൂന്താനം, മാനവേദൻ തുടങ്ങിയ മദ്ധ്യകാലകവികൾ തങ്ങളുടെ കാവ്യസപര്യയ്ക്ക് ആധാരമാക്കിയത് ഗുരുവായൂർ ക്ഷേത്രത്തെയാണ്, അവിടത്തെ ദേവനെയാണ്. ഇരയിമ്മൻതമ്പി, കേരളവർമ്മ വലിയകോയിത്തമ്പുരാൻ, വള്ളത്തോൾ, പി. കുഞ്ഞിരാമൻനായർ, ഓട്ടൂർ ഉണ്ണിനമ്പൂതിരിപ്പാട്, പുതൂർ ഉണ്ണികൃഷ്ണൻ, എസ്. രമേശൻ നായർ, ചൊവ്വല്ലൂർ കൃഷ്ണൻകുട്ടി തുടങ്ങി ഒട്ടനവധി സാഹിത്യപ്രതിഭകൾ ഗുരുവായൂരിന്റെ സ്വാധീനം സാഹിത്യത്തിൽ പ്രകടമാക്കിയിട്ടുണ്ട്.

## ഭക്തി സാഹിത്യം (മധ്യകാലം)

ഭക്തി സാഹിത്യവിഭാഗത്തിലാണ് ഗുരുവായൂർ ക്ഷേത്രത്തിന്റെ സ്വാധീനം ഏറെ പ്രകടമായിട്ടുള്ളത്. ഗുരുവായൂരിന്റെ പ്രാധാന്യം വിളിച്ചോതുന്നവയാണ് സ്തവങ്ങളും സ്തോത്രങ്ങളും അഷ്ടകങ്ങളും.

ആദിശങ്കരാചാര്യരാൽ വിരചിതമായ ഭജഗോവിന്ദവും ഗോവിന്ദാഷ്ടകവും ഗുരുവായൂർ ദേവനെ പ്രകീർത്തിച്ചുകൊണ്ടുള്ളതാണ്. മദ്ധ്യകാല സന്ദേശകാവ്യങ്ങളായ കോകസന്ദേശത്തിലും ഭ്രമരസന്ദേശത്തിലും കോകിലസന്ദേശത്തിലും ഗുരുവായൂർക്ഷേത്രം പരാമർശിക്കപ്പെടുന്നുണ്ട്.

ഗുരുവായൂർക്ഷേത്രവുമായി അഭേദ്യബന്ധം പുലർത്തിയിരുന്ന ഭക്തി സാഹിത്യത്തിലെ ചില പ്രമുഖരുടെ സംഭാവനകൾ:

## ലീലാശുകൻ

സംസ്കൃതസാഹിത്യത്തിൽ മായാത്ത മുദ്ര പതിപ്പിച്ച ലീലാശുകൻ എന്ന വില്വമംഗലം ഗുരുവായൂരിലെ പ്രധാന ഭക്തകവികളിലൊരാളാണ്. ജയദേവന്റെ അഷ്ടപദിഗീതങ്ങൾ കേരളത്തിൽ പ്രചരിപ്പിച്ചത് ഇദ്ദേഹ മാണ്. സംസ്കൃതഭാഷയിൽ രചിച്ച ശ്രീകൃഷ്ണകർണ്ണാമൃതത്തിന്റെ രച യിതാവും ഇദ്ദേഹംതന്നെ. ഗുരുവായൂരപ്പന്റെ ഭക്തനായ വില്വമംഗലം അദ്ദേഹത്തിന്റെ ജീവിതംതന്നെ ഭഗവാന് സമർപ്പിച്ചു. ശ്രീകൃഷ്ണ കർണ്ണാമൃതത്തിൽ പരിപൂർണ്ണസ്നേഹത്തിന്റേയും സൗന്ദര്യത്തിന്റേയും മാധുര്യത്തിന്റേയും കുട്ടിത്തത്തിന്റേയും കൗമാരത്തിന്റേയും പ്രതീക മായി ഗുരുവായൂർകൃഷ്ണനെ അദ്ദേഹം ചിത്രീകരിച്ചിരിക്കുന്നു. ദക്ഷിണദേശത്തേക്കുവന്ന ചൈതന്യമഹാപ്രഭു കർണ്ണാമൃതത്തിന്റെ ഒരു പകർപ്പുമായാണ് ഉത്തരേന്ത്യയിലേക്ക് മടങ്ങിപ്പോയതത്രേ. ഗുരു വായൂർ ദേവനെ ഉണ്ണികൃഷ്ണനായി, കിടാങ്ങളുടെ കുസൃതിത്തര ങ്ങളുടെയും നിഷ്കളങ്കതയുടെ പ്രതീകമായി അവതരിപ്പിച്ചത് ലീലാശുക നാണ്. ഉണ്ണികൃഷ്ണനെ, എല്ലാ ബാലലീലകളോടും കൂടി അവതരിപ്പിച്ചു ഭക്തരുടെ കണ്ണിലുണ്ണിയാക്കിയതിൽ വില്വമംഗലം നല്ലൊരു പങ്കുവഹി ച്ചിട്ടുണ്ട്.

## വില്വമംഗലം

വില്വമംഗലം എന്ന പേരിൽ മൂന്നു സ്വാമിമാരുണ്ടായിരുന്നുവെന്നാണ് ഗവേഷകരുടെ നിഗമനം. ഇവരിൽ ഒന്നാമനായ ലീലാശുകൻ (13-ാം നൂറ്റാണ്ട്) ശ്രീകൃഷ്ണകർണ്ണാമൃതം എന്ന സംസ്കൃത കാവ്യത്തിന്റെ രചയിതാവാണ്. പാക്കനാരുടേയും പെരുന്തച്ചന്റേയും സമകാലികനാണ് രണ്ടാമൻ. മൂന്നാമനാകട്ടെ മാനവേദസാമൂതിരിയുടെ കാലത്ത് ജീവിച്ചി രുന്നയാളും. മൂവരും വിഷ്ണുഭക്തരാണ്, ഗുരുവായൂരിന്റെ പ്രസക്തി വർദ്ധിപ്പിക്കുവാൻ ശ്രമിച്ചവരുമാണ്. ഇവരിൽ വില്വമംഗലം മൂന്നാമന് അദ്ദേഹത്തിന്റെ ധ്യാനങ്ങളിൽ വിഷ്ണുദർശനം ലഭിച്ചിരുന്നുവത്രേ. കൃഷ്ണഗീതി രചിക്കുവാൻ സാമൂതിരിയെ പ്രചോദിപ്പിച്ചതും അമ്പല പ്പുഴയിൽ ശ്രീകൃഷ്ണപ്രതിഷ്ഠ നടത്തുവാൻ ദേവനാരായണനെ പ്രേരി പ്പിച്ചതും ഇദ്ദേഹമാണ്. ഗുരുവായൂരിനെ ആനുഷംഗികമായി പരാമർശി ക്കുന്ന കേരളവിചാരദീപിക എന്ന കൃതിയുടെ കർത്താവുമാണിദ്ദേഹം. ഈ കൃതിയിൽ ഗുരുവായൂർ ദേവനെ ബാലലീലാമനോഹരം, കൃഷ്ണ ലീലാസിതം, ബാലലീലാകുതൂഹലി എന്നീ പദാവലികൾകൊണ്ട് വർണ്ണിക്കുന്നുണ്ട്. സാമൂതിരിക്ക് ഭഗവാന്റെ ദിവ്യകൈശോരദർശനം

ലഭിക്കുവാൻ സഹായിച്ചതും വില്വമംഗലമാണ് ഗുരുവായൂർ ക്ഷേത്രത്തിൽ സാമൂതിരിക്ക് ഭഗവാൻ ദർശനം നൽകിയ നൃത്തം എന്ന സ്ഥലം ഇപ്പോഴും കാണാം.

### കുറൂരമ്മ

വില്വമംഗലത്തിന്റെ ബന്ധുവായ കൂറൂരമ്മയാണ് 'കാണാകേണം' എന്ന കവിത രചിച്ചതും പാടിപ്പാടിപ്രചാരത്തിലെത്തിച്ചതും. ഗുരുവായൂർ കൃഷ്ണനെ ഒരു ഓമനക്കിടാവായി കണ്ട ഈ കവിരത്നം മോക്ഷപ്രാപ്തിക്കായി നാമജപം അനുസ്യൂതം ഉരുക്കഴിക്കാൻ ആഹ്വാനം ചെയ്തു. പുരുഷമേധാവിത്വത്തിൽ നിന്ന് വിടുതൽ നേടി, സ്വതന്ത്രരായി മോക്ഷമാർഗ്ഗം തേടുവാൻ സ്ത്രീകൾക്ക് അവകാശമുണ്ടെന്ന് പ്രഖ്യാപിച്ച കുറൂരമ്മ സ്ത്രീശാക്തീകരണത്തിന്റെ ഉദാത്ത ഉദാഹരണമാണ്.

### മേൽപ്പുത്തൂർ നാരായണഭട്ടതിരി

ഗുരുവായൂർ ഭക്തകവികളിൽ സംസ്കൃതസാഹിത്യത്തിന് ഏറ്റവും കൂടുതൽ സംഭാവന നൽകിയിട്ടുള്ളത് മേൽപ്പുത്തൂർ നാരായണഭട്ടതിരിയാണ്. പക്ഷേ, അദ്ദേഹത്തിന്റെ ജീവിതത്തെക്കുറിച്ച് ആധികാരികമായി വിവരങ്ങളൊന്നും ലഭ്യമല്ല. ചില സൂചനകളല്ലാതെ. നാരായണീയത്തിലും പ്രക്രിയാസർവ്വസ്വത്തിലുമുള്ള ചില പരാമർശങ്ങളടേയും വിശ്വാസയോഗ്യമായ ചില ഐതിഹ്യങ്ങളുടേയും അടിസ്ഥാനത്തിൽ അദ്ദേഹം ജീവിച്ചിരുന്നത് 1550-1650 കാഘട്ടത്തിലായിരുന്നുവെന്ന് അനുമാനിക്കാം. ചന്ദനക്കാവിൽ ജനിച്ചു, തൃക്കണ്ടിയൂരിൽ വിദ്യ അഭ്യസിച്ച് രോഗശാന്തിക്കായി ഗുരുവായൂരെത്തി. നാരായണീയം രചിച്ച് ഭഗവാനുസമർപ്പിച്ച മേൽപ്പുത്തൂരിനെ

> ആയിരം സംസ്കൃതശ്ലോകപുഷ്പങ്ങളാൽ ഗുരു-
> വായൂപുരേശനെ പൂജിച്ചു വഴിപോലെ
> ആയുരാരോഗ്യസൗഖ്യം നേടിയ കവീന്ദ്രനാം

എന്നാണ് വള്ളത്തോൾ 'ഭക്തിയും വിഭക്തിയും' എന്ന കവിതയിൽ വിശേഷിപ്പിച്ചിട്ടുള്ളത്.

മേൽപ്പുത്തൂരിന്റേതായി ഏകദേശം 38 ഓളം കൃതികൾ ഉണ്ടെന്ന് ഉള്ളൂർ തന്റെ സാഹിത്യചരിത്രത്തിൽ പ്രസ്താവിക്കുന്നുണ്ട്. ഇവയിൽ ഗുരുവായൂരിനെ പരാമർശിക്കുന്നത് ശ്രീഗുരുവായൂപുരേശസ്തവവും നാരായണീയവുമാണ്. 12 ശ്ലോകങ്ങളടങ്ങിയ ശ്രീ ഗുരുവായൂപുരേശസ്തവം മനോഹരമായൊരു ഭാവകാവ്യമാണ്. ഭഗവത്ഗീതയുടെ പ്രതീകമായി ഗുരുവായൂരിലെ ചതുർബാഹു വിഷ്ണുവിനെ ഇതിൽ ചിത്രീകരിക്കുന്നു. 12 ശ്ലോകങ്ങളിൽ എട്ടെണ്ണം ഉള്ളൂർ തന്റെ സാഹിത്യ

ചരിത്രത്തിൽ ഉദ്ധരിച്ചു ചേർത്തിട്ടുമുണ്ട്. ഗുരുവായൂരപ്പനെക്കുറിച്ചുള്ള സ്തവങ്ങളിൽ ഈ ചെറുകൃതി രത്നമായി നിലകൊള്ളുന്നു.

ഭട്ടതിരിയുടെ കൃതികളിൽ അഗ്രിമസ്ഥാനം അലങ്കരിക്കുന്നത് നാരായണീയമാണ്. ദിനംപ്രതി പത്തു ശ്ലോകങ്ങൾവീതം നൂറുദിവസംകൊണ്ട് ആയിരത്തിൽപരം ശ്ലോകങ്ങളിൽ ഭാഗവതപുരാണത്തിലെ പ്രധാന സംഭവങ്ങൾ ഒരു ശില്പിയുടെ ചാതുരിയോടെ ഒതുക്കി. ഈ കൃതിയിലൂടെ മേൽപ്പുത്തൂർ 18 ആയിരത്തിലധികം ശ്ലോകങ്ങളുള്ള ബൃഹത്തായ ഭാഗവതകഥ 1036 ശ്ലോകങ്ങളിലായി സംക്ഷേപിച്ചിരിക്കുന്നു. രാമായണകഥ രണ്ടു ദശകങ്ങളിലൊതുക്കി സംഖ്യാസിദ്ധാന്തം ഒരു ദശകത്തിലും ഭഗവത്ഗീത ഒരൊറ്റ ശ്ലോകത്തിലുമാക്കി ഒതുക്കി പറഞ്ഞിരിക്കുന്നു. സംസ്കൃത ഭാഷയിലെ ഏറ്റവും ചെറിയ മഹാകാവ്യമാണ് നാരായണീയം. കാളിദാസന്റെ മഹാകാവ്യങ്ങളോട് കിടപിടിക്കുന്ന ഈ കൃതി കാവ്യരചനാവൈഭവത്തിന്റെ ഒരു ഉത്തമമാതൃകയാണ്. മേൽപ്പുത്തൂർ തന്നെ പ്രസ്താവിച്ചതുപോലെ ഇത് 'ദ്വേധാ നാരയണീയ'മാണ്. രണ്ടു വിധത്തിൽ നാരായണീയം: നാരായണനു സമർപ്പിക്കപ്പെട്ട ഒരുഭക്തികാവ്യം. അതോടൊപ്പം നാരായണനാൽ രചിക്കപ്പെട്ട ഒരു കാവ്യവും. സംസ്കൃതസാഹിത്യത്തിന് കേരളത്തിന്റെ അതുല്യസംഭാവനകൂടിയാണീ കൃതി.

നാരായണീയത്തിന്റെ ആകർഷണീയത, മഹത്ത്വം നിലകൊള്ളുന്നത് അതിൽ ആപാദചൂഡം അലയടിച്ചിരിക്കുന്ന ഭക്തിരസത്തിലാണ്. നാരായണീയത്തിലെ ഓരോ ശ്ലോകവും നിസ്വാർത്ഥനായ ഒരു ഭക്തന്റെ പരിദേവനമാണ്. ഭക്തിസാഹിത്യപ്രസ്ഥാനത്തിൽ നാരായണീയത്തിന്റെ പ്രാധാന്യം രണ്ടുവിധത്തിലാണ്. ഒരുവശത്ത് ഭാഗവതത്തിന്റെ സംക്ഷിപ്തരൂപം. മറുവശത്ത് ഭഗവാനോടുള്ള ഒരു പ്രാർത്ഥന. തന്റെ ഭക്തികാവ്യത്തിന് നിയതമായ, നിശ്ചിതമായ ഒരു ഘടന, രൂപം വേണമെന്ന് മേൽപ്പുത്തൂരിനു മുൻപായി ആരും ചിന്തിച്ചിട്ടില്ല. വ്യാസൻ തന്റെ ഇതിഹാസകല്പനയിൽ ഒരു ഹേതാവിനേയും ശ്രോതാവിനേയും ആവിഷ്ക്കരിച്ചപ്പോൾ, മേൽപ്പുത്തൂർ താൻതന്നെ ഹേതാവും ദേവൻ ശ്രോതാവുമായി നാരായണീയത്തിന്റെ ഒരു വലിയ ഭാഗം മുഴുവനും ഭക്തിരസത്തിന്റെ മാസ്മരികതയെപ്പറ്റി വർണ്ണിക്കുവാനാണ് ഉദ്യമിച്ചിട്ടുള്ളത്.

ജീവിതലക്ഷ്യം പൂർത്തീകരിക്കുവാനുള്ള ഏറ്റവും എളുപ്പ മാർഗ്ഗമായാണ് ഭക്തിയെ ഇവിടെ ഉപാസിച്ചിരിക്കുന്നത്. മറ്റു ഭക്തിരസകാവ്യങ്ങൾ ലക്ഷ്യമാക്കിയിട്ടുള്ളത് മോക്ഷമാർഗ്ഗത്തെ - മരണാനന്തരലോകത്തെയാണെങ്കിൽ നാരായണീയം ഊന്നൽ കൊടുത്തിട്ടുള്ളത് ഇഹലോകത്തെയാണ്, ഇവിടത്തെ ചരാചരങ്ങളെയാണ്. അവരുടെ ആയുസ്സ്, ആരോഗ്യം, സൗഖ്യം എന്നിവയെയൊക്കെയാണ്. പുരാണങ്ങളിലേയും

ഇതിഹാസങ്ങളിലേയും ആത്മീയ പഠനങ്ങളെ ഉൾക്കൊണ്ട് ഈ ലോകത്തിന് അനുയോജ്യമായ, പ്രായോഗികമായ ഒരു ചിന്താപദ്ധതി ഉത്തുംഗവും ഗംഭീരവുമായ ഒരു ഭാഷാശൈലിയിൽ അവതരിപ്പിച്ചുവെന്നതാണ് മേൽപ്പുത്തൂരിനെ മറ്റുള്ളവരിൽനിന്ന് വ്യത്യസ്തനാക്കുന്നത്. ലോകഭക്തി സാഹിത്യത്തിലെതന്നെ നല്ല കൃതികളിലൊന്നായി വിമർശകർ നാരായണീയത്തെ വിലയിരുത്തുന്നതും ഇതുകൊണ്ടുതന്നെ. താളനിബദ്ധമായ വൃത്തങ്ങൾ, മധുരമായ പദവിന്യാസം, ഗഹനമായ ആദ്ധ്യാത്മിക വിഷയങ്ങളെ ലളിതമായി വ്യാഖ്യാനിക്കാനുള്ള കഴിവ്, നാരായണീയത്തിൽ അടിമുടി പ്രകടമാവുന്ന ഭഗവാനിലുള്ള ആത്മാർത്ഥവും തീക്ഷ്ണവുമായ ഭക്തിപ്രഹർഷം - ഇതെല്ലാം കൊണ്ട് നാരായണീയത്തെ സംസ്കൃതസാഹിത്യത്തിലെ മനോഹരകാവ്യങ്ങളിലൊന്നായാണ് കെ.കെ. രാജ കണക്കാക്കുന്നത്.

ഗുരുവായൂരിന്റെ പ്രശസ്തിയും മാഹാത്മ്യവും ലോകമെമ്പാടും വ്യാപിപ്പിക്കുവാൻ മേൽപ്പുത്തൂരും നാരായണീയവും പ്രധാന പങ്കുവഹിച്ചിട്ടുണ്ട്. ഭാഗവതത്തിലെ മൂലകഥാപാത്രവുമായി കുരുവയൂർതേവരെ വിവക്ഷിച്ച മേൽപ്പുത്തൂർ, പ്രസ്തുത ദേവനെ ദേവാധിദേവനും ഗുരുവായൂരിനെ ഭൂലോകവൈകുണ്ഠവുമാക്കി മാറ്റി. മേൽപ്പുത്തൂരിലൂടെയാണ് ദേവന്റെ അപദാനങ്ങൾ തമിഴ്നാട്ടിലും ആന്ധ്രാപ്രദേശിലും ഇന്ത്യയുടെ ഇതരഭാഗങ്ങളിലും എത്തിച്ചേർന്നത്. നാരായണീയം എന്ന കൃതി തമിഴ്നാട്ടിൽ വളരെ നേരത്തേ തന്നെ പ്രചാരത്തിലായിരുന്നു ഇതിനു ദൃഷ്ടാന്തമായി ഗ്രന്ഥലിപിയിലെഴുതിയ നാരായണീയത്തിന്റെ ചില പകർപ്പുകൾ അവിടെനിന്നും ലഭ്യമായിട്ടുണ്ട്. മേൽപ്പുത്തൂരിലൂടെയും അദ്ദേഹത്തിന്റെ നാരായണീയത്തിലൂടെയും ഗുരുവായൂർ അഖിലേന്ത്യ പ്രശസ്തി കൈവരിച്ചു. ഗുരുവായൂരിന്റെ സുവിശേഷമെന്ന് നാരായണീയത്തെ വിശേഷിപ്പിക്കാം.

## പൂന്താനം നമ്പൂതിരി

ഗുരുവായൂർ ദേവനെ ബുദ്ധിജീവികളുടേയും വരേണ്യവർഗ്ഗത്തിന്റേയും ആരാധനാപാത്രമാക്കിയത് മേല്പ്പുത്തൂരെങ്കിൽ, അതേ ദേവനെ സാധാരണക്കാരുടെ കണ്ണിലുണ്ണിയും പ്രിയമാനസനുമാക്കിയത് പൂന്താനം നമ്പൂതിരിയാണ്. നിരവധി കൃതികൾ പൂന്താനത്തിന്റേതായിട്ടുണ്ടെങ്കിലും ഗുരുവായൂരുമായി അദ്ദേഹത്തെ താദാത്മ്യപ്പെടുത്തുന്നത് ജ്ഞാനപ്പാന, ഭാഷാകർണ്ണാമൃതം, സന്താനഗോപാലം, കൃഷ്ണഹരി, ഘനസംഘം എന്നീ കൃതികളാണ്. ആറ്റുനോറ്റുണ്ടായ ഒരേയൊരുണ്ണി നഷ്ടപ്പെട്ടതിൽ ഖിന്നനായി ഗുരുവായൂരെത്തിച്ചേർന്ന പൂന്താനം രചിച്ചതാണ് ജ്ഞാനപ്പാന. ലളിതകോമളപദാവലികൾകൊണ്ട് മനോഹരമാക്കിയ ഈ കൃതിയോട് കിടപിടിക്കാൻ മറ്റൊന്നില്ല. ഗഹനമായ തത്ത്വചിന്തകൾ ലളിതമായി പ്രതിപാദിക്കുന്നു ജ്ഞാനപ്പാനയിലൂടെ പൂന്താനം. വേദാന്ത

ചിന്തകൾ സാമാന്യവത്കരിച്ച്, ലളിതവത്ക്കരിച്ച് നശ്വരമായ മനുഷ്യ ജീവിതത്തിൽനിന്ന് ഉദാഹരണങ്ങൾ കാണിച്ച് അനുഭവത്തിന്റെ വെളിച്ച ത്തിൽ വിശദീകരിക്കുന്നു പൂന്താനം. തത്ത്വജ്ഞാനിയും ചിന്തകനും ആയ കവി സമൂഹത്തിന്റെ ഉൾത്തുടിപ്പുകളെ അടുത്തറിഞ്ഞ് കവിത രചിച്ചു. പണ്ഡിതപാമരഭേദമെന്യേ ഏവരേയും ആകർഷിക്കുന്നതാണ് അദ്ദേഹത്തിന്റെ രചനാശൈലി. ആത്മാവിന്റെ വിഹ്വലതകൾ പ്രതിഫലി പ്പിക്കുന്നവയാണ് യഥാർത്ഥ കവിതയെന്ന ഡബ്ളിയു.ബി.യീറ്റ്സിന്റെ നിരീക്ഷണം ശരിയെങ്കിൽ ആ സീമകളിലേക്ക് ഉയരുന്ന അപൂർവ്വം കവികളിലൊരാളാണ് പൂന്താനം. ലാളിത്യത്തിലും സത്യം വിളംബരം ചെയ്യുന്നതിലും ശക്തമായ, ഹൃദയദ്രവീകരണമായ ഭാഷയിൽ അവയെ അവതരിപ്പിക്കുന്നതിലും ആംഗലേയഭാഷയിൽ ബൈബിൾ മാത്രമേ ജ്ഞാനപ്പാനയ്ക്ക് തുല്യമായുള്ളൂവെന്ന് കെ.വി. കൃഷ്ണയ്യർ നിരീക്ഷി ക്കുന്നു. ഹൃദയമാകുന്ന തീച്ചൂളയിലിട്ട് ഉരുക്കി പഴുപ്പിച്ചെടുത്തതാണ് അവയിലെ ഓരോ വരികളും.

വില്വമംഗലത്തിന്റെ ശ്രീകൃഷ്ണ കർണാമൃതം എന്ന കാവ്യമാണ് പൂന്താനത്തിന്റെ ഭാഷാകർണാമൃതത്തിന് ഉപോൽബലകം. ഭാഷാകർണാ മൃതമാണ് പൂന്താനത്തിന്റെ പ്രശസ്ത കൃതി. ഇതിന്റെ രചനയിൽ മേൽപ്പുത്തൂരിന്റേയും വില്വമംഗലത്തിന്റേയും സ്വാധീനം കാണാം. സന്താനഗോപാലം എന്ന പേരിൽ വിഖ്യാതമായ കുമാരഹരണമാണ് മറ്റൊരു കൃതി. ഇതിൽ പൂന്താനം കവിയേക്കാളുപരി ഭക്തനായാണ് നിലകൊള്ളുന്നത്. ഭഗവാന്റെ സാന്നിദ്ധ്യത്തിൽ എല്ലാം മറക്കുന്ന, എന്തും മറക്കുന്ന ഒരു ഭക്തൻ. ഒരു കാവ്യമെന്ന നിലയിൽ സന്താനഗോപാലം ചെറുശ്ശേരിയുടെ കൃഷ്ണഗാഥയ്ക്ക് സമശീർഷമാവുന്നില്ല, നമ്പ്യാരുടെ തുള്ളൽകൃതികളിലുള്ളതുപോലെ നിരീക്ഷണ പാടവം പ്രകടിപ്പിക്കു ന്നുമില്ല. എങ്കിലും ഭക്തിയുടെ കാര്യത്തിൽ ഇവയെയൊക്കെ അതിശയി ക്കുന്നു.

നൂറ്റെട്ടോളം ശ്ലോകങ്ങളിൽ ഹരിയുടെ ലീലകൾ വർണ്ണിക്കുന്ന കൃഷ്ണഹരിയാണ് പൂന്താനത്തിന്റെ മറ്റൊരു രചന. ഉള്ളടക്കത്താലും ഭാഷാപ്രയോഗത്താലും എഴുത്തച്ഛന്റെ ഹരിനാമകീർത്തനത്തോടു കിടപിടിക്കുന്നതാണീ കൃതി.

ഘനസംഘം എന്ന പൂന്താനത്തിന്റെ മറ്റൊരു കൃതിയുടെ കേന്ദ്ര ബിന്ദുവും ഗുരുവായൂർ ദേവൻ തന്നെ. ഈ കൃതികളെല്ലാം തന്നെ പൂന്താനത്തിനെ ഗുരുവായൂരപ്പന്റെ ഭക്തരിൽ അഗ്രഗണ്യനാക്കി മാറ്റി. ഭക്തി സാഹിത്യ പ്രസ്ഥാനത്തിൽ ഹിന്ദി സാഹിത്യത്തിലെ സൂർദാസി നുള്ള സ്ഥാനമാണ് മലയാളത്തിൽ പൂന്താനത്തിനുള്ളത്.

പൂന്താനം കൃതികളുടെ അടിസ്ഥാനശില ഭക്തിയാണ്. ഈ ഭക്തി എഴുത്തച്ഛന്റെയോ ചെറുശ്ശേരിയുടേയോ ഭക്തിയിൽനിന്നും തികച്ചും

വ്യത്യസ്തമാണ്. എഴുത്തച്ഛൻ പ്രഭൃതികൾ ദേവനെ തങ്ങളിലുപരിയായ ഒരു ശക്തിയായി കണ്ടുവെങ്കിൽ പൂന്താനം അദ്ദേഹത്തെ തന്നോടൊപ്പമുള്ള ഒരു മനുഷ്യനായി വീക്ഷിച്ചു. ഗുരുവായൂർദേവനെ ഉണ്ണിക്കണ്ണനായി, ഇളംപൈതലായി, കുസൃതിക്കുരുന്നായി കണ്ടു. വില്വമംഗലത്തിന്റെ ഭക്തി സ്നേഹത്തിൽ - പ്രേമത്തിൽ അധിഷ്ഠിതമായിരുന്നു. മേൽപ്പുത്തൂരിന്റേത് അറിവിന്, പാണ്ഡിത്യത്തിന് ഊന്നൽ കൊടുത്തിരുന്നു, പൂന്താനത്തിന്റേതാകട്ടെ പണ്ഡിതപാമര ഭേദമെന്യേ എല്ലാവർക്കും സന്തോഷവും സമാധാനവും പ്രദാനം ചെയ്യുന്നതായിരുന്നു. തന്റെ ജീവിതത്തിലുണ്ടായ തിക്താനുഭവങ്ങളാകാം പൂന്താനത്തിനെ ഇത്തരത്തിലുള്ള ഭക്തിയുടെ സംവാഹകനാക്കിയത് തന്റെ ഹൃദയത്തിൽ നിറഞ്ഞുനിൽക്കുന്ന ദുഃഖത്തെ കവി ചിത്രീകരിക്കുന്നത് നോക്കുക

ഉണ്ണിക്കണ്ണൻ മനസ്സിൽ കളിക്കുമ്പോൾ
ഉണ്ണികൾ മറ്റു വേണമോ മക്കളായ്?

(ജ്ഞാനപ്പാന)

ഉണ്ണിക്കണ്ണന്റെ കളിക്കൊഞ്ചലുകൾ കാണാൻ അതിയായി മോഹിക്കുന്ന ഒരു കവിയെയാണ് കർണ്ണാമൃതത്തിൽ നമുക്ക് കാണാനാവുക. ആനന്ദനൃത്തത്തിലും ഹരിസ്ത്രോത്രത്തിലും ഭഗവാനെ ഉണ്ണിയായിട്ടാണ് പൂന്താനം ദർശിച്ചത്. ആനന്ദനൃത്തത്തിൽ അദ്ദേഹം ഏറ്റുപാടി

അമ്പാടി തന്നിലൊരുണ്ണിയുണ്ടങ്ങനെ
ഉണ്ണിക്കുപേരുണ്ണികൃഷ്ണനെന്നങ്ങനെ

ശരീരത്തിൽ മുഴുവൻ മണ്ണുവാരിപൂശിക്കൊണ്ട് ഹരിക്കുട്ടൻ അമ്പാടിയിൽ വളരുന്നതായി അദ്ദേഹം ഹരിസ്ത്രോത്രത്തിൽ ചിത്രീകരിക്കുന്നു.

മേൽപ്പുത്തൂരിന്റെ ഭക്തിയേക്കാൾ പൂന്താനത്തിന്റെ വിഭക്തിയാണ് തനിക്കേറെ ഇഷ്ടം എന്ന് ഗുരുവായൂരപ്പൻ വെളിപ്പെടുത്തിയതിലദ്ഭുതമില്ല. ഗുരുവായൂർ ഭക്തനെന്ന നിലയിൽ പുംസ്കോകിലമായ പൂന്താനം ഉണ്ണികൃഷ്ണസങ്കല്പത്തിനും ആരാധനയ്ക്കും പ്രാധാന്യം നൽകുകയും പുരാണപാരായണത്തെ ജനകീയമാക്കുകയും മോക്ഷപ്രാപ്തിക്ക് നാമജപമാണ് കൂടുതൽ അഭികാമ്യമെന്ന് പ്രഖ്യാപിക്കുകയും ചെയ്തു.

## മാനവേദൻ (1585-1658 )

ഗുരുവായൂർ ക്ഷേത്രവുമായി അഭേദ്യബന്ധമുള്ള ഒരു കൃതിയാണ് കൃഷ്ണഗീതി. 1653 ADയിൽ മാനവേദസാമൂതിരി രചിച്ചതാണിത്. ഗുരുവായൂർ ക്ഷേത്രത്തിൽ ദിവസങ്ങളോളം സമയം ചെലവഴിച്ച

മാനവേദന് ഒരിക്കൽ ഗുരുവായൂരപ്പന്റെ ദർശനമുണ്ടായെന്നും അന്ന് അദ്ദേഹം ദർശിച്ച ബാലഗോപാല ദിവ്യ കൈശോരവേഷത്തെ അടിസ്ഥാനമാക്കി രചിച്ചതാണ് കൃഷ്ണഗീതി എന്നും പറയപ്പെടുന്നു. കൃഷ്ണാവതാരം മുതൽ സ്വർഗ്ഗാരോഹണംവരെ പ്രതിപാദിക്കുന്ന കൃഷ്ണഗീതിയിലെ മൂലകഥാപാത്രം ശ്രീകൃഷ്ണനാണ്. എട്ടു ഖണ്ഡങ്ങളുള്ള ഈ കൃതിയെ കൃഷ്ണാഷ്ടകം എന്നും വിളിക്കുന്നു. കൃഷ്ണഗീതി എന്ന കാവ്യം രചിച്ചതിനാൽ മാനവേദനെ കൃഷ്ണാട്ടം സാമൂതിരി എന്നും വിളിക്കുന്നു.

ഭ്രാജിഷ്ണുർ ഗുരുവായൂമന്ദിരഃ
വിരോചിഷ്ണു സവിഷ്ണു സ്വയം.

എന്ന് ഗുരുവായൂരപ്പനെ മാനവേദൻ ഈ കൃതിയിൽ സ്തുതിക്കുന്നു. പൂർവ്വ ഭാരതം ചമ്പു എന്ന മറ്റൊരു കൃതിയിൽ ഗുരുവായൂർ ദേവനെ അദ്ദേഹം വർണ്ണിക്കുന്നതിങ്ങനെ.

അത്യന്തോല്ലാസിതം വിഭൂഷണഗണൈരുല്ലാസതോല്ലാസകം
ദീനാനാം ഗുരുമാരുതാലയഗതം ത്രൈലോക്യ ഭാഗ്യാങ്കുരം
നീരുന്നിർമ്മലകാന്തി കന്ദളഭാരൈരിന്ദിന്ദിരാനിന്ദിരാ
ലീലാമന്ദിരമിന്ദു സുന്ദരമുഖം വന്ദേ പരം ദൈവതം.

ഗുരുവായൂർ ഭക്തനെന്ന നിലയിൽ മാനവേദൻ സമാനതകളില്ലാതെ നിലകൊള്ളുന്നു. ഇതുകൊണ്ടാകാം അദ്ദേഹത്തിന്റെ മറ്റൊരു കൃതിക്കും അവകാശപ്പെടാനില്ലാത്ത ഒരു ദിവ്യപരിവേഷം കൃഷ്ണഗീതിക്കും നൽകപ്പെട്ടിരിക്കുന്നത്.

## സ്തവങ്ങൾ, സ്തോത്രങ്ങൾ, മുക്തകങ്ങൾ

ഗുരുവായൂർ ക്ഷേത്രത്തെപ്പറ്റിയുള്ള സ്തവങ്ങളും സ്തോത്രങ്ങളും കീർത്തനങ്ങളും മുക്തകങ്ങളും നിരവധിയാണ്. ഇരയിമ്മൻ തമ്പിയുടേയും കേരളവർമ്മവലിയകോയിത്തമ്പുരാന്റേയും സ്തവങ്ങളാണ് ഗുരുവായൂരിനെപ്പറ്റിയുള്ളവയിൽ പ്രധാനപ്പെട്ടത്. ആട്ടക്കഥാസാഹിത്യത്തിലെ മുടിചൂടാമന്നനായ ഇരയിമ്മൻതമ്പി ഗുരുവായൂർ ദേവനെക്കുറിച്ച് വളരെ സുന്ദരവും മനോഹരവുമായ ഒരു ലഘുഗീതം രചിച്ചിട്ടുണ്ട്. 'കരുണചെയ്വാൻ എന്തു താമസം കൃഷ്ണാ' എന്നു ആരംഭിക്കുന്ന പ്രസിദ്ധ സ്തുതിയിൽ ഗുരുവായൂർ പുരേശനെ അഖിലദുരിതഹരണ ഭഗവൻ എന്നും ശരണാഗതന്മാർക്കിഷ്ടവരദാനം ചെയ്യുന്ന പരമപുരുഷൻ എന്നും വിശേഷിപ്പിച്ചിരിക്കുന്നു. സംഗീതക്കച്ചേരികളിൽ ആലപിക്കുവാൻ വേണ്ടി രചിക്കപ്പെട്ട ഈ സ്തുതി വളരെ പ്രസിദ്ധിയാർജ്ജിച്ചത് ചെമ്പൈ വൈദ്യനാഥഭാഗവതരുടെ ആലാപനത്തോടുകൂടിയാണ്. ചെമ്പടതാളത്തിൽ ശ്രീരാഗത്തിൽ യദുകുലകാംബോജിയിൽ ചെമ്പൈ തന്റെ

കച്ചേരികൾ അവസാനിപ്പിക്കുക ഈ ഗാനാലാപനത്തോടുകൂടി യായിരുന്നു.

കേരളവർമ്മ കോയിത്തമ്പുരാന്റേതായി ഗുരുവായൂർ ദേവനെ ക്കുറിച്ചുള്ള സ്തോത്രമാണ് ഗുരുവായൂപുരേശസ്തവം എന്ന ലഘുകൃതി. തന്നെ ബാധിച്ച രക്തവാതത്തിൽനിന്ന് മുക്തി തേടി ഗുരുവായൂരെത്തിയ തമ്പുരാൻ 51 ശ്ലോകങ്ങളിലായി ഗുരുവായൂർപുരേശനെ വാഴ്ത്തുന്നു. ഗുരുവായുരപ്പന്റെ പ്രകാശധാവള്യത്തിൽ മറെറല്ലാ ദീപങ്ങളും നിഷ്പ്രഭ മായി പോകുന്നുവെന്ന് കൃതിയുടെ ആരംഭത്തിൽ ദേവനെ പ്രശംസി ക്കുന്ന തമ്പുരാൻ തന്റെ രചന അവസാനിപ്പിക്കുന്നതും ദേവനെ സ്തുതിച്ചുകൊണ്ടാണ്.

ഖദ്യോതായുത കോടിനിസ്തുല മഹസ്സന്ദേഹപാരമ്പരീ
ഖദ്യോതീകരണ പ്രവീണസുഷമം വാതാലയേശം ഭജേ.

നാനാർത്ഥ രത്നമാലയിലും മേദിനിയിലും ഉപയോഗിക്കുന്ന ഏകാ ക്ഷരങ്ങൾ കൊണ്ടൊരു പുഷ്പഹാരം തീർത്തിരിക്കുകയാണ് തമ്പുരാൻ. ഈ കൃതിയുടെ മറ്റൊരു പ്രത്യേകത, മിക്ക ശ്ലോകങ്ങളുടേയും മൂന്നാം പാദം ആരംഭിക്കുന്നത് 'ഖ' എന്ന അക്ഷരത്തോടുകൂടെയാണെന്നതാണ്. ഓരോ ശ്ലോകവും മലയാളം അക്ഷരമാലയിലെ 'അ' മുതൽ 'ക്ഷ' വരെയുള്ള അക്ഷരങ്ങൾ കൊണ്ടാണ് ആരംഭിക്കുന്നത്. സ്തുതി മുഴുവനായി വായിച്ചുകഴിഞ്ഞാൽ അക്ഷരമാലയിലെ 51 അക്ഷരങ്ങളും നമ്മുടെ മുൻപിൽ ഒന്നിനുപിറകെ ഒന്നായി തെളിഞ്ഞുവരും. ഒരു സാഹിത്യസൃഷ്ടി എന്ന നിലയിൽ അത്ര മികച്ചതല്ലെങ്കിലും ഭക്തി കാവ്യമെന്ന നിലയിൽ ഈ കൃതിക്ക് അതുല്യമായ സ്ഥാനമുണ്ട്. ഒരു വാതരോഗശമനകേന്ദ്രം (വാതാലയം) എന്ന നിലയിൽ ഗുരുവായൂരിന്റെ പ്രശസ്തി തിരുവിതാംകൂറിലേക്കും അക്കാലത്ത് വ്യാപിച്ചിരുന്നതായി ഈ കൃതി ഭംഗ്യന്തരേണ സൂചിപ്പിക്കുന്നു. തങ്ങളുടെ അസുഖശമന ത്തിനായി ഭക്തർ തിരുവിതാംകൂറിൽനിന്ന് അന്നത്തെ മലബാറിലേക്ക് വന്നുതുടങ്ങിയെന്ന സൂചനയും ഈ കൃതി നൽകുന്നു.

പൂന്തോട്ടത്ത് മഹൻ നമ്പൂതിരി (1857-1946) ഗുരുവായൂർ മാഹാത്മ്യം കിളിപ്പാട്ടുരൂപത്തിൽ രചിച്ചിട്ടുണ്ട്. കിളിപ്പാട്ടുശൈലിയിൽ ഗുരുവായൂർ പുരേശനെ പ്രകീർത്തിക്കുന്ന ഒരേ ഒരു കൃതി പൂന്തോട്ടത്തിന്റേതാണ്. നരിക്കുനീ ഉണ്ണീരിക്കുട്ടി വൈദ്യൻ (1848-1910) രചിച്ചതാണ് ഗുരുവായൂർ പുരേശസ്തോത്രം. കെ.വി. അവിനാശി എഴുത്തച്ഛൻ (1864-1910) ഗുരുവായൂർ പുരേശസ്തവം എന്നൊരു കൃതി സംസ്കൃതഭാഷയിൽ രചിച്ചിട്ടുണ്ട്. കൊടുങ്ങല്ലൂർ കുഞ്ഞിക്കുട്ടൻ തമ്പുരാന്റേതായി (1865 -1912) അതേപേരിൽ അതേ ഭാഷയിൽതന്നെ മറ്റൊരു സ്തവം കൂടിയുണ്ട്.

ഗുരുവായൂരിനെപ്പറ്റി നടുവത്തു മഹൻ നമ്പൂതിരി (1869 -1944 ) മൂന്നു കൃതികൾ രചിച്ചിട്ടുണ്ട്. ആദ്യകൃതിയായ ഗുരുവായൂരപ്പന്റെ കഥയിൽ

ഭഗവാന്റെ ലീലാവിലാസങ്ങൾ വർണ്ണിക്കുന്നു. രണ്ടാമത്തെ കൃതിയാകട്ടെ ഭഗവാന്റെ അപദാനങ്ങൾ കൈകൊട്ടിക്കളിപ്പാട്ടായി അവതരിപ്പിക്കുന്നു. മൂന്നാമത്തെ കൃതിയായ ഭക്തലഹരി 173 ശ്ലോകങ്ങൾ അടങ്ങിയ ഒരു സ്തോത്രമാണ്. തപോവനസ്വാമികൾ, അഞ്ചുശ്ലോകങ്ങളടങ്ങിയ ശ്രീഗുരുപവന പുരാധീശപഞ്ചകം എന്ന സംസ്കൃതകവനം രചിച്ചിട്ടുണ്ട്.

തദ് രൂപം തവ ദിവ്യദിവ്യമനിലാധീശ പ്രഭോ കൃഷ്ണ

മേ സാക്ഷാദ് ക്ഷിപഥം ഗവിഷ്ഠതി കദാ ചിത്തഞ്ച വർദ്ധിഷ്യതേ

എന്ന പ്രാർത്ഥനയോടുകൂടിയാണ് ഈ കൃതി അവസാനിക്കുന്നത്.

ഗുരുവായൂർ ദേവനെ പ്രകീർത്തിക്കുന്ന മുക്തകങ്ങളും ഒറ്റ ശ്ലോകങ്ങളും നിരവധിയാണ്. ഗുരുവായൂർ സന്ദർശിച്ച അവസരത്തിൽ ഒടുവിൽ ശങ്കരൻകുട്ടിമേനോൻ (1884 –1544) ദേവനെപ്പറ്റി ഒരു മുക്തകം രചിക്കുകയുണ്ടായി. മാങ്കുളങ്ങര കുഞ്ഞൻവാരിയർ തന്റെ രണ്ടു കൃതികളായ ബാലകൃഷ്ണസങ്കീർത്തനം, വിശ്വംഭരവിലാസം എന്നിവയിൽ ഗുരുവായൂർ കൃഷ്ണന്റെ അപദാനങ്ങൾ പ്രകീർത്തിക്കുന്നുണ്ട്. ദക്ഷിണയാത്ര എന്ന മറ്റൊരു കൃതിയിൽ ഗുരുവായൂർ ക്ഷേത്രത്തെക്കുറിച്ച് സംക്ഷിപ്തവിവരണം നൽകുന്നുണ്ട്. ഒറ്റശ്ലോകങ്ങളുടെ തൽക്ഷണ സ്രഷ്ടാവായ ചേലപ്പറമ്പ് നമ്പൂതിരിയും 'അബ്ദാർത്ഥേനഹരീം' എന്നു തുടങ്ങുന്ന ഒരു ശ്ലോകം ഗുരുവായൂർ ദേവനെക്കുറിച്ച് രചിച്ചിട്ടുണ്ട്.

ഭക്തി സാഹിത്യത്തിൽ ഒരു പ്രമുഖ സ്ഥാനം നേടിയെടുത്തിരിക്കുന്നു സുപ്രഭാത സ്തോത്രങ്ങൾ. എം.എസ്. സുബ്ബലക്ഷിമിയുടെ ആലാപന മാധുര്യംകൊണ്ട് പ്രസിദ്ധമായ വെങ്കിടേശ്വര സുപ്രഭാതംപോലെ ഗുരുവായൂരിനും അതോടൊപ്പം നിൽക്കുന്ന ചില സ്തോത്രങ്ങൾ ഉണ്ട്. എൻ.ഡി. കൃഷണനുണ്ണി, വാസുദേവൻ ഇളയത്, ഒതേനൻനമ്പ്യാർ എന്നിവർ രചിച്ച പ്രഭാതഗീതങ്ങൾ പ്രസിദ്ധങ്ങളാണ്. നഷ്ടപ്പെട്ടുപോയ തന്റെ കാഴ്ച തിരിച്ചുകിട്ടണമെന്ന അപേക്ഷയോടെയാണ് 68 ശ്ലോകങ്ങളിലായി, അഞ്ച് ഭാഗങ്ങളായി നമ്പ്യാർ ഗുരുവായൂരപ്പന്റെ അപദാനങ്ങൾ പാടിപുകഴ്ത്തുന്നത്. ശ്രീഗുരുവായൂരപ്പസുപ്രഭാതം എന്ന ആ കൃതിയിലൂടെ ഭഗവാനെ രോഗശമനത്തിന്റെ അവസാനവാക്കായി ചിത്രീകരിച്ചിരിക്കുന്നു.

പേരാർന്നൊരാദിമ ഭിഷഗ്വരപാർക്കിലേതു

മാറാത്ത ഘോരഗതമാകിലുമീശ നിന്നെ

നേരായ് ഭജിച്ചു സുജനങ്ങളകറ്റീടുന്നു.

സീരപ്രിയാനുജ വിഭോ തവ സുപ്രഭാതം.

മലയാള ഭാഷയിൽ എഴുതപ്പെട്ട സുപ്രഭാത സ്തോത്രങ്ങളിലൊന്നാണെന്ന പ്രത്യേകതയും ഈ കൃതിക്കുണ്ട്. ഗുരുവായൂർ ഭക്തികാവ്യങ്ങളിൽ ഒരനുപമ സ്ഥാനത്തിന് ഈ കൃതിക്കർഹതയുണ്ട്.

## കവിതകൾ, കാവ്യങ്ങൾ

സാഹിത്യശാഖകളിൽ ഗാനസാഹിത്യമാണ് ഗുരുവായൂർ ക്ഷേത്രപ്രഭയിൽ - ദേവതേജസ്സിൽ ഏറെ തിളങ്ങിയത്. ഗുരുവായൂർ ദേവനെ വാഴ്ത്തിപ്പാടാത്ത മലയാളകവികൾ ദുർല്ലഭം. കവിത്രയങ്ങളിൽ ഏറ്റവും ജനകീയനായ വള്ളത്തോൾ ഗുരുവായൂരിനെപ്പറ്റി രണ്ടു കവിതകളും ചില അഷ്ടകങ്ങളും രചിച്ചിട്ടുണ്ട്. സാഹിത്യമഞ്ജരിയിലുൾപ്പെടുത്തിയ ഭക്തിയും വിഭക്തിയും എന്ന കവിത മേൽപ്പുത്തൂരും പൂന്താനവും തമ്മിലുള്ള ഭക്തിവിഭക്തി മാത്സരത്തെ ഇതിവൃത്തമാക്കി രചിച്ചിട്ടുള്ളതാണ്. മേൽപ്പുത്തൂരിന്റെ ഗരിമ - വിഭക്തിയുടെ മേൽ പൂന്താനത്തിന്റെ എളിമ - ഭക്തിയുടെ വിജയം ഉദ്ഘോഷിക്കുന്ന ഈ കവിത ഗുരുവായൂർ ദേവനെക്കുറിച്ചും ക്ഷേത്രത്തെപ്പറ്റിയുമുള്ള മനോഹരമായ വർണ്ണനകൾകൊണ്ട് സമ്പന്നമാണ്. ക്ഷേത്രനട തുറന്നപ്പോൾ ശോഭനവും തേജോമയവുമായ ഒരു നവലോകത്തിന്റെ, ഒരു പുതിയ താരകത്തിന്റെ ഉദയം അനുഭവപ്പെട്ടതായി കവി വർണ്ണിക്കുന്നു.

> ശ്രീകോവിൽ നടയതാ തുറന്നൂ പുതിയൊരു
> ലോകമിതേതോ ഹന്ത! ശോഭനം തേജോമയം
> കർമ്മസാക്ഷിയാം ദേവൻ പടിഞ്ഞാറുദിച്ചിതോ
> കമ്രനക്ഷത്രവ്രാതമേകത്ര കൂടിച്ചേർന്നോ...

അതിനാൽ, സച്ചിദാനന്ദാമൃതം നമ്മിലേക്കൊഴുകുവാൻ കണ്ണുകൾ തുറന്നു പിടിക്കുവാൻ കവി അഭ്യർത്ഥിക്കുന്നു.

> നിർന്നിമേഷമായ് നില്ക്ക നേത്രമേ ഭാഗ്യലിതാ
> നിന്നിലേക്കൊഴുകുന്നു സച്ചിദാനന്ദാമൃതം.

ഭാവനയാകുന്ന രാജഹംസത്തിന്റെ ചിറകിലേറി ഭക്തി ഇതുപോലെ വട്ടമിട്ടു പറക്കുന്ന കാഴ്ച വിശ്വസാഹിത്യത്തിൽ തന്നെ വിരളമെന്ന് ശൂരനാട്ടുകുഞ്ഞൻപിള്ള പ്രസ്താവിക്കുന്നു. ഭഗവാന്റെ കേശാദിപാദ വർണ്ണനകൊണ്ടും ഈ കവിത നമ്മെ ആകർഷിക്കുന്നു.

വള്ളത്തോളിന്റെ തന്നെ 'ആ മോതിരം' എന്ന കവിത പൂന്താനത്തിന്റെ നഷ്ടപ്പെട്ടുപോയ മോതിരം ഭഗവത് അനുഗ്രഹത്താൽ തിരികെ ലഭിച്ച സംഭവത്തെ അവലംബിച്ചുകൊണ്ടുള്ളതാണ്. 'വാസുദേവാഷ്ടകം' എന്ന പേരിൽ രചിച്ച മറ്റൊരു കവിതയും വള്ളത്തോളിന്റേതായുണ്ട്. ഈ അഷ്ടകത്തിലെ ആദ്യാക്ഷരങ്ങൾ കൂട്ടിവായിച്ചാൽ 'ശ്രീവാസുദേവായ നമ' എന്ന അഷ്ടാക്ഷരി തെളിഞ്ഞുവരുന്നു എന്നതാണ് ഇതിന്റെ പ്രത്യേകത.

മാടശ്ശേരി മാധവവാര്യർ രചിച്ച 'മാധവന്റെ മഹാകാവ്യം' ഗുരുവായൂരിനെക്കുറിച്ചുള്ളതാണ്. മേൽപ്പുത്തൂരിനെപ്പോലെതന്നെ തനിക്കുണ്ടായ

വാതരോഗപരിഹാരാർത്ഥം അദ്ദേഹം രചിച്ച ഈ കൃതി പ്രസ്തുത രോഗ ബാധിതന്റെ വിഷമങ്ങൾ ഹൃദയദ്രവീകരണമായി വർണ്ണിക്കുന്നു. 'ദ്വേധാ നാരായണീയം' എന്നതുപോലെ മാധവനെപ്പറ്റി മാധവൻ രചിച്ച തായതിനാൽ 'ദ്വേധാ മാധവീയം' എന്ന് ഈ കൃതിക്കവകാശപ്പെടാ മെന്നാണ് കവിയുടെ വിലയിരുത്തൽ. സാഹിത്യപരമായി പല പോരായ്മ കളുണ്ടെങ്കിലും കേശവീയം, നാരായണീയം എന്നിവപോലെ മഹത്തര മല്ലെങ്കിലും ഗുരുവായൂരിനെപ്പറ്റിയുള്ള ഒരു സമർപ്പണ - അർച്ചന എന്ന നിലയിൽ ഭക്തി സാഹിത്യത്തിൽ തനതായ ഒരു സ്ഥാനം ഈ കൃതിക്ക് കല്പിക്കാം.

ഗുരുവായൂരിന്റെ ആസ്ഥാനകവിയാണ് പി. കുഞ്ഞിരാമൻനായർ. ഗുരുവായൂരിനെപ്പറ്റിയും അവിടത്തെ ദേവനെപ്പറ്റിയും ഇത്രമാത്രം പാടി പ്പുകഴ്ത്തിയ മറ്റൊരു കവി മലയാളത്തിൽ ഇല്ലതന്നെ. ദേവനിലുള്ള അകമഴിഞ്ഞ, അചഞ്ചലമായ ഭക്തി ഒരു ആസക്തിയായി, ലഹരിയായി ക്കൊണ്ടുനടന്ന പി. ജീവിതത്തിന്റെ നല്ലൊരു ഭാഗം ഗുരുവായൂരിൽതന്നെ ചെലവഴിച്ചു. ഗുരുവായൂരിനെ അവലംബമാക്കി അദ്ദേഹം രചിച്ച കൃതി കളിൽ പ്രധാനപ്പെട്ടവ രഥോത്സവം, ഭദ്രദീപം, അനന്തൻകട്ടിൽ, താമരമാല, തിരുനടയിൽ, നിറമാല എന്നിവയാണ്. 1943-46 കാലഘട്ടിൽ അദ്ദേഹം രചിച്ച 'രഥോത്സവം' എന്ന കൃതി എന്തുകൊണ്ടും വേറിട്ടു നില്ക്കുന്നു. ഐതിഹ്യവും സംസ്കാരവും ചരിത്രവും കാവ്യഭംഗിയും ഒത്തിണങ്ങി നിൽക്കുന്ന ഒരു കാവ്യമത്രേ രഥോത്സവം. ഗുരുവായൂർ ക്ഷേത്രത്തിലെ പൂജാക്രമങ്ങൾ, ആഘോഷങ്ങൾ, ആചാരങ്ങൾ, വിശ്വാസങ്ങൾ എന്നിവയെല്ലാം ചേതോഹരമായി ഈ കൃതിയിൽ പ്രതിപാദിച്ചിരിക്കുന്നു. കണ്ണിന്നമൃതധാരയായി, മധുക്ഷീരസമുദ്രമായി കർപ്പൂരക്കൂമ്പാരത്തിലൊരമ്പലം അങ്ങു ദൂരെ കാണാമെന്ന കവി സങ്കല്പം എത്ര മനോഹരമാണ്, ഉദാത്തമാണ്.

തീർത്ഥയാത്ര നടങ്ങൾക്ക് മധ്യേ ക്ഷീരസമുദ്രമായ്
കാണുന്നു ദൂരെ കർപ്പൂരമണൽത്തിട്ടിലൊരമ്പലം

എന്ന് തിരുമുടിമാലയിലും

നവരത്നങ്ങൾ വിളയും കടലിൽ കരൾ തേങ്ങവേ
വലംപിരി ശംഖുപോലെ പൊങ്ങിവന്നിതൊരമ്പലം.

എന്ന് പ്രഭാതത്തിലും കവി വർണ്ണിക്കുന്നു. സാഗരവീചികൾ ഇടയ്ക്ക കൊട്ടിപ്പാടുന്നത് ഭഗവാന്റെ അപദാനങ്ങളാണ്. സഹ്യപർവ്വതം ധ്യാന സ്മിതമായി കൈകൂപ്പുന്നതും ഭഗവത്തൃപ്പാദങ്ങളിൽ തന്നെ.

ഇടയ്ക്ക കൊട്ടിപ്പാടുന്ന മഹാസാഗരവീചികൾ
ധ്യാനസ്മിതമായി നില്പൂ സഹ്യപർവ്വതപംക്തികൾ

എന്ന് വീണ്ടും തിരുമുടിമാലയിലും പാടിത്തീരാതെ, തീർത്ഥങ്ങളിൽ ഗംഗയെപ്പോലെ പവിത്രയും മന്ത്രങ്ങളിൽ പ്രണവം പോലെയും വിശിഷ്ടമാണ് ഗുരുവായൂർ ക്ഷേത്രമെന്ന് കവി വിശേഷിപ്പിക്കുന്നു. ഗുരുവായൂരിലെ ദിനരാത്രങ്ങളും ഉദയാസ്തമനങ്ങളും കവിഭാവനയ്ക്ക് ചാരുത പകരുന്നു. മേടവിഷുക്കാലത്ത് പ്രഭാതസൂര്യരശ്മികൾ ഭഗവത്പാദങ്ങളിൽ പതിക്കുന്നത് എത്ര ഭാവനാവിലാസത്തോടെയാണ് കവി ചിത്രീകരിച്ചിരിക്കുന്നതെന്നു നോക്കുക.

വഴിപാട് കഴിക്കുന്നു വരുംവാസരമൊക്കെയും
താരകാഭരണം ചാർത്തിത്തൊഴാനെത്തുന്നു രാത്രികൾ...
മാണിക്യമണിയാമുണ്ണിസൂര്യന്നായുസ്സുനീളുവാൻ
സ്വർണ്ണംകൊണ്ട് തുലാഭാരം തൂക്കുന്നപുലർകാലവേളകൾ

അനന്തൻകാട്ടിൽ ചെന്ന് കണ്ണനെ കണ്ട വില്വമംഗലത്തിന്റെ കഥ പ്രതിപാദിക്കുന്ന 'അനന്തൻകാട്ടിൽ' എന്ന കവിത ഗുരുവായൂരപ്പന്റെ കേശാദിപാദവർണ്ണനകൊണ്ടു സമ്പന്നമായിരിക്കുന്നു. 'കണികണ്ടൂ' എന്ന ലഘുകൃതിയിൽ ഭഗവാനെ ആദ്യമായി വിഷു ദിവസം ദർശിച്ച പ്പോൾ കവിക്കുണ്ടായ മനോവികാരങ്ങൾ പ്രകടിപ്പിക്കുന്നു.

കണികണ്ടു കണ്ടു കടൽനിറം വാഴ്ത്തും
കമനീയകാന്തി കണികണ്ടൂ
അഴകിൻ തേനലപ്പുഴകളൊന്നായി-
ട്ടൊഴുകുമാ രൂപം കണികണ്ടൂ

'താമരമാല'യിൽ ദേവന്റെ വാകച്ചാർത്തിനെ വർണ്ണിക്കുന്നു. 'നിറപറ', 'നിറമാല' എന്നീ കവിതകളിൽ ഉദാത്തമായ ഭക്തിയും ഭാവങ്ങളും കല്പനകളും ബിംബങ്ങളും പ്രകടമാണ്. 'അന്തിത്തിരി'യിലും തിരുനട യിലും ഗുരുവായൂർക്ഷേത്രവും പരിസരവും നിറഞ്ഞുനിൽക്കുന്നു. ബിംബകല്പനകളിലും കാവ്യബിംബങ്ങളിലും മറ്റും ഗുരുവായൂർ ക്ഷേത്രം പി.യെ ഒട്ടൊന്നുമല്ല സ്വാധീനിച്ചിട്ടുള്ളത്. 'രഥോത്സവം ' എന്ന അവസാന കൃതി ഗുരുവായൂരപ്പനാണ് കവി സമർപ്പിക്കുന്നത്. അതില ദ്ദേഹം പാടി.

അന്ധരാം നാം കണ്ടുപോലും ശ്യാമസുന്ദര വിഗ്രഹം
ചൊല്ലി നാം, കണ്ടുവോ നമ്മെ തിരക്കിൽ ശ്യാമസുന്ദരൻ?

കേരളത്തിന്റെ, ഭാരതത്തിന്റെ ദേശിയോദ്ഗ്രഥനത്തിന് ഏറ്റവും അനു യോജ്യമായ സ്ഥാനം - കേന്ദ്രം ഗുരുവായൂരാണെന്ന് കവി പ്രഖ്യാപിച്ചു. അദ്ദേഹത്തെ സംബന്ധിച്ചേടത്തോളം അതൊരു നവലോകമാണ്.

ആധുനിക കവികളിൽ മുരളി എന്ന തൂലികാനാമത്തിൽ പ്രസിദ്ധനായ താമരശ്ശേരി കൃഷ്ണൻഭട്ടതിരിയും ഭക്തകവികളിൽ അഗ്രേസരനായ ഓട്ടൂർ ഉണ്ണിനമ്പൂതിരിപ്പാടും ഗുരുവായൂർ ഭക്തരായിരുന്നു. ഓട്ടൂരിനു

ഗുരുവായൂരപ്പൻ ഒരു ലഹരിയായിരുന്നു, പ്രതീക്ഷയുടെ നിറകുടം ആയിരുന്നുവെന്ന് എൻ.വി കൃഷ്ണവാര്യർ യമുനാകുഞ്ജം എന്ന കൃതിയുടെ അവതാരികയിൽ പ്രസ്താവിച്ചിട്ടുണ്ട്.

ഓട്ടൂരിന്റെ ഇഷ്ടദേവനും ഉപാസനാമൂർത്തിയുമാണ് ഗുരുവായൂരപ്പൻ. ഗുരുവായൂർ ദേവന്റെ മഹത്ത്വത്തെ ആവിഷ്ക്കരിക്കുന്നവയാണ് അദ്ദേഹത്തിന്റെ 47 ചെറുകവിതകളുടെ സമാഹാരമായ യമുനാകുഞ്ജം. ഭക്തിയാണ് ഈ കൃതിയുടെ മുഖമുദ്ര. ദേവന്റെ മുമ്പിൽ എല്ലാം മറക്കുന്ന ഒരു ഭക്തന്റെ ഗാനാമൃതമാണ് യമുനാകുഞ്ജം. കവി ചുറ്റുപാടും കാണുന്നത് കൃഷ്ണന്റെ രൂപമാണ്, ചുറ്റുപാടും കേൾക്കുന്നതാകട്ടെ ഭഗവാന്റെ മുരളീനാദമാണ്. അദ്ദേഹം ആലപിക്കുന്നത് ഭഗവാന്റെ സ്തുതികളും. വാഴ്ത്തുന്നത് ആ ശക്തിയുടെ അപദാനങ്ങളും മാത്രം. ഭഗവാനിലുള്ള അദമ്യമായ വിശ്വാസമാണ് കവി ജീവിതത്തിന്റെ സത്തയായി, മൂല്യമായി കാണുന്നത്. ഈ സമാഹരത്തിലെതന്നെ, ദേവന്റെ പ്രഥമദർശനം വിവരിക്കുന്ന, നിർമ്മാല്യദർശനം, കേശാദി പാദവർണ്ണന ഉൾക്കൊള്ളുന്ന പാദാദികേശം, രാസനൃത്തം, യമുനാകുഞ്ജം, ഭഗവത്നാമം, ശ്രീഗുരുവായൂരപ്പൻ എന്നിവയിൽ ഗുരുവായൂരും അവിടത്തെ ദേവനും നിറഞ്ഞുനിൽക്കുന്നു.

സൂര്യദേവൻ അങ്ങയുടെ തൃപ്പാദങ്ങളിൽ
നമസ്ക്കരിക്കുന്നു.
ചന്ദ്രദേവനാകട്ടെ അങ്ങയുടെ
ക്ഷേത്രഗോപുരാഗ്രം പ്രകാശമാനമാക്കുന്നു.
മേഘശകലങ്ങൾ അവിടുത്തെ തൃപ്പാദങ്ങളിൽ
സ്നേഹമഴത്തുള്ളികൾ പൊഴിക്കുന്നു/അർപ്പിക്കുന്നു.
ഗുരുവായൂർ വാഴുന്ന ദേവാ ഞാനങ്ങയെ
സാഷ്ടാംഗം പ്രണമിക്കുന്നു.

മദ്ധ്യകാല ഭക്തികാവ്യങ്ങളിൽ പ്രകടമാകുന്ന അലങ്കാര ധാരാളിത്തമോ പദബാഹുല്യമോ അതിശയോക്തികളോ ഓട്ടൂർ കൃതികളിൽ ഒട്ടും ഇല്ല തന്നെ. സ്തോത്ര സാഹിത്യ ചരിത്രത്തിൽ ഓട്ടൂർ കൃതികൾ ഒരു പ്രധാന ഇടം നേടിയെടുത്തിട്ടുണ്ട്

താമരശ്ശേരി ഭട്ടതിരിയുടെ ബൃഹദ്കാവ്യമായ ശ്രീകൃഷ്ണകർണ്ണാമൃതം (2 ഭാഗങ്ങൾ) കൃഷ്ണകഥ വിശദമായി ആഖ്യാനം ചെയ്യുന്നു. ഭാഗവതത്തിലെ 10,11,12 സ്കന്ധങ്ങളെ ആധാരമാക്കി രചിക്കപ്പെട്ട ഈ കൃതി സാന്ധില്യമഹർഷി ഗുരുവായൂർ ഭക്തർക്ക് കൃഷ്ണകഥ വിശദീകരിച്ചു കൊടുക്കുന്ന രീതിയിലാണ് രചിച്ചിട്ടുള്ളത്. മൂലകൃതിയിൽ നിന്നും വ്യത്യസ്തമായി ഗുരുവായൂരുമായി ബന്ധപ്പെടുത്തി ആഖ്യാനം

ചെയ്തിരിക്കുന്നതിനാൽ ഗുരുവായൂർ സാഹിത്യത്തിൽ ഈ കൃതിക്ക് അനന്യമായ ഒരു സ്ഥാനമുണ്ട്.

ഭാഗവതത്തിലെ കേന്ദ്രകഥാപാത്രമായ വിഷ്ണുഭഗവാനെ ഗുരുവായൂർകൃഷ്ണനായി അവതരിപ്പിച്ചിരിക്കുകയാണിവിടെ. എണ്ണായിരത്തോളം ശ്ലോകങ്ങളുള്ള ഒന്നാം ഭാഗത്തിൽ ശ്രീകൃഷ്ണന്റെ ജീവിതവുമായി ബന്ധപ്പെട്ട സംഭവങ്ങളാണ് വിവരിക്കുന്നതെങ്കിൽ രണ്ടാം ഭാഗമായ ഉപാസനാകാണ്ഡത്തിൽ തത്ത്വചിന്താശകലങ്ങളാണ് വിശദീകരിക്കുന്നത്. എഴുത്തച്ഛന്റെ കിളിപ്പാട്ടിന്റെ ഗാംഭീര്യവും നമ്പ്യാരുടെ തുള്ളൽപ്പാട്ടിലെ ഹാസ്യഭാവവും ചെറുശ്ശേരിയുടെ കൃഷ്ണഗാഥയിലെ ലാളിത്യവും സമഞ്ജസമായി സമന്വയിക്കപ്പെടുന്നു ഈ കൃതിയിലെന്ന് ഓട്ടൂർനമ്പൂതിരിപ്പാട് പ്രസ്താവിച്ചിട്ടുണ്ട്. ജ്ഞാനപ്പാന കൈവരിച്ച തത്ത്വചിന്തയുടെ ഉന്നതിയും നാരായണീയത്തിന്റെ ആഴവും പരപ്പും ഈ കൃതിയിൽ ദർശിക്കാം. ഒരു ശ്രേഷ്ഠകാവ്യം എന്ന നിലയ്ക്ക് 'കഥാമൃതം' ഭക്തിസാഹിത്യത്തിലെ അമൂല്യനിധിയാണ്.

## സമീപകാലകവിതകൾ, ഗാനങ്ങൾ, സമാഹാരങ്ങൾ

മലയാളത്തിലെ പ്രമുഖരായ കവികളിൽ പലരും ഗുരുവായൂരിൽ നിന്നു പ്രചോദനമുൾക്കൊണ്ട് അവയെ ആധാരമാക്കി കവിതകളും ഗാനങ്ങളും രചിച്ചിട്ടുണ്ട്. ബാലാമണിയമ്മ, സുഗതകുമാരി, അക്കിത്തം, ഒ.എൻ.വി കുറുപ്പ്, വൈലോപ്പിള്ളി, രമേശൻനായർ, ചൊവ്വല്ലൂർ കൃഷ്ണൻകുട്ടി എന്നിവർ അവരിൽ ചിലർ മാത്രം.

ഗുരുവായൂർക്ഷേത്രം ആധുനിക കവിതയിൽ ചെലുത്തുന്ന സ്വാധീനത്തിന്റെ ഉത്തമോദാഹരണമാണ് സുഗതകുമാരിയുടെ 'എന്റെ മനസ്സിന്റെ പൊന്നമ്പലത്തിൽ' എന്ന കവിത. 1970-ൽ ക്ഷേത്രത്തിലുണ്ടായ അഗ്നിബാധയെ അനുസ്മരിച്ച് അത്തരത്തിലുള്ള ഒരു പ്രക്രിയ ആധുനിക മനുഷ്യമനസ്സിലുണ്ടാവാമെന്നും അവസാന രക്ഷകനെന്നനിലയിൽ ദേവന്റെ പാദങ്ങളിൽ അഭയം തേടേണ്ടിവരുമെന്നും അവർ ഈ കവിതയിൽ ദീർഘദർശനം ചെയ്യുന്നുണ്ട്.

എന്റെ മനസ്സിന്റെ പൊന്നമ്പലത്തിലു
മന്ധകാരത്തിൻ കറുത്ത പുലരിയി-
ലിന്നലെത്തീയുപിടിച്ചൂ, പുകച്ചുരുൾ
പൊങ്ങിയെൻ വിണ്ണും കറുത്തു പൊടുന്നനെ....
പൊട്ടിക്കരഞ്ഞു കൊണ്ടെന്റെ പൊന്നമ്പലം
മുട്ടിത്തുറന്നു വിളിച്ചൂ ഞാൻ ദേവനെ

(എന്റെ മനസ്സിന്റെ പൊന്നമ്പലത്തിൽ)

സാഹിത്യ അക്കാദമിപുരസ്കാരം നേടിയ 'അക്ഷരം' എന്ന കവിതാ സമാഹാരത്തിൽ ഒ.എൻ.വി കുറുപ്പാകട്ടെ ഗുരുവായൂർ ക്ഷേത്രത്തെ പ്പറ്റിയുള്ള ചില നല്ല പ്രതിബിംബങ്ങൾ അവതരിപ്പിക്കുന്നു. 'മേൽപ്പുത്തൂർ വീണ്ടും' എന്ന കവിതയിലൂടെ കവി, മനുഷ്യരാശിയാകെത്തന്നെ, മേല്പ്പു ത്തൂരിനു പിടിപെട്ടതുപോലെ തീരാവ്യാധിയിലകപ്പെട്ടുകൊണ്ടിരിക്ക യാണെന്ന് സൂചിപ്പിക്കുന്നു.

ഭക്തിയെ, വിഭക്തിയെയൊരുപോൽ മാനിച്ചോരെൻ
ഭദ്രയാം കാവ്യാംഗന കൈവല്യമാർന്നേനില്ക്കെ...
കല്പാന്തവാതത്തിന്റെ മാറ്റൊലി മുഴുങ്ങുന്നു
നില്പൂ ഞാനൊരാളല്ലൊരാതുരസമൂഹം ഞാൻ

'അമ്പലനടയിൽ' എന്ന കവിതയിൽ ഗുരുവായൂർ ക്ഷേത്രനടയിൽ നിന്നപ്പോൾ തനിക്കുണ്ടായ അനുഭൂതികൾ വിവരിക്കുന്നു ബാലാമണി യമ്മ.

ഇന്നടയ്ക്കൽ ഞാൻ നിന്നു കൊള്ളട്ടെയോ
വന്നതെങ്ങു നിന്നെന്നു മറന്നൂ ഞാൻ

എവിടെനിന്നുവെന്നോ, എങ്ങോട്ടുപോകുന്നുവെന്നോ, അറിയാതെ പരിഭ്രാന്തയായ്, ഗുരുവായൂർ നടയിൽ നിലകൊള്ളുന്നത് ഒരാശ്വാസമായി കരുതുന്നു അവർ. 1976ലെ ഓടക്കുഴൽ അവാർഡ് ലഭിച്ച 'കൃഷ്ണ തുളസി' എന്ന കാവ്യത്തിലൂടെ നാലാങ്കൽ കൃഷ്ണപിള്ളയും ഗുരു വായൂർ ദേവനെ അനുസ്മരിക്കുന്നു. അക്കിത്തത്തിന്റെ 'കൃഷ്ണാർ പണം' എന്ന കാവ്യസമാഹാരവും ദേവനെ പ്രകീർത്തിക്കുന്ന കവിതകൾ കൊണ്ട് സമ്പന്നമാണ്. ഈശ്വരനെത്തേടിയലഞ്ഞ കവി ഗുരുവായൂരെ ത്തുന്നതും അവിടെ കാണിക്ക അർപ്പിക്കാൻ തോന്നാതെ ക്ഷേത്രനടയിൽ ഭിക്ഷാംദേഹിയായിരുന്ന ഒരുവന് കാണിക്ക സമർപ്പിക്കുന്നതും ആ ഭിക്ഷക്കാരനിൽ വേണുഗാനം പൊഴിക്കുന്ന സാക്ഷാൽ ഗുരുവായൂരപ്പനെ ദർശിക്കുന്നതാണീ കവിതയിലെ പ്രതിപാദ്യം. ഒരു പുതിയ, നൂതന ചിന്താസരണി തുറന്നിടുകയാണ് കവി ഈ കവിതയിലൂടെ. പദ്മ ദാസിന്റെ കവിതാസമാഹാരമായ 'ഗുരുവായൂർ' ആണ് ഗുരുവായൂരിനെ ഉൾക്കൊള്ളുന്ന ഏറ്റവും പുതിയ കൃതി.

പോയ നൂറ്റാണ്ടിന്റെ അവസാനദശകങ്ങളിൽ കഥകളിയുടെ സാഹിത്യരൂപമായ ആട്ടക്കഥയിലും ഗുരുവായൂർ സ്പർശം കാണാം. ഒളപ്പമണ്ണ ചിത്രൻനമ്പൂതിരിപ്പാടിനാണ് ഗുരുവായൂരിനെ ആട്ടക്കഥാ സാഹിത്യവുമായി ബന്ധപ്പെടുത്തിയതിന്റെ മേന്മ അവകാശപ്പെടാവുന്നത്. 'ശ്രീഗുരുവായൂരപ്പൻ' എന്ന ആട്ടക്കഥയിൽ ഗുരുവായൂരെ വിഗ്രഹ പ്രതിഷ്ഠയും അനുബന്ധസംഭവങ്ങളും കവി വിവരിക്കുന്നു. രംഗത്ത്

അവതരിപ്പിക്കാനുദ്ദേശിച്ച് രചിച്ച ഈ ആട്ടക്കഥയിൽ അന്തർലീനമായിരിക്കുന്നത് ഭക്തിരസമാണ്. ആട്ടക്കഥാസാഹിത്യത്തിന് ഒരു മുതൽക്കൂട്ടാണ് ഒളപ്പമണ്ണയുടെ ഈ കൃതി.

ഭക്തിഗാനങ്ങളെ ഒരു പ്രസ്ഥാനമാക്കി മലയാളത്തിൽ പ്രതിഷ്ഠിച്ചത് രമേശൻനായരാണ്. പുതൂർ ഉണ്ണികൃഷ്ണൻ അവസാനമായി രചിച്ച 'മാറ്റിത്തമെല്ലാമകറ്റീടേണേ' എന്ന കവിതയും ഗുരുവായൂർ ദേവനെ തന്റെ സങ്കടങ്ങളെല്ലാം ഉണർത്തിച്ചുകൊണ്ടാണ് എഴുതിയിരിക്കുന്നത്. തെറ്റുകളെല്ലാം ഏറെ ചെയ്ത തന്നോട് കുറ്റങ്ങളെല്ലാം പൊറുക്കണമേ എന്നാരംഭിക്കുന്ന കവിത, 'ശോകാന്തനാടകം തീരുവോളം കണ്ണിനകത്തെന്റെ കണ്ണാ നീ വന്നുചിരിക്കണമേ' എന്ന് ഭഗവാനോട് അപേക്ഷിക്കുന്നു.

## ചലച്ചിത്ര-നാടകഗാനങ്ങൾ

ആധുനിക കാലഘട്ടത്തിലെ ഏറ്റവും ശക്തവും ജനകീയവുമായ മാധ്യമങ്ങളാണ് ചലച്ചിത്രങ്ങളും ടെലിവിഷനും. ഇവ മലയാളിയുടെ സംസ്കാരത്തിൽ നിർണ്ണായക സ്വാധീനം ചെലുത്തിയിട്ടുണ്ട്. ഗുരുവായൂർ ക്ഷേത്രത്തെ അവലംബമാക്കി ചില ചലച്ചിത്രങ്ങൾതന്നെ നിർമ്മിക്കുകയുണ്ടായിട്ടുണ്ട്. ദേവസ്വംതന്നെ മുൻകൈയെടുത്തുനിർമ്മിച്ച 'ഗുരുവായൂർ മാഹാത്മ്യം', കേന്ദ്രസംസ്ഥാന അവാർഡുകൾ കരസ്ഥമാക്കിയ നഖക്ഷതങ്ങൾ, നന്ദനം, ഗുരുവായൂർ കേശവൻ മുതലായവ ഇവയിൽ ചിലതു മാത്രം.

ചലച്ചിത്രങ്ങളോടൊപ്പം നിരവധി സിനിമാഗാനങ്ങളും മലയാള സാഹിത്യത്തിൽ ഇടം കണ്ടെത്തിയിട്ടുണ്ട്. മറ്റൊരു ക്ഷേത്രത്തിനും മറ്റൊരു ദേവനും അവകാശപ്പെടാനില്ലാതെ അത്രയധികം ഗാനതല്ലജങ്ങളും നാടകഗാനങ്ങളും ഗുരുവായൂരിനെപ്പറ്റി പ്രസിദ്ധഗാനരചയിതാക്കൾ രചിക്കുകയും ആലാപനമാധുര്യംകൊണ്ട് ഗായകർ അവയെ ശ്രുതിമധുരവും അനശ്വരമാക്കുകയും ചെയ്തിട്ടുണ്ട്.

> തെച്ചി, മന്ദാരം, തുളസി, പിച്ചകമാലകൾ ചാർത്തി
> ഗുരുവായൂരപ്പാനിന്നെ കണി കാണേണം
> മയിൽപ്പീലിച്ചൂടിക്കൊണ്ടും മഞ്ഞതുകിൽച്ചുറ്റിക്കൊണ്ടും
> മണിക്കുഴൽ ഊതിക്കൊണ്ടും കണികാണേണം.
>
> (വയലാർ)

ഭക്തി, വാത്സല്യം, പ്രണയം മുതലായ വികാരങ്ങൾ ഈ ഗാനങ്ങളിൽ ആവോളം പ്രകടമാണ്. ഇവ ഭക്തരെ ഭക്തിസാഗരത്തിൽ ആറാടിക്കുക മാത്രമല്ല, അവാച്യമായ വാത്സല്യത്തിന്റേയും പ്രേമോദാരതയുടേയും ലോകത്തേക്ക് കൈപിടിച്ചുക്കൊണ്ട് പോകുകയും ചെയ്യുന്നു. ഭക്തർക്ക്

കൃഷ്ണസാമീപ്യം പകർന്നുനൽകുന്ന ഈ ഗാനങ്ങൾ അതുകൊണ്ടു തന്നെ കാലാതിവർത്തിയാകുന്നു. വാത്സല്യത്തെ ജനിപ്പിക്കുന്ന പ്രണയത്തെ താലോലിക്കുന്ന ഭക്തർക്ക് സായൂജ്യം നൽകുന്നു ഈ ഗാനതല്ലജങ്ങൾ. ഒതേനന്റെ മകൻ, അടിമകൾ മുതലായ സിനിമകൾക്കു വേണ്ടി വയലാർ രാമവർമ്മ രചിച്ച ചില ഗാനങ്ങളിൽ ഗുരുവായൂർ സ്പർശം തെളിഞ്ഞു കാണാം. ഈ ഗാനങ്ങളിലെല്ലാം ഗുരുവായൂർദേവൻ തെളിഞ്ഞു നിൽക്കുന്നു.

ഒതേനന്റെ മകൻ എന്ന ചിത്രത്തിലെ 'ഗുരുവായൂർ അമ്പലനടയിൽ ഒരു ദിവസം ഞാൻ പോകും' എന്നു തുടങ്ങുന്ന ഗാനം, 'ചായ'ത്തിലെ പ്രാർത്ഥനാഗാനമായ 'ഗോകുലാഷ്ടമിനാളിൽ' 'അടിമ'കളിലെ 'കണികാണണം കൃഷ്ണാ കണികാണണം', നന്ദനത്തിലെ 'മൗലിയിൽ മയിൽപ്പീലിച്ചൂടി' മുതലായ ഗാനങ്ങൾ കൃഷ്ണനിലുള്ള നിർവ്യാജ ഭക്തി, അചഞ്ചല വിശ്വാസം അടിസ്ഥാനമാക്കി രചിക്കപ്പെട്ടിട്ടുള്ള വയാണ്.

ക്ഷേത്രങ്ങളെക്കുറിച്ച്, ദേവീദേവന്മാരെ കേന്ദ്രീകരിച്ച് ഗാനങ്ങൾ രചിച്ച മറ്റൊരു കവിയാണ് പി. ഭാസ്കരൻ. ഇരുട്ടിന്റെ ആത്മാവ് എന്ന ചലച്ചിത്രത്തിനുവേണ്ടി അദ്ദേഹം രചിച്ച 'വാകച്ചാർത്തു കഴിഞ്ഞൊരു ദേവന്റെ...' എന്നാരംഭിക്കുന്ന ഗാനം, ഗുരുവായൂർ കേശവനിലെ 'നവകാ ഭിഷേകം കഴിഞ്ഞു' തുടങ്ങിയവ ക്ഷേത്രപൂജാക്രമങ്ങളിലേക്കും ആരാധനാ സമ്പ്രദായങ്ങളിലേക്കും വെളിച്ചം വീശുന്നു.

> വാകച്ചാർത്തുകഴിഞ്ഞൊരു ദേവന്റെ
> മോഹനമലർമേനി കണികാണേണം
> കണികാണണം കൃഷ്ണ കണികാണണം
> കമനീയമുഖപത്മം കണികാണണം

വിഭിന്നമതസ്ഥനെങ്കിലും യൂസഫലി കേച്ചേരിയും ഗുരുവായൂർ ദേവനെ തന്റെ ചലച്ചിത്രഗാനങ്ങളിലൂടെ ആരാധിക്കുന്നു. 'പ്രിയ' എന്ന സിനിമയിലെ 'കണ്ണിനു കണ്ണായ കണ്ണാ', പകൽകിനാവിലെ 'കേശാദി പാദം തൊഴുന്നേൻ' മുതലായവ ഗുരുവായൂർ ഭക്തിയിൽ ഉയിർക്കൊണ്ടവ യാണ്. കൃഷ്ണഭക്തിയിൽ ഉയിർക്കൊണ്ടവയാണ്. എസ്. രമേശൻ നായർ കൃഷ്ണനെക്കുറിച്ചു തന്നെ ഏകദേശം രണ്ടായിരത്തിലേറെ ഭക്തിഗാനങ്ങൾ രചിച്ചവയിൽ നാനൂറോളം ഗാനങ്ങൾ ഗുരുവായൂർ കൃഷ്ണനെക്കുറിച്ചുള്ളതാണ്. മലയാളത്തിലെ മികച്ച കൃഷ്ണഭക്തി ഗാനങ്ങൾ രചിച്ചു അദ്ദേഹം. ഗുരുവായൂരപ്പന്റെ ഗുമസ്തനെന്ന് സ്വയം വിശേഷിപ്പിക്കുന്ന കവി, ഭഗവാൻ കൈപിടിച്ച് അദ്ദേഹത്തെക്കൊണ്ട് എഴുതിക്കുകയാണെന്ന് വിശ്വസിക്കുന്നു. മലയാളികൾ നെഞ്ചിലേറ്റുന്ന മയിൽപ്പീലിയിലെ ഗാനങ്ങൾ എല്ലാം ഒറ്റരാത്രികൊണ്ടാണദ്ദേഹം

എഴുതിതീർത്തത്. 'ഗുരുവായൂരൊരു മഥുര', 'എഴുതിയാൽ തീരാത്ത കവിത' എന്നീ ഗാനങ്ങൾ ഭക്തഹൃദയങ്ങളിൽ സ്വർണദ്വാരക തീർക്കുന്നു. പാട്ടിന്റെ തലം വിട്ട് എഴുത്ത് അസ്സൽ കവിതയായിത്തീരുന്നു - അമ്പാടി തന്നിലൊരുണ്ണീ എന്ന പ്രശസ്തഗാനം.

തിരുനടയ്ക്കിരുവശത്തായിരം ദീപങ്ങൾ
യദുകുലസ്ത്രീകളെപ്പോലെ
മണിയൊച്ചമുഴങ്ങുന്നു നിന്റെയമ്പലം
അമ്പാടിപ്പയ്യിനെപ്പോലെ
അതിന്റെയകിടിലെ മോക്ഷപാലിനെൻ
ആത്മാവു ദാഹിക്കുന്നു

ഗുരുവായൂരപ്പനെക്കുറിച്ചുള്ള ഭക്തിഗാനങ്ങൾ ദിനംതോറും ഏറിവരികയാണ്. സിനിമ-സീരിയൽ-നാടകാദികളിലെല്ലാം ശ്രീകൃഷ്ണൻ വിരാജിക്കുന്നു. ഗുരുവായൂരപ്പസ്തുതികളെ അതിശക്തമായി സിനിമയിലേക്ക് സന്നിവേശിപ്പിച്ചത് 'നന്ദനം' എന്ന സിനിമയാണ്. അതിലെ 'കാർമുകിൽ വർണ്ണന്റെ ചുണ്ടിൽ' എന്ന ഗാനം കൃഷ്ണനിൽ എല്ലാം അർപ്പിക്കുന്ന ബാലാമണി എന്ന കൃഷ്ണഭക്തയുടെ നിഷ്കാമഭക്തിയാണ്, പ്രേമമാണ്, സ്നേഹമാണ്, പ്രണയമാണ്, സൗഹൃദമാണ്. കൃഷ്ണാ എന്ന ഹൃദയദ്രവീകരണക്ഷമമായ വിളി ഗുരുവായൂർ ഗാനങ്ങളുടെ ശക്തിക്ക് ഏറ്റവും മികച്ച ദൃഷ്ടാന്തം തന്നെയാണ്.

മൗലിയിൽ മയിൽപ്പീലി ചാർത്തി
മഞ്ഞ പട്ടാംബരം ചാർത്തി
ഗുരുവായൂരമ്പലം ഗോകുലമാക്കുന്ന
ഗോപകുമാരനെ കണികാണേണം

മയിൽപ്പീലി എന്ന പേരിൽ തരംഗിണി ഇറക്കിയ ഗാനസമാഹാരം ഗുരുവായൂരിനെക്കുറിച്ചാണ്. ചൊവ്വല്ലൂർ കൃഷ്ണൻകുട്ടി എഴുതി ടി.എസ്. രാധാകൃഷ്ണന്റെ സംഗീതസംവിധാനത്തിൽ യേശുദാസ് ആലപിച്ച ഒരു ഗാനമാണ്.

ഒരു നേരമെങ്കിലും കാണാതെ വയ്യെന്റ
ഗുരുവായൂരപ്പാ നിൻ ദിവ്യരൂപം
ഒരു മാത്രയെങ്കിലും കേൾക്കാതെ വയ്യെന്റെ
ഗുരുവായൂരപ്പാ നിൻ ദിവ്യനാമം.

ഗുരുവായൂരപ്പന്റെ ഭക്തനായ ചൊവ്വല്ലൂർ കൃഷ്ണൻകുട്ടി എന്ന കവിയുടെ നാമം ഗുരുവായൂരുമായി അഭേദ്യമായ ബന്ധം പുലർത്തുന്നു.

തരംഗിണി പുറത്തിറക്കിയ തങ്ങളുടെ എട്ടാമത് ഗുരുവായൂരപ്പ ഭക്തിഗാനമായ തിരുമുടിപ്പീലിയിലെ ഒമ്പതോളം ഗാനങ്ങൾ രചിച്ച പി. മോഹനചന്ദ്രനും ഈണംകൊണ്ട് തിരുമുടിപ്പീലി ചാർത്തിയ

ദക്ഷിണാമൂർത്തിയും പീലിക്ക് ഏഴുസ്വരങ്ങൾ നൽകിയ യേശുദാസും പാഴ്മുളം തണ്ടിൽനിന്നു പാട്ടിന്റെ പാലാഴി തീർത്തവർ തന്നെ. കെ. ജയകുമാർ രചിച്ച 'കൃഷ്ണാ യദുനന്ദനാ' എന്ന ശ്രീകൃഷ്ണ ഭക്തിഗാന സമാഹാരം പ്രസിദ്ധമാണ്. കണ്ണോടുകണ്ണോരം എന്ന ചലച്ചിത്രത്തിനുവേണ്ടി വയലാർ മാധവൻകുട്ടി രചിച്ച് രമേശ്നാരായണൻ സംഗീത സംവിധാനം ചെയ്ത് ശ്രേയാ ഘോഷാൽ ആലപിച്ച ഗാനമാണ് ഇവയിലേറ്റവും പുതിയത്.

ഗുരുവായൂരമ്പല നടതുറന്നൂ, കണ്ണൻ
അവൻ ഓടിവന്നെന്നെ പുൽകിനിന്നൂ
കണ്ടൂ ഞാൻ കണ്ണനെ കൺനിറയെ
കായാമ്പൂ വർണ്ണനെ വിൺനിറയെ

കണിക്കൊന്നയുടെ നൈർമല്യമുള്ള, ഏഴുതിരിയിട്ട് കത്തിച്ച നിലവിളക്കിന്റെ കനകദീപ്തിയിൽ ആറാടിനിൽക്കുന്ന നിരവധി ഗാനങ്ങൾ ഗുരുവായൂരിനെക്കുറിച്ചുണ്ട്. പൂന്താനം എഴുതിയതെന്ന് കരുതുന്ന കണികാണണം എന്ന കൃതിയിലെ ചില വരികൾ ഓമനക്കുട്ടൻ എന്ന ചിത്രത്തിനുവേണ്ടി ദേവരാജൻ ചിട്ടപ്പെടുത്തി ആനന്ദഭൈരവി, ആരഭി, ഹിന്ദോളം എന്നീ രാഗങ്ങളിൽ പി. ലീലയും രേണുകയും ചേർന്ന് ആലപിച്ചു.

കണികാണുംനേരം കമലാനേത്രന്റെ
നിറമേറും മഞ്ഞതുകിൽചാർത്തി
കനകകിങ്ങിണി വളകൾമോതിരം
അണിഞ്ഞുകാണേണം ഭഗവാനേ

കൃഷ്ണഗാഥയിൽ ചെറുശ്ശേരി വർണ്ണിച്ച കണ്ണന്റെ ശീലക്കേടുകൾ പലതും ഭംഗ്യന്തരേണ ഈ ഗാനത്തിൽ കൊണ്ടുവന്നിരിക്കുന്നുവെന്ന് ടി.പി. ശാസ്തമംഗലം നിരീക്ഷിക്കുന്നുണ്ട്. കണ്ണനെക്കുറിച്ചുള്ള പാട്ടുകളാണ് വിഷുപ്പാട്ടുകൾ; കണ്ണനും ഗുരുവായൂരുമാണ് വിഷുവിലൂടെ ഭക്തമനസ്സിൽ നിറയുന്നത്.

## നോവൽ, തിരക്കഥ, ചെറുകഥ

ഗുരുവായൂർക്ഷേത്രത്തെ ആധാരമാക്കി നോവലുകളും തിരക്കഥകളും ചെറുകഥകളും എഴുതപ്പെട്ടിട്ടുണ്ട്. ഗുരുവായൂർക്ഷേത്രത്തെ പശ്ചാത്തലമാക്കി രചിക്കപ്പെട്ട ആദ്യ നോവൽ പുതൂർ ഉണ്ണികൃഷ്ണന്റെ ബലിക്കല്ല് ആണ്. ക്ഷേത്രജീവനക്കാരനായിരുന്ന നോവലിസ്റ്റ് തന്റെ നോവലിലൂടെ ഗുരുവായൂർക്ഷേത്രത്തിന്റെ ഒരു സമഗ്രചിത്രം വായനക്കാർക്കു പ്രദാനം ചെയ്യുന്നുണ്ട്.

തലമുറകളുടെ സംഘർഷം ചിത്രീകരിക്കുന്ന ഈ നോവലിന്റെ പശ്ചാത്തലം ഗുരുവായൂർ ക്ഷേത്രവും പരിസരവുമാണ്. ക്ഷേത്രത്തെ

ഉപജീവിച്ച് ഭാരതീയ സാഹിത്യത്തിൽ തന്നെ രചിക്കപ്പെട്ട കൃതികളിൽ പ്രമുഖമായ ഒരു സ്ഥാനം ഈ നോവലിനുണ്ട്. തമിഴ്, ഹിന്ദി, കന്നട, ഇംഗ്ലീഷ് മുതലായ ഭാഷകളിലേക്ക് മൊഴിമാറ്റം ചെയ്യപ്പെട്ട ഈ കൃതി 1977ലെ സാഹിത്യ അക്കാദമി പുരസ്കാരം നേടുകയുണ്ടായി. പുതൂരിന്റെ ആനപ്പക, നാഴികമണി, കുന്നിക്കുരുമാല എന്നി കൃതികളും ക്ഷേത്രവുമായി ബന്ധപ്പെട്ടതാണ്. ഗുരുവായൂരിന്റെ അത്യന്തം ഭൗതികമായ ചുറ്റുപാടുകളെ മണ്ണിന്റെ മണത്തോടെ ആ നോവലുകളിൽ ആവിഷ്കരിച്ചിട്ടുണ്ട്.

ഗുരുവായൂരിന്റെ ആത്മീയ സൗന്ദര്യം ആവിഷ്ക്കരിച്ചത് നാഴികമണി എന്ന നോവലിലാണ്. ക്ഷേത്രപരിസരത്തിന്റെ ഭൗതികതയും ശ്രീകോവിലിന്റെ പരിപാവനതയും അദ്ദേഹം ഒരേപോലെ ആവിഷ്ക്കരിച്ചു. കാമ-ക്രോധ, ലോഭ, മോഹ, മദ, മാത്സര്യങ്ങൾ ഉൾപ്പടെ എല്ലാ മാനുഷഭാവങ്ങളും സാക്ഷാൽ ഉണ്ണിക്കണ്ണനെപ്പോലെ ഹരിതാഭമായി അദ്ദേഹം ആവിഷ്ക്കരിച്ചിരിക്കുന്നുവെന്ന ഡോ. എം. ലീലാവതിയുടെ നിരീക്ഷണം ശ്രദ്ധേയമാണ്. ഗുരുവായൂരിന്റെ കവി കുഞ്ഞിരാമൻ നായർ ആണെന്നതുപോലെ ഗുരുവായൂരിന്റെ കഥാകാരൻ ആയിരുന്നു പുതൂർ.

ചന്ദ്രശേഖർ ശാസ്ത്രിയുടെ തഞ്ചാവൂർ പെയിൻറിംഗ് (The Tanjore Painting /Partridge Books) എന്ന പുതിയ നോവലിലെ യഥാർത്ഥ കഥാപാത്രമായി വരുന്നത് ഗുരുവായൂരപ്പൻ തന്നെയാണ്. മറ്റെല്ലാ കഥാപാത്രങ്ങളും സങ്കല്പസൃഷ്ടികളാണെന്ന് പ്രാരംഭത്തിൽ തന്നെ സൂചിപ്പിച്ചിരിക്കുന്നു. മാടമ്പ് കുഞ്ഞുകുട്ടന്റെ 'എന്തരോ മഹാനുഭാവലു' എന്ന നോവലും ഗുരുവായൂർ ക്ഷേത്രവുമായി ബന്ധപ്പെട്ട വ്യക്തികളെയും സംഭവങ്ങളെയും അടിസ്ഥാനമാക്കി രചിക്കപ്പെട്ടവയാണ്. പ്രശസ്ത സാഹിത്യകാരി സാറാ ജോസഫിന്റെ 'ആതി' എന്ന നോവലിൽ ഗുരുവായൂരിലെ ചക്കംകണ്ടം പ്രദേശത്തെ പരിസ്ഥിതി ദുരന്തം വരച്ചുകാട്ടുന്നു. ഇപ്രകാരം ഗുരുവായൂർ ക്ഷേത്രവും പരിസരവും ക്ഷേത്രസംസ്കാരവും സാഹിത്യാദികലകളിൽ സുപ്രധാന പങ്കുവഹിച്ചുകൊണ്ടിരിക്കുന്നു.

## കൃഷ്ണനാട്ടം

ഗുരുവായൂർ ക്ഷേത്രത്തിന്റെ തനത് കലാരൂപമാണ് കൃഷ്ണനാട്ടം. തികച്ചും തദ്ദേശീയവും തന്മയത്വമുള്ളതുമായ ഈ ലളിത കല ഗുരുവായൂർ ക്ഷേത്രത്തിന് മാത്രം അവകാശപ്പെടാവുന്നതാണ്. വിശ്വപ്രസിദ്ധമായ കഥകളിയുടെ പൂർവ്വരൂപമായ ഈ കലയുടെ പിള്ളത്തൊട്ടിലാകുവാനുള്ള ഭാഗ്യം സിദ്ധിച്ചത് ഗുരുവായൂർ ക്ഷേത്രത്തിനാണ്.

ഗുരുവായൂർ ക്ഷേത്രത്തിന്റെ സ്വന്തമായ ഈ കലാരൂപം ഒരു വഴിപാട് എന്ന നിലയിലും കൂടിയാണ് ക്ഷേത്രത്തിൽ അവതരിപ്പിക്കുന്നത്. ഗുരുവായൂർ ക്ഷേത്രത്തിന്റെ പെരുമ വർദ്ധിപ്പിക്കുവാൻ ഈ കലാരൂപം അതിന്റേതായ പങ്കുവഹിച്ചിട്ടുണ്ട്.

എന്റെ മകൻ കൃഷ്ണനുണ്ണി
കൃഷ്ണാട്ടത്തിന് പോകേണം
കൃഷ്ണാട്ടത്തിന് പോയാൽപ്പോരാ
കണ്ണനായിത്തീരേണം

കണ്ണനായിത്തീർന്നാൽ പോരാ
കാളിയമർദ്ദനമാടേണം

ഈ ഗാനം കൃഷ്ണനാട്ടത്തിന്റെ സ്വാധീനം വിളിച്ചോതുന്നു. ഐതിഹ്യകഥകളും ചരിത്രവും മാനവേദ സാമൂതിരിയുമായി (1655-58) ആ കലാരൂപത്തെ ബന്ധപ്പെടുത്തുന്നു.വില്വമംഗലത്തിന്റെ സഹായത്താൽ ഗുരുവായൂരപ്പനെ ദർശിച്ച മാനവേദൻ, ഗുരുവായൂർ കൃഷ്ണനുമായി ബന്ധമുള്ള സംഭവപരമ്പരകളെ കോർത്തിണക്കി ഒരു കലാസൃഷ്ടിക്ക് രൂപം കൊടുത്തതിൽ അദ്ഭുതത്തിന് അവകാശമില്ല. കൃഷ്ണഗീതിയുടെ രചനയ്ക്ക് ഭാഗവതപുരാണം, ഗീതാഗോവിന്ദം, നാരായണീയം എന്നിവ ഒട്ടൊന്നുമല്ല മാനവേദനെ സ്വാധിനിച്ചിട്ടുള്ളത്. തന്റെ മുൻഗാമികളിൽ നിന്ന് ഒരടി മുന്നോട്ട് വെച്ച് സഭാഗൃഹത്തിൽ അവതരിപ്പിക്കുവാൻ അനുയോജ്യമായ ഒരു കലാരൂപത്തിന് മാനവേവൻ രൂപം കൊടുത്തു. അഷ്ടപദിയാട്ടത്തിന്റെ പരിമിതികൾ യഥാവണ്ണം മനസ്സിലാക്കിയ അദ്ദേഹം ആ കലാരൂപത്തേക്കാളും വർണ്ണാഭവും വിസ്തൃതവും വിശാലവുമായ ഒരു കലാസൃഷ്ടിക്കൊരുങ്ങി. ഒരു കാവ്യം രചിക്കുക മാത്രമല്ല ആ കാവ്യത്തിന് ദൃശ്യാവിഷ്കാരം നൽകുക കൂടി ചെയ്തു മാനവേദൻ. ഇപ്രകാരം രൂപകല്പന ചെയ്ത കൃഷ്ണഗീതി ദൃശ്യശ്രാവ്യ നൃത്താവിഷ്ക്കാരമായി, കൃഷ്ണാട്ടമായി രംഗത്തവതരിപ്പിച്ചു. കൃഷ്ണഗീതി എന്ന കാവ്യത്തിന്റെ ദൃശ്യാവിഷ്ക്കാരമാണല്ലോ കൃഷ്ണനാട്ടം.

ഈ കലാരൂപം ഒരു ദൃശ്യശ്രാവ്യ നാട്യനടനനൃത്തമാണ്. കൃഷ്ണാട്ടം, കൃഷ്ണാഷ്ടകം, കൃഷ്ണനാടകം, കൃഷ്ണനാട്ടം എന്നീ വിവിധ സംജ്ഞകളിൽ ഇതറിയപ്പെടുന്നു. കൃഷ്ണഗീതിയുടെ മലയാള പരിഭാഷ നിർവ്വഹിച്ച കുഞ്ഞൻവാര്യർ നൽകിയിരുന്ന നാമം കൃഷ്ണനാട്ടം എന്നാണ്. രാമനാട്ടം രാമന്റെ ആട്ടമാണെങ്കിൽ കൃഷ്ണന്റെ നടനത്തെ കുറിക്കുന്നത് കൃഷ്ണനാട്ടമെന്ന് പറയാം. കൃഷ്ണനാട്ടം എന്ന പദത്തിന്റെ ചുരുക്കപേരാണ് രൂപമാണ് കൃഷ്ണാട്ടം എന്നത്. കുഞ്ചൻ

നമ്പ്യാരെപോലുള്ള ജനപ്രിയകവികൾ ഉപയോഗിച്ചത് ഈ നാമമാണ്. കൃഷ്ണാഷ്ടകം എന്നതിന്റെ ലഘുരൂപമാണ് കൃഷ്ണാട്ടമെന്ന ഉള്ളൂരിന്റെ അഭിപ്രായം ശ്രദ്ധേയമാണ്. കൃഷ്ണന്റെ എട്ടു നാടകങ്ങൾ എന്നാണ് അദ്ദേഹം ഇതുകൊണ്ട് ഉദ്ദേശിക്കുന്നത്. പക്ഷേ, സംസ്കൃത സന്ധിനിയമങ്ങൾക്ക് എതിരാണ് ഈ വാദഗതി. പഴയ ഗ്രന്ഥവരികളി ലൊന്നും തന്നെ ഇപ്രകാരമൊരു പ്രയോഗം കാണുന്നുമില്ല. അതിനാൽ ഈ വാദഗതിയും സ്വീകാര്യമല്ല. മാനവേദസാമൂതിരി തന്റെ കൃതിക്കു പയോഗിച്ച പദം കൃഷ്ണഗീതിയെന്നാണ്. അത് ദൃശ്യാവിഷ്ക്കാര മായപ്പോൾ കൃഷ്ണനാട്ടമായി.

മാനവേദൻ കൃഷ്ണഗീതി വിഭാവനം ചെയ്തത് ഒരു സാഹിത്യരൂപം - കാവ്യം എന്ന നിലയിലാണെന്നും അതിനു രംഗാവിഷ്ക്കാരം നൽകി നടനരൂപത്തിലാക്കിയത് അദ്ദേഹത്തിന്റെ മരുമകനായ മറ്റൊരു മാനവേദൻ ആണെന്നും ഒരു വാദഗതി നിലവിലുണ്ട്. പക്ഷേ മാനവേദൻ തന്നെയാണ് അത് രചിച്ചതും നൃത്താവിഷ്ക്കാര യോഗ്യമാക്കിയതെന്നും ഗ്രഹിക്കുവാൻ ഐതിഹ്യങ്ങളെ വിമർശനബുദ്ധ്യാ പരിശോധിക്കുകയും ഹ്ലാദിനി വ്യാഖ്യാനം സസൂക്ഷ്മം നിരീക്ഷിക്കുകയും കൃഷ്ണ ഗീതിയിലെ ആത്മഗതങ്ങളും രചനാരീതിയും മറ്റും ശ്രദ്ധാപൂർവ്വം പരിശോധിക്കുകയും ചെയ്താൽ മാത്രം മതിയാകുന്നതാണ്.

ഗുരുവായൂർ ക്ഷേത്രത്തിന്റെ പ്രശസ്തി അഖിലേന്ത്യാതലത്തിലും അന്തർദ്ദേശീയ തലത്തിലും ഉയർത്താൻ കൃഷ്ണനാട്ടം ഒരു മഹത്തായ പങ്കുവഹിച്ചിട്ടുണ്ട്. രാജാവിനോടുള്ള കൂറ് പ്രകടിപ്പിക്കുവാൻ സാമൂതി രിയുടെ പ്രജകളും വിധേയത്വമുള്ള രാജാക്കന്മാരും പ്രഭുക്കന്മാരും തങ്ങളുടെ ദേശത്ത് വിളിച്ചുവരുത്തി കളി അവതരിപ്പിക്കാറുണ്ട്. ഗ്രാമ ഗ്രാമാന്തരങ്ങളിലൂടെ, ദേശദേശാന്തരങ്ങളിലൂടെ സഞ്ചരിച്ച് കൃഷ്ണനാട്ടം സാമൂതിരിയുടെ ദേശത്തിലാകെയും അതിനപ്പുറവും ഗുരുവായൂർ പെരുമ എത്തിച്ചിട്ടുണ്ട്.

## ക്ഷേത്രത്തിന്റെ വാസ്തുവിദ്യയും ശില്പകലയും

ചതുരാകൃതിയിലാണ് ഗുരുവായൂർ ക്ഷേത്രത്തിന്റെ നിർമ്മിതി. അത് കേരളക്ഷേത്രവാസ്തുവിദ്യയുടെ സാമാന്യരീതിയാണല്ലോ ചതുരാകൃതി യിലുള്ള ശ്രീകോവിലുകളും ചുറ്റമ്പലവും നാലമ്പലവും മറ്റും. ദേവ ശില്പിയായ വിശ്വകർമ്മാവാണ് ഗുരുവായൂർ ക്ഷേത്രം നിർമ്മിച്ചതെന്നാണ് ഐതിഹ്യം. വിഷുദിവസം സൂര്യന്റെ പ്രഭാത രശ്മികൾ ഭഗവദ് പാദ ത്തിൽ പതിക്കുന്ന വിധമാണ് ക്ഷേത്രനിർമ്മിതി. മഞ്ജുളാലിൽനിന്ന് നോക്കിയാൽപോലും വിഗ്രഹം കാണുന്ന വിധമാണത് ക്ഷേത്രനിർമ്മിതി. ഭാവിയിലുണ്ടായേക്കാവുന്ന പുനർനിർമ്മാണത്തെയും മറ്റും മുൻകൂട്ടി കണ്ടുകൊണ്ടുള്ള നിർമ്മിതി. വിശ്വകർമ്മാവ് ഉപേക്ഷിച്ചു പോയെന്ന്

കരുതുന്ന കോൽ അടയാള (മുഴക്കോൽ)ത്തിന്റെ പ്രതിരൂപം അർദ്ധ മണ്ഡപത്തിന്റെ വടക്കുവശത്തുള്ള ഭിത്തിയിൽ ആലേഖനം ചെയ്തിട്ടുണ്ട്. സർപ്പ ദംശനത്തിൽ രക്ഷപ്പെട്ട ഒരു പാണ്ഡ്യരാജാവ് പ്രത്യുപകാരമായി നിർമ്മിച്ചതാണ് ക്ഷേത്രമെന്ന് മറ്റൊരു ഐതിഹ്യവും നിലവിലുണ്ട്. കേരളത്തിന്റെ മൂത്താശാരിയായ പെരുന്തച്ചനുമായി ബന്ധപ്പെടുത്തിയും ക്ഷേത്രനിർമ്മാണത്തെപ്പറ്റി കഥകൾ പ്രചരിക്കുന്നുണ്ട്. പക്ഷേ, ഈ ഐതിഹ്യങ്ങൾക്കൊന്നും ചരിത്രപരമായി സാധൂകരണമില്ല.

കേരളീയ വാസ്തുശില്പരീതിയിലുള്ള ഒരു നിർമ്മാണമാണ് ഗുരുവായൂർ ക്ഷേത്രത്തിന്റേത്. തന്ത്രസമുച്ചയത്തിൽ നിർദ്ദേശിച്ചിരിക്കുന്ന നിർമ്മാണ നിയമങ്ങൾ അനുസരിച്ചാണ് ഈ ക്ഷേത്രം നിർമ്മിച്ചിട്ടുള്ളത്. രണ്ടു അറ/നിലകളുള്ള ശ്രീകോവിലിന്റെ അന്തർഭാഗത്തായി ഗർഭഗൃഹവും അതിന്റെ മദ്ധ്യത്തിൽ വിഗ്രഹവും സ്ഥാപിച്ചിരിക്കുന്നു. ക്ഷേത്രനട(സോപാനം)യുടെ മുൻവശത്ത് സമചതുരത്തിലുള്ള നമസ്ക്കാരമണ്ഡപവും ചുറ്റുമായി ചുറ്റമ്പലവും സ്ഥിതി ചെയ്യുന്നു. ചുറ്റമ്പലത്തിന്റെ പുറമുറ്റത്ത് ബലിക്കൽപ്പുരയിൽ ബലിക്കല്ലും സമീപത്തായി ധ്വജസ്തംഭവും സ്ഥാപിച്ചിരിക്കുന്നു. ഇതിനുചുറ്റുമായി വിളക്കുമാടവും. കൂടാതെ ബാഹ്യാങ്കണവും തെക്കുകിഴക്ക് ഭാഗത്തായി കൂത്തമ്പലവും കിഴക്ക് പടിഞ്ഞാറ് വശങ്ങളിലായി ഗോപുരങ്ങളും സ്ഥാപിച്ചിരിക്കുന്നു. ക്ഷേത്രത്തിനുചുറ്റുമായി കിഴക്കും തെക്കും വശങ്ങളിൽ ക്ഷേത്രമതിലും പടിഞ്ഞാറുവശത്തായി ക്ഷേത്രം വക അനുബന്ധ നിർമ്മിതികളും വടക്കുവശത്തായി രുദ്രതീർത്ഥവും സ്ഥിതിചെയ്യുന്നു. മറ്റെല്ലാ പ്രധാനക്ഷേത്രങ്ങളെയും പോലെ തന്നെ ഇവിടെയും കിഴക്കോട്ട് ദർശനമായാണ് ഭഗവാന്റെ കമനീയ വിഗ്രഹം നിലകൊള്ളുന്നത്. ഒരു മഹാക്ഷേത്രത്തെ അനുസ്മരിപ്പിക്കുമാറ് ഗുരുവായൂർ ക്ഷേത്രത്തിന് ഒരു ഉപപീഠം, ആദിസ്ഥാനം, സ്തംഭം, പ്രസരം, ശിഖരം, സ്തൂപം, എന്നിവയുമുണ്ട്. ചുരുക്കത്തിൽ ചെറുതും ലളിതവുമാണെങ്കിൽ പോലും ഒരു മഹാക്ഷേത്രത്തിനുവവേണ്ട എല്ലാ നിർമ്മാണഘടകങ്ങളും ഗുരുവായൂർ ക്ഷേത്രത്തിനുണ്ട്.

## ചിത്രകല

സാമൂതിരിയുടെ സംരക്ഷണത്തിലുണ്ടായിരുന്ന പൊന്നാനി തൃക്കാവ്, കോഴിക്കോട് തളി എന്നീ ക്ഷേത്രങ്ങളിലേതിൽനിന്നും വളരെ വിഭിന്നമല്ല ഗുരുവായൂരിലെ ചിത്രകലാചാതുരി. ഗുരുവായൂരിന്റെ ഒരു വൈരുദ്ധ്യം പ്രത്യേക പരമാർശം അർഹിക്കുന്നു. ചിത്രവേലകളിൽ പലതും സംസ്ക്കാരത്തിന്റെ സീമകളെ ഉല്ലംഘിക്കുന്നതായി തോന്നാം; മനുഷ്യന്റെ ലോല/അധമ വികാരങ്ങളെ പ്രചോദിപ്പിക്കുന്നതായി അനുഭവപ്പെടാം. 18-ാം നൂറ്റാണ്ടിലെ സാംസ്ക്കാരികച്യുതിയെ പ്രതിഫലിപ്പിക്കുന്നവയാണ് ഈ ചിത്രങ്ങൾ മിക്കവയും. ശൃംഗാരം ഒരു ജീവിത

ശൈലിയായിരുന്ന കാലഘട്ടത്തെ ചിത്രങ്ങളിലൂടെ പുനഃസൃഷ്ടിക്കുകയാണിവിടെ. കൊണാർക് ചിത്രങ്ങളുടെ രചനാരീതിയോടടുത്തുവരുന്നവയല്ലെങ്കിലും ഗുരുവായൂർ ചുമർചിത്രങ്ങൾ ചിലതെങ്കിലും സഭ്യതയുടെ സീമകളെ ലംഘിക്കുന്നവയാണ്.

പുറംചുമർ ചിത്രങ്ങളിൽ പരശുരാമ-ശ്രീരാമസംഘട്ടനം, ഗൗതമശാപത്താൽ വിഷമിക്കുന്ന ഇന്ദ്രൻ, മോഹിനിയിൽ ഭ്രമിക്കുന്ന ശിവൻ, രാധയുടെ വക്ഷോജത്തിൽ വിശ്രമിക്കുന്ന കൃഷ്ണൻ എന്നിവ ശ്രദ്ധേയമാണ്. പടിഞ്ഞാറെ ചുമരിൽ ചിത്രീകരിച്ചിരിക്കുന്ന ഭീഷ്മരുടെ ശരശയനവും കുവലയപീഡത്തിന്റെ സംഹാരവും ഉണ്ണികൃഷ്ണന്റെ ലീലാവിലാസങ്ങളും ഗുരുവായൂർ ശൈലിയുടെ തനിമ വെളിപ്പെടുത്തുന്നു. അർജ്ജുനന്റെ വീരപരാക്രമങ്ങൾ ചിത്രീകരിക്കുന്ന ചില ചിത്രങ്ങൾ കിഴക്കേ ഗോപുരത്തിൽ. പുരാണ-പുരാതനകലയുടെ അനവദ്യസൗന്ദര്യം അനന്തമായി പ്രകാശിപ്പിക്കുന്നവയാണ് ഈ ചിത്രങ്ങൾ. ശ്രീകൃഷ്ണന്റെ ബാല്യകാലലീലകൾ അരങ്ങേറിയ അമ്പാടിയിലാണ് തങ്ങളെന്ന് ഒരു നിമിഷമെങ്കിലും ഈ ചിത്രങ്ങൾ ഓർമിപ്പിക്കുന്നു. കലാപരമായ ഔന്നത്യത്തിലും സൗന്ദര്യത്തിലും അവ അതിശയിപ്പിക്കുന്നു.

ചുമർചിത്രങ്ങളുടെ സുവർണ്ണദശയെന്ന് വിശേഷിപ്പിക്കപ്പെടുന്ന 1650-1750 കാലഘട്ടത്തിൽനിന്ന് മുന്നോട്ട് വന്നാൽ 20-21 നൂറ്റാണ്ടുകളിൽ ചിത്രകലയുടെ പുനരാവിഷ്കരണം ഗുരുവായൂരിൽ കാണാം. നാശോന്മുഖമായ പല ചുമർചിത്രങ്ങളും തനിമ കൈവിടാതെ പുനരാവിഷ്ക്കരിക്കുവാൻ ഗുരുവായൂരിലെ ചിത്രകലാകാരന്മാർക്ക് കഴിഞ്ഞു. ഗുരുവായൂർ അഗ്നിബാധ എന്ന ചരിത്രചിത്രം ഇവയിൽ അവസാനത്തെയാണ്. ക്ഷേത്രത്തിൽ അഗ്നിബാധയുണ്ടായത്, തീപടർന്ന നേരത്ത് ക്ഷേത്രത്തിലും ചുറ്റുപാടിലും നടന്ന സംഭവങ്ങൾ, ആളിപ്പടർന്ന അഗ്നിതാണ്ഡവം നടത്തുന്നത്, വിഗ്രഹം തന്ത്രിമഠത്തിലേക്ക് മാറ്റുന്നത്, ഓടിക്കൂടിയ ജനങ്ങളുടെ ജാതിമതഭേദമന്യെ തീയണയ്ക്കുവാനുള്ള ശ്രമങ്ങൾ, അമ്പലമണി, പള്ളികളിലും മറ്റും സൈറൺ മുഴക്കുന്നത്, വിരണ്ട ആനകളും പശുക്കളും കുഞ്ഞുപക്ഷികളെ പിരിഞ്ഞു രക്ഷപ്പെടാൻ കൂട്ടാക്കാതെ അഗ്നിക്കിരയായ പ്രാവിൻകൂട്ടം എന്നിവയെല്ലാം നാലടി നീളത്തിലും വീതിയിലുമുള്ള പ്രതലത്തിൽ പൂർത്തിയാക്കി 2011 നവംബർ 29ന്, 41 വർഷം തികയുന്ന അഗ്നിബാധയുടെ ദിവസം തന്നെ ദേവനു സമർപ്പിച്ചിരിക്കുന്നു ഈ സൃഷ്ടി. രചനയിലും നിറംകൊടുക്കലിലും തരംതിരിക്കലിലും അത്യന്തം സൂക്ഷ്മതയോടെയും അവധാനതയോടെയും കൃത്യതയോടെയും രചിക്കപ്പെട്ട ഈ ചിത്രങ്ങൾ കലാകേരളത്തിന് ഒരു മുതൽക്കൂട്ടാണ്. ദേവസ്വത്തിന്റെ ആഭിമുഖ്യത്തിൽ 1980ൽ ആരംഭിച്ച ചുമർചിത്രപഠനകേന്ദ്രം ഇതിനകം തന്നെ അന്തർദേശീയ ശ്രദ്ധ പിടിച്ചുപറ്റിയിട്ടുണ്ട്.

## ഗുരുവായൂരപ്പന്റെ വിഗ്രഹ ശില്പചാതുര്യം

കലാപരമായി ഔന്നത്യവും വൈശിഷ്ട്യവും അമൂല്യവുമായ ചില അപൂർവ്വ കലാവസ്തുക്കളും ഗുരുവായൂരിലുണ്ട്. ഇവയിൽ മുഖ്യം ഗുരുവായൂരപ്പന്റെ വിഗ്രഹം തന്നെയാണ്. ശില്പചാതുരിയുടെ മകുടോദാഹരണമാണ് പാതാളാഞ്ജനശിലയിൽ നിർമ്മിച്ച ഭഗവാന്റെ, ചതുർബാഹുവായ മഹാവിഷ്ണുവിന്റെ വിഗ്രഹം. ഏതു രീതിയിലുള്ള വിഗ്രഹമാണ് പ്രതിഷ്ഠിക്കേണ്ടത്, ഏതൊക്കെ വസ്തുക്കൾക്കൊണ്ടാണ് അവ നിർമ്മിക്കേണ്ടത്, വിഗ്രഹപ്രതിഷ്ഠയ്ക്കനുഷ്ഠിക്കേണ്ട ആചാരനുഷ്ഠാനങ്ങൾ എന്തൊക്കെ, വിഗ്രഹത്തിന്റെ വലിപ്പം, ശുദ്ധി ഇവയെപ്പറ്റിയൊക്കെ ശില്പശാസ്ത്രം പ്രതിപാദിക്കുന്നുണ്ട്. തന്ത്രസമുച്ചയത്തിൽ ഒരു ആരാധനാവിഗ്രഹത്തിനുവേണ്ട എല്ലാ ലക്ഷണങ്ങളും സവിസ്തരം രേഖപ്പെടുത്തിയിട്ടുണ്ട്. ഇത് അക്ഷരംപ്രതി സ്വീകരിച്ചുകൊണ്ടാണ് ഗുരുവായൂരിലെ വിഷ്ണു/കൃഷ്ണ വിഗ്രഹം തീർത്തിട്ടുള്ളത്. ഗുരുവായൂർ കൃഷ്ണവിഗ്രഹത്തിൽ രണ്ടു പ്രത്യേകതകൾ കാണാം. കീരിടം കേശഭാരമല്ല, തിരുമുടിയാണ്. 3/4 മീറ്റർ ഉയരമുണ്ടെങ്കിലും വിഗ്രഹത്തിന് പ്രഭാമണ്ഡലമില്ല. പ്രഭാമണ്ഡലമില്ലാത്ത വിഗ്രഹങ്ങൾ പ്രാചീന കാലഘട്ടത്തെ സൂചിപ്പിക്കുന്നു.

വിഷ്ണുവിന്റെ അവതാരങ്ങളിൽ പൂർണ്ണശോഭയോടുകൂടിയതെന്ന് കരുതപ്പെടുന്ന അവതാരം ശ്രീകൃഷ്ണനാണ്, പിന്നീട് അർജ്ജുനന് പ്രത്യക്ഷനായ വിരാട് രൂപം; ഭാഗവതത്തിൽ ജനനമുഹൂർത്തത്തിലെ കൃഷ്ണനെപ്പറ്റിയുള്ള ഒരു വർണ്ണനയുണ്ട്. വില്വമംഗലവും മേൽപ്പുത്തൂരും പൂന്താനവും ഭഗവാനെ ദർശിച്ചത് ഈ വിധത്തിലാണ്. ഓടക്കുഴലൂതിക്കൊണ്ട്, ഇടതുകാലൂന്നി, വലതുകാൽ പിണച്ചുകൊണ്ട്, ഉപ്പൂറ്റിയിൽ നിലകൊണ്ട്, ഇരുകൈകളിലും ശംഖു ചക്രധാരിയായാണ് കൃഷ്ണവിഗ്രഹങ്ങൾ കാണാറെന്ന് കൃഷ്ണശാസ്ത്രി അഭിപ്രായപ്പെടുന്നു. അതിനാലാണ് ഗുരുവായൂർ ദേവനെ ചതുർബാഹുവായ വിഷ്ണുവായും ഉണ്ണിക്കണ്ണനായും ഭക്തർ കാണുന്നത്.

കലാമൂല്യമുള്ള ചില വസ്തുതകളുടേയും ശേഖരം ഗുരുവായൂരിൽ കാണാം. കിഴക്കേ ഗോപുരത്തിൽ വിളക്കേന്തി നിൽക്കുന്ന ശിലാസാലഭഞ്ജികമാർ, ശ്രീകോവിലിന്റെ ചുറ്റമ്പലത്തിൽ പടിഞ്ഞാറെ ഭിത്തിയിൽ പണിതുയർത്തിയ അനന്തശയനം എന്ന കലാശില്പം, രുദ്രതീർത്ഥത്തിന്റെ മദ്ധ്യത്തിൽ സ്ഥാപിച്ചിരിക്കുന്ന കാളിയമർദ്ദനം, ഗോപുരത്തിലും ശ്രീകോവിലിന്റെ മുന്നിലുമായി നിലകൊള്ളുന്നു ദ്വാരപാല പ്രതിമകൾ, മഞ്ജുളാൽ തറയിൽ സ്ഥാപിക്കപ്പെട്ട ഗരുഡന്റെ ഭീമാകാര പ്രതിമ, വടക്കെ പ്രദക്ഷിണവഴികളിലെ തൂണുകളിൽ സ്ഥാപിക്കപ്പെട്ടിരിക്കുന്ന മേൽപ്പുത്തൂർ, പൂന്താനം, കുറൂരമ്മ, ശങ്കരാചാര്യർ മുതലായവരുടെ പ്രതിമകൾ, സത്രം വളപ്പിലും മറ്റുമായി സ്ഥാപിച്ചിരിക്കുന്ന ഗുരുവായൂർ

കേശവന്റെ പൂർണ്ണകായ ശില്പം, അതിനപ്പുറത്തായി നിലകൊള്ളുന്ന മരപ്രഭു ശില്പം. ഗജമുഖത്തോടുകൂടിയ സോപാനപ്പടികൾ, അത്യപൂർവ്വ പണികളാൽ അലംകൃതമായ ശ്രീകോവിലിന്റെ പ്രധാന വാതിലുകൾ എന്നിവ ഇവയിൽ ചിലതുമാത്രം. ആനത്താവളത്തിൽ രൂപം കൊള്ളുന്ന മഹാഗജപതി ശില്പവും ഒരദ്ഭുത സൃഷ്ടിയത്രേ. 108 ആനകളുടെ പുറത്ത് വിരാജിക്കുന്ന ഗണപതി ഭഗവാന്റെ മഹാശില്പത്തിന് 51 അടി ഉയരവും 23 അടി വീതിയുമുണ്ട്. പഞ്ചമുഖാകാരത്തോടുകൂടിയ ഈ ശില്പം കരിമണലിൽ നിർമ്മിച്ചതാണ്. പ്രപഞ്ചത്തിന്റെ പഞ്ചഭൂതാത്മക പ്രാണചൈതന്യത്തിന്റെ ശില്പാവിഷ്ക്കാരമാണ് ഇതെന്ന് വിദഗ്ധർ അഭിപ്രായപ്പെടുന്നു.

സുകുമാരകലകളെ കൂടാതെ മറ്റു മേഖലകളിലും ഗുരുവായൂരിന്റെ കൈയ്യൊപ്പ് കാണാം. കേരളീയ ക്ഷേത്രങ്ങളിലുള്ളതിൽവെച്ച് ഏറ്റവും വലിപ്പമേറിയ വാർപ്പുകളും ചെമ്പുപാത്രങ്ങളും വലംപിരിശംഖുകളും ആഭരണശ്രേണിയും വിളക്കുകളും പൂജാപാത്രങ്ങളും ഗുരുവായൂരിന് സ്വന്തം. കർക്കിടകപ്പുലരിയിൽ 1188 കർക്കിടകം ഒന്നിന്/2013 ജൂലായ് 17ന് തിരുമുൽക്കാഴ്ച്ചയായി ഭഗവാന് സമർപ്പിക്കപ്പെട്ട ഏഴു തട്ടുകളുള്ള ആൽ വിളക്കാണ് ഇക്കൂട്ടത്തിൽ സവിശേഷതയുള്ളതാണ്. ഏഴടി ഉയരമുള്ളതും പക്ഷിമൃഗാദികളുടെ പ്രതിമകൾ ഘടിപ്പിച്ചതും 189 തിരികൾ തെളിയിക്കാവുന്നതുമാണ് ഓടിൽ നിർമ്മിച്ച ഈ ആൽവിളക്ക്. വിളക്കിന്റെ പീഠത്തിൽ നാലു നാഗങ്ങളുടേയും ശംഖിന്റെയും രൂപങ്ങളും ഏറ്റവും മുകളിൽ ഗരുഡന്റെ വിഗ്രഹവുമുണ്ട്. തട്ടുകളിലായി വാനരന്മാരുടെയും പക്ഷികളുടെയും 18 രൂപങ്ങൾ ഘടിപ്പിച്ചിട്ടുണ്ട്. കൊടിമരത്തിന് സമീപമാണ് വിളക്ക് സ്ഥാപിച്ചിട്ടുള്ളത്. 2013 നവംബർ 20ന് ഗുരുവായൂരപ്പന് വഴിപാടായി സമർപ്പിക്കപ്പെട്ട ആമവിളക്കാണ് മറ്റൊരു കൗതുകവസ്തു. വെള്ളിയിൽ നിർമ്മിച്ച മൂന്നു തട്ടുകളുള്ള ഈ ആമവിളക്കിൽ 39 തിരികൾ തെളിയിക്കാവുന്നതാണ്. ശ്രീകോവിലിനു മുന്നിലെ നമസ്ക്കാര മണ്ഡപത്തിൽ കത്തിച്ചിരുന്ന ഓടുകൊണ്ടുള്ള ആമവിളക്കിന് പകരമായാണ് ഈ വിളക്ക് സ്ഥാപിച്ചിട്ടുള്ളത്. 2014 ഏപ്രിൽ 1ന് ഗുരുവായൂരപ്പന് കാണിക്കയായി സമർപ്പിക്കപ്പെട്ട 3 കോടി രൂപയുടെ മൂല്യമുള്ള സ്വർണ്ണ നിലവിളക്കാണ് ഈടുറ്റ മറ്റൊരു വഴിപാട്. 10 കിലോയിലെറെ തൂക്കം വരുന്ന ഈ വിളക്കിന് ഒന്നര അടിയിലേറെ ഉയരമുണ്ട്.

കലാസാഹിത്യസാംസ്ക്കാരിക രംഗങ്ങളിൽ ഒരു രംഗവേദിയായും പ്രചോദനകേന്ദ്രമായും ഗുരുവായൂർ ക്ഷേത്രം പരിലസിക്കുന്നു. ചാക്യാർകൂത്ത്, പാഠകം, കൃഷ്ണനാട്ടം, കഥകളി, ഭാഗവതപാരായണം, ഗീതാപ്രഭാഷണം, സംഗീതക്കച്ചേരി, ഗാനമേളകൾ, നൃത്തനൃത്ത്യങ്ങൾ മുതലായ കലാസംരംഭങ്ങൾക്ക് വേദിയൊരുക്കുക വഴി അവയെ ജനസാമാന്യത്തിലെത്തിക്കുവാൻ ക്ഷേത്രം പ്രേരകമാകുന്നു. കുചേല

ദിനവും പൂന്താനംദിനവും ഗീതാദിനവും നാരായണീയദിനവും ഇവിടെ വിപുലമായി ആഘോഷിക്കുന്നു. ആശുപത്രി, മെഡിക്കൽ സെന്റർ, ഡയഗോണിസ്റ്റിക്ക് കേന്ദ്രം, വായനശാല, സംസ്കൃതവിദ്യാപിഠം, കൃഷ്ണനാട്ടം കളരി, ചുമർച്ചിത്രപഠനകേന്ദ്രം, വാദ്യവിദ്യാലയം, കലാലയങ്ങൾ (ശ്രീകൃഷ്ണ കോളേജ്), ഇംഗ്ലീഷ മീഡിയം സ്കൂൾ, എച്ച്.എസ്.എസ്. സ്കൂൾ മുതലായ സ്ഥാപനങ്ങളും ദേവസ്വം നടത്തി വരുന്നു. ക്ഷേത്രത്തിന്റെ കാലിക പ്രസക്തിക്കും മാനുഷിക സേവനത്തിനും ദൃഷ്ടാന്തമാണ് ഇവയെല്ലാം. കൂടാതെ ഭക്തപ്രിയ എന്നൊരു ആദ്ധ്യാത്മിക മാസികയും ദേവസ്വം പ്രസിദ്ധീകരിച്ചു വരുന്നുണ്ട്. ദേവസ്വം പ്രസിദ്ധീകരണവിഭാഗം നിരവധി ആദ്ധ്യാത്മിക ഗ്രന്ഥങ്ങളുടെ പുനഃപ്രകാശനം ചെയ്യുന്നുമുണ്ട്.

ക്ഷേത്രത്തെ കേന്ദ്രീകരിച്ച് നഗരങ്ങൾ രൂപപ്പെടുന്നതിന്റെ ഉത്തമോദാഹരണമാണ് ഗുരുവായൂർ. 1962 ജനുവരി 26 ന് 6.87 ച.കീ.മി. വിസ്തൃതിയോടെയും 15867 ജനസംഖ്യയോടെയും രൂപീകൃതമായ ഗുരുവായൂർ ടൗൺഷിപ്പ് കേരളത്തിലെ തന്നെ അത്തരം വികസന നഗരികളിൽ ആദ്യത്തെതത്രേ. ഏഴ് അംഗങ്ങളുള്ള ഒരു സമിതിയാണ് ടൗൺഷിപ്പിന്റെ ഭരണം നടത്തുന്നത്. ദൈനംദിന കാര്യനിർവ്വഹണത്തിന് എക്സിക്യൂട്ടീവ് ആഫീസറും (കാര്യനിർവ്വഹണോദ്യോഗസ്ഥൻ) ഉണ്ട്. ചരിത്രപരമായ ഈ ക്ഷേത്രനഗരിയുടെ പാവനതയ്ക്ക് കോട്ടം തട്ടാതെ വികസന പ്രവർത്തനങ്ങൾ നടത്തുക എന്നതാണ് ടൗൺഷിപ്പ് രൂപീകരണം കൊണ്ട് ലക്ഷ്യമാക്കിയിട്ടുള്ളത്. ഇപ്പോൾ ഗുരുവായൂർ ഒരു മുനിസിപ്പാലിറ്റി ആണ്.

തീർത്ഥാടനം തന്നെ വിനോദസഞ്ചാരത്തിന്റെ ഭാഗമായിരിക്കുന്ന ഇക്കാലത്ത്, വിനോദസഞ്ചാരം അഥവ പിൽഗ്രിമേജ് ടൂറിസം ഒരു വൻ വ്യവസായമായി മാറിക്കൊണ്ടിരിക്കുന്നു. പ്രാചീന തീർത്ഥാടനകേന്ദ്രങ്ങൾ വിനോദസഞ്ചാര കേന്ദ്രങ്ങളായി മാറുന്ന കാഴ്ചയാണ് എവിടെയും. ഗുരുവായൂരും തീർത്ഥാടക സഞ്ചാരഭൂപടത്തിൽ ഒരു പ്രധാനപ്പെട്ട സ്ഥാനം നേടിയിരിക്കുന്നു.

# വിശാല ഗുരുവായൂർ

ഗുപ്ത കാലഘട്ടത്തിൽ പ്രാചീന ഭാരതത്തിലുണ്ടായ വിശാല ഭാരത സങ്കല്പംപോലെ ഈ ഇരുപത്തൊന്നാം നൂറ്റാണ്ടിലും ഒരു വിശാല ഗുരുവായൂർ സങ്കല്പം ഉരുത്തിരിഞ്ഞു വരുന്നു. പ്രാചീനകാലത്ത് ഭാരതസംസ്കാരം ദക്ഷിണപൂർവ്വേഷ്യൻ രാജ്യങ്ങളിലേക്കാണ് വ്യാപിച്ചിരുന്നതെങ്കിൽ ആധുനിക കാലഘട്ടത്തിൽ ഹൈന്ദവ ക്ഷേത്ര സങ്കല്പങ്ങളുടെ വ്യാപനം പാശ്ചാത്യരാജ്യങ്ങളിലേക്കാകുന്നു. അമേരിക്കയിലും യൂറോപ്പിലും ഗൾഫിലും മറ്റും നിരവധി ഹൈന്ദവക്ഷേത്രങ്ങൾ സ്ഥാപിക്കപ്പെട്ടു. പലതും നിർമ്മാണപ്രവർത്തനങ്ങൾ പൂർത്തികരിച്ചുകൊണ്ടിരിക്കുകയും ചെയ്യുന്നു. പിറ്റ്സ്ബർഗിലും ലോസ് ഏഞ്ചൽസ്സിലും ഉയർന്നുവന്ന വെങ്കിടേശ്വരക്ഷേത്രം, ന്യൂയോർക്കിലെ ഗണേശക്ഷേത്രം, ഹൗസ്റ്റൺ (ടെക്സാസ്)ലെ മീനാക്ഷി ക്ഷേത്രം, സാൻഫ്രാൻസിസ്ക്കോയിലെ ശിവ-ഗണപതി-നാരായണ ക്ഷേത്രസമുച്ചയം, വാപ്പഞ്ചർഫാൾസിലെ ദശാവതാരക്ഷേത്രം, ടാംപയിലെ (ഫ്ളോറിഡ) ശിവമുരുക ക്ഷേത്രം, ലണ്ടനിലെ മുരുകക്ഷേത്രം എന്നിവ അവയിൽ ചിലത് മാത്രം. ഡെട്രോയിറ്റ്, ടോറന്റോ, ഹാവായ്, പാരീസ്, സിഡ്നി എന്നീ നഗരങ്ങളിലും ഹൈന്ദവക്ഷേത്രങ്ങൾ ഉയർന്നു കഴിഞ്ഞു. ഹൈന്ദവ സംസ്ക്കാരത്തിന്റെ കേന്ദ്രങ്ങളായി അവ പരിലസിക്കുന്നു. ഗുരുവായൂർ വളരുന്നു, കവി പാടിയപോലെ കേറിയും കടന്നും ചെന്നന്യമാം രാജ്യങ്ങളിൽ. ചന്ദനലേപ സുഗന്ധംപോലെ, പാരിജാതത്തിന്റെ സൗരഭ്യംപോലെ, ഗുരുവായൂരിന്റെ പെരുമ, പ്രശസ്തി അനുദിനം വർദ്ധിച്ചുകൊണ്ടിരിക്കുന്നു.

പതിനഞ്ചാം നൂറ്റാണ്ടോടെ ഒരു ക്ഷേത്രസങ്കേതമായി വളർന്ന ഗുരുവായൂർ പല കീഴേടങ്ങളുടേയും മേലേടമായി വർത്തിച്ചിരുന്നുവല്ലോ. വരേണ്യവർഗ്ഗത്തിന്റെ വ്യവഹാരഭാഷയായി സംസ്കൃതം അവരോധിക്കപ്പെട്ടതോടെ ഭാരതത്തിൽ മിക്കയിടങ്ങളിലും ഗുരുവായൂരിന്റെ സന്ദേശം എത്തുവാൻ തുടങ്ങിയിരുന്നു. സാമൂതിരിയുടെ കൈകാര്യകർത്തൃത്വത്തിൽ മലബാറിലെ ക്ഷേത്രങ്ങളിൽ ഒരു പ്രധാന സ്ഥാനം ഗുരുവായൂരിന് ലഭിച്ചു. കൃഷ്ണനാട്ടം കലാരൂപം ഗുരുവായൂരിന്റെ പെരുമ

സാമൂതിരിയുടെ നാട്ടിൽ മാത്രമല്ല മറുനാട്ടിൽ പ്രത്യേകിച്ച് തിരുവിതാംകൂറിലുമെത്തിച്ചു. രോഗശമന കേന്ദ്രമെന്ന നിലയിൽ ഗുരുവായൂരിനുണ്ടായ പ്രശസ്തി സമകാലിക സാഹിത്യത്തിലൂടെ പ്രതിഫലിക്കുവാനും പ്രചരിക്കുവാനും ഇടയായി. കൃത്യതയോടെയും അതീവ സൂക്ഷ്മതയോടെയും നിഷ്ഠയോടെയും നടത്തപ്പെട്ട പൂജകളും അനുഷ്ഠാനങ്ങളും ആചാരങ്ങളും ഉത്സവാഘോഷങ്ങളും ഗുരുവായൂരിന്റെ മഹാത്മ്യം വർദ്ധിപ്പിച്ചു. ഗുരുവായൂർ ഏകാദശി, ആനയോട്ടം മുതലായവ. ഗുരുവായൂരിനെ ഒരു നിത്യോത്സവക്ഷേത്രമാക്കി മാറ്റി. ഉദയാസ്തമന പൂജകൾ പോലുള്ള ചെലവേറിയ വഴിപാടുകളും വിവാഹം, അന്നപ്രാശം, തുലാഭാരം മുതലായ ദൈനംദിന വഴിപാടുകളും ഗുരുവായൂരിന്റെ പ്രശസ്തി പിന്നെയും വർദ്ധിപ്പിച്ചു.

നാലാൾ അറിയപ്പെടാതെ കിടന്നിരുന്ന കുരുവയൂരെന്ന കുഗ്രാമത്തെയും അവിടത്തെ ക്ഷേത്രത്തെയും ദേവനെയും പ്രസിദ്ധിയുടെ പൊൻകീരിടമണിയിച്ചത് 16-ാം നൂറ്റാണ്ടിൽ മേൽപ്പുത്തൂരും കുറൂരമ്മയും പൂന്താനവും വില്വമംഗലവുമായിരുന്നുവെങ്കിൽ പിന്നീടുവന്ന വാഴക്കുന്നവും കൂടല്ലൂരും ആഞ്ഞം നമ്പൂതിരിയും ചെമ്പൈയും ഗുരുവായൂരിന്റെ പെരുമ പിന്നെയും ഉയർത്തി. ചെമ്പൈ വൈദ്യനാഥഭാഗവതരുടെ കച്ചേരികളും (അദ്ദേഹം എല്ലാ കച്ചേരികളും അവസാനിപ്പിക്കാറ്, ഗുരുവായൂരപ്പനെ പ്രകീർത്തിച്ചു കൊണ്ട് 'കരുണ ചെയ്‌വാൻ' പാടിക്കൊണ്ടായിരുന്നുവല്ലോ) പീ. ലീല മുതലായവരുടെ നാരായണീയ-ജ്ഞാനപ്പാനാലാപനങ്ങളും സുപ്രഭാതസ്ത്രോത്രങ്ങളും സ്തവങ്ങളും ശെങ്കാലിപുരം ദീക്ഷിതർ, ആഞ്ഞം മാധവൻനമ്പൂതിരി, മള്ളിയൂർ പരമേശ്വരൻനമ്പൂതിരി തുടങ്ങിയവരുടെ ഭാഗവതകഥാലാപനവും സപ്താഹം വായനകളും ഗുരുവായൂരിനെ അവലംബമാക്കി നിർമ്മിച്ച ചലച്ചിത്രങ്ങളും നാടകങ്ങളും ടി.വി. സീരിയലുകളും സിനിമ-നാടക ഗാനങ്ങളും ഗുരുവായൂരിന്റെ പെരുമ വർദ്ധിപ്പിച്ചു. ഗുരുവായൂർ സത്യാഗ്രഹം പോലെയുള്ള സാമൂഹിക പരിവർത്തന പ്രസ്ഥാനങ്ങളും ഗുരുവായൂരിന് അഖിലേന്ത്യാ പ്രശസ്തി നേടികൊടുക്കുന്നതിൽ ഒട്ടൊന്നുമല്ല സഹായിച്ചിട്ടുള്ളത്.

ഗുരുവായൂർ പെരുമയുടെ പ്രതീകങ്ങളായി നിരവധി ക്ഷേത്രങ്ങളും സ്മാരകങ്ങളും പുരസ്കാരങ്ങളും ഉയർന്നുവന്നിട്ടുണ്ട്. പ്രായാധിക്യം മൂലം തിങ്കൾ ഭജനത്തിന് ഗുരുവായൂരെത്താൻ കഴിയാതെ വന്ന പൂന്താനത്തിന് സ്വന്തം തട്ടകമായ കീഴാറ്റൂർ വാമനപുരത്ത് തന്റെ ഇഷ്ടദേവനെ ആരാധിക്കുവാൻ ഗുരുവായൂരപ്പൻ അനുഗ്രഹിച്ചുവെന്നാണല്ലോ ഐതിഹ്യം. ഈ ക്ഷേത്രമാണ് ഗുരുവായൂർ ക്ഷേത്രത്തിന്റെ പ്രതിഫലനമായി വളർന്ന ആദ്യക്ഷേത്രം. ടിപ്പുവിന്റെ പടയോട്ടക്കാലത്ത് ക്ഷേത്രവിഗ്രഹം അമ്പലപ്പുഴയിലേക്ക് കൊണ്ടുപോയപ്പോൾ അവിടെയും ഉയർന്നുവന്നു ഒരു ഗുരുവായൂർ ആരാധനാകേന്ദ്രം. തിരുവിതാംകൂർ രാജാവ് ഈ കൊച്ചു ഗുരുവായൂരിന് വേണ്ട പരിലാലന

നൽകിയിരുന്നുവത്രേ. തെക്കൻ ഗുരുവായൂർ എന്ന മറ്റൊരു ക്ഷേത്രവും കായംകുളത്തിനടുത്ത് പഴയ തിരുവിതാംകൂറിൽ കാണാം. മലബാറി ലാകട്ടെ, പട്ടാമ്പിയിൽ ഒരു ഗുരുവായൂർ അമ്പലം നിളയുടെ തീരങ്ങളിൽ സ്ഥാപിച്ചിട്ടുണ്ട്. തിരുവേഗപ്പുറയിൽ ക്ഷേത്രമതിലിനോട് ചേർന്ന് ഗുരുവായൂർ ദേവന് പ്രത്യേകമായൊരു ആസ്ഥാനം ഒരുക്കിയിരുന്നു. തിരുവില്വാമലയിലുള്ള വില്വാദ്രിനാഥ ക്ഷേത്രത്തിന്റെ തെക്ക് പടിഞ്ഞാറ് ഭാഗത്തുനിൽക്കുന്ന അരയാലിൽ ഗുരുവായൂപ്പസാന്നിദ്ധ്യമുണ്ടെന്ന് കരുതുന്നു. ആൽമരത്തിന്റെ നേരെയാണ് ഗുരുവായൂർ അമ്പലം. ആലിൽ ഗൗളിയെ കണ്ടാൽ ഗുരുവായൂർ ദർശനത്തിന് തുല്യമാണ് എന്നാണ് വിശ്വാസം. ഗുരുവായൂരപ്പസാന്നിദ്ധ്യമാണ് ഈ അരയാലിന്. ഗുരുവായൂർ ഏകാദശി ദിവസമാണ് വില്വാദ്രിയിലെ പ്രസിദ്ധമായ പുനർജ്ജനിനൂഴൽ.

കേരളാതിർത്തികൾ കടന്നും ഗുരുവായൂർ അമ്പലം വളർന്നിരിക്കുന്നു. ചെന്നൈയിൽ നംഗനല്ലൂരിൽ, ദൽഹിയിലെ മയൂർ വിഹാറിൽ, ബാംഗ്ലൂ രിൽ, മുംബൈയിൽ, കൽക്കട്ടയിൽ അങ്ങനെ ഭാരതത്തിന്റെ വിവിധ ഭാഗങ്ങളിൽ ഗുരുവായൂർ ക്ഷേത്രങ്ങൾ ഉണ്ടായിരിക്കുന്നു. ഈ അടുത്തകാലത്താണ് കൽക്കത്ത ക്ഷേത്രത്തിലേക്കുള്ള ദാരുശില്പങ്ങൾ ഗുരുവായൂരിൽനിന്ന് കൊണ്ടുപോയത്. തികച്ചും ഗുരുവായൂർ മാതൃക യിലാണ് കൽക്കത്തയിലെ ക്ഷേത്രം വിഭാവനം ചെയ്തിരിക്കുന്നത്. തെക്കൻ തിരുവിതാംകൂറിൽ നാഗർകോവിലിനടുത്ത് അഴകിയ പാണ്ഡ്യപുരത്ത് സ്ഥിതി ചെയ്യുന്ന അഴകിയ നമ്പികോവിലിൽ വേണുഗാനമുതിർക്കുന്ന ഉണ്ണിക്കണ്ണന്റെ പ്രതിഷ്ഠയാണുള്ളത്. പൂജാ വേളയിൽ സംഗീതോപകരണങ്ങളായ തകിൽ, നാദസ്വരം എന്നിവയ്ക്കു പകരം പുല്ലാങ്കുഴലാണ് മീട്ടുന്നത്.

ചുരുക്കത്തിൽ ഒരു വിശാല ഗുരുവായൂർ സങ്കൽപ്പം ഉരുത്തിരിഞ്ഞു വന്നിരിക്കുന്നു. അലയാഴികളെ ഭേദിച്ച്, പർവ്വതസാനുക്കളെ താണ്ടി, കാലദേശങ്ങളെ അതിവർത്തിച്ച് ഗുരുവായൂർ സങ്കല്പം വളർന്നി രിക്കുന്നു, വളർന്നുകൊണ്ടേയിരിക്കുന്നു.

## ഗതാഗതം

കന്യാകുമാരിയെയും പൻവേലിനെയും ബന്ധിപ്പിക്കുന്ന എൻ.എച്ച്. 66 വഴി ഗുരുവായൂരിൽ എളുപ്പത്തിൽ എത്തിച്ചേരാവുന്നത്. ക്ഷേത്ര ത്തിന്റെ പടിഞ്ഞാറുഭാഗത്തുകൂടെയാണ് ഈ ദേശീയപാത കടന്നു പോകുന്നത്. കൂടാതെ, കേരളത്തിലെ ഏറ്റവും ചെറിയ സംസ്ഥാനപാത യായ എസ്.എച്ച്. 39 തുടങ്ങുന്നത് ഗുരുവായൂരിൽ നിന്നാണ്. എട്ടു കിലോമീറ്റർ മാത്രം നീളമുള്ള ഈ സംസ്ഥാനപാത ചൂണ്ടൽ എന്ന സ്ഥലത്ത് അവസാനിക്കുന്നു. ബസ്സുകളാണ് ഗുരുവായൂരിൽ എത്തിച്ചേരാ നുള്ള ഏറ്റവും നല്ല മാർഗ്ഗം. കേരളത്തിലെ എല്ലാ സ്ഥലങ്ങളിൽ നിന്നും ഗുരുവായൂരിലേക്ക് ബസ്സുകളുണ്ട്. കെ.എസ്.ആർ.ടി.സി. ബസ്സുകളും

സ്വകാര്യ ബസ്സുകളും ഇവയിൽ പെടുന്നു. ക്ഷേത്രത്തിന്റെ കിഴക്കേ നടയിൽ മഞ്ജുളാൽ ജങ്ഷനടുത്താണ് സ്വകാര്യ ബസ് സ്റ്റാൻഡ്. കെ.എസ്.ആർ.ടി.സി. സ്റ്റാൻഡ് പടിഞ്ഞാറേ നടയിൽ സ്ഥിതിചെയ്യുന്നു. ക്ഷേത്രത്തിൽ വരുന്ന ഭക്തർക്കായി നിരവധി പാർക്കിങ് ഗ്രൗണ്ടുകളും ഗുരുവായൂരിലുണ്ട്.

നഗരത്തിന്റെ കിഴക്കുഭാഗത്ത് ഒരു റെയിൽവേ സ്റ്റേഷനുണ്ട്. എന്നാൽ, അവിടെ തീവണ്ടികൾ കുറവാണ്. ചെന്നൈ എഗ്മൂർ, തിരുവനന്തപുരം എന്നിവിടങ്ങളിലേക്കുള്ള എക്സ്പ്രസ് തീവണ്ടികളും ഏതാനും പാസഞ്ചറുകളും മാത്രമാണ് ഗുരുവായൂരിൽ നിന്നുള്ള തീവണ്ടികൾ. തൃശ്ശൂരാണ് ഏറ്റവും അടുത്തുള്ള പ്രധാന റെയിൽവേ സ്റ്റേഷൻ. 1995ലാണ് തൃശ്ശൂരിൽ നിന്ന് ഗുരുവായൂരിലേക്ക് റെയിൽവേ ലൈൻ പണിതതും തീവണ്ടി സർവ്വീസ് തുടങ്ങിയതും. ഈ റെയിൽവേ ലൈൻ തിരുനാവായ വരെ നീട്ടണമെന്നൊരു ആവശ്യം ദീർഘകാലമായി നിലവിലുണ്ടെങ്കിലും ഇതുവരെ നടപ്പായിട്ടില്ല. ഗുരുവായൂർതിരുനാവായ ലൈൻ വരുന്നത് ഗുരുവായൂരിന്റെ വികസനത്തിന് ഉപകരിക്കും എന്ന് കണക്കുകൂട്ടപ്പെടുന്നു.

കൊച്ചി അന്താരാഷ്ട്ര വിമാനത്താവളമാണ് ഗുരുവായൂരിൽ നിന്ന് ഏറ്റവും അടുത്തുള്ള വിമാനത്താവളം. ഗുരുവായൂരിൽനിന്ന് അങ്ങോട്ട് 87 കിലോമീറ്റർ ദൂരം വരും. കോഴിക്കോട് അന്താരാഷ്ട്രവിമാനത്താവളമാണ് അടുത്തത്. അങ്ങോട്ട് 100 കിലോമീറ്റർ ദൂരമുണ്ട്. ■

# Guruvayur Map

# Train Time Table

| Train Name (No.) | Station From/To | Arr. | Dep. | Running Days |
|---|---|---|---|---|
| Trivandrum Express (16341) | Guruvayur (GUV)-Trivandrum (TVC) | - | 03:25 | MTWTFSS |
| Guruvayur Punalur Fast Pa (56365) | Guruvayur (GUV) - Punalur (PUU) | - | 06:00 | MTWTFSS |
| Guruvayur Eranakulam Passenger (56371) | Guruvayur (GUV) - KOCHI (ERS) | - | 06:45 | MTWTFSS |
| Guruvayur Thrissur Passenger (56373) | Guruvayur (GUV) - THRISUR (TCR) | - | 09:00 | MTWTFSS |
| Guruvayur Eranakulam Passenger (56375) | Guruvayur (GUV) - KOCHI (ERS) | - | 13:20 | MTWTFSS |
| Guruvayur Thrissur Passenger (56043) | Guruvayur (GUV) - THRISUR (TCR) | - | 17:05 | MTWTFSS |
| Guruvayur Chennai Express (16128) | Guruvayur (GUV) - CHENNAI (MS) | - | 21:10 | MTWTFSS |
| Thrisur Guruvayur Passenger (56044) | Thrissur (TCR) - Guruvayur (GUV) | 19:35 | - | MTWTFSS |
| Thrissur Guruvayur Passenger (56374) | Thrissur (TCR) - Guruvayur (GUV) | 11:20 | - | MTWTFSS |
| Punalur Guruvayur Fast Pa (56366) | Punalur (PUU) - Guruvayur (GUV) | 02:15 | - | MTWTFSS |
| Chennai Egmore Guruvayur Express (16127) | Chennai (MS) - Guruvayur (GUV) | 05:55 | - | MTWTFSS |
| Guruvayur Express (16342) | Trivandrum (TVC) - Guruvayur (GUV) | 00:15 | - | MTWTFSS |
| Eranakulam Guruvayur Passenger (56376) | Kochi (ERS) - Guruvayur (GUV) | 22:25 | - | MTWTFSS |
| Eranakulam Guruvayur Passenger (56370) | Kochi (ERS) - Guruvayur (GUV) | 08:40 | - | MTWTFSS |

www.ingramcontent.com/pod-product-compliance
Lightning Source LLC
LaVergne TN
LVHW041605070526
838199LV00052B/3002
*9789388830690*